ഗ്രീൻ ബുക്സ്

വിടപറയും മുൻപേ

ശ്രീജിത് പെരുന്തച്ചൻ

1977 ജൂലൈ അഞ്ചിന് കൊല്ലം കരുനാഗപ്പള്ളി വടക്കുംതലയിലെ പെരുന്തച്ചനഴികത്ത് വീട്ടിൽ ജനനം. എംജി സർവകലാശാലയിലെ സ്കൂൾ ഓഫ് ലെറ്റേഴ്സിൽ നിന്ന് മലയാളത്തിൽ ബിരുദാനന്തരബിരുദം. ഇഷ്ടവാക്ക്, പേര് എടുത്ത കഥകൾ, പേരായ നിന്നെയിഹ, എഴുത്തുമേശകൾ, കഥനുറുക്ക് (ലേഖനസമാഹാരങ്ങൾ), പെരുന്തച്ചനഴികത്ത് (കവിതാസമാഹാരം), കുഞ്ചുവിനുണ്ടൊരു കഥ പറയാൻ, തിത്തിമി തകതിമി (കുട്ടികൾക്കുള്ള നോവലുകൾ) തുടങ്ങി പതിനഞ്ചോളം കൃതികൾ. പുരസ്കാരങ്ങൾ: യുവകവികൾക്ക് കേരള കലാമണ്ഡലം നൽകുന്ന വള്ളത്തോൾ പുരസ്കാരം, സംസ്ഥാന ബാലസാഹിത്യ ഇൻസ്റ്റിറ്റ്യൂട്ടിന്റെ പാലാ കെ.എം.മാത്യു അവാർഡ്. സമസ്ത കേരള സാഹിത്യപരിഷത് അംഗമാണ്. വിവിധഭാരതീയ ഭാഷകളിലെ സമകാലിക കവികളുടെ കവിതകൾ മലയാളത്തിലേക്ക് പരിഭാഷപ്പെടുത്താറുണ്ട്. ഇപ്പോൾ മലയാളമനോരമ ആലപ്പുഴ യൂണിറ്റിൽ പത്രാധിപസമിതി അംഗം.

ഗ്രീൻ ബുക്സ് പ്രസിദ്ധീകരിച്ച
ഗ്രന്ഥകാരന്റെ ഇതര കൃതി

പഴമൊഴി പുതുമ
(നാടോടിവിജ്ഞാനീയം)

ഓർമ്മ

വിടപറയും മുൻപേ

ശ്രീജിത് പെരുന്തച്ചൻ

ഗ്രീൻബുക്സ്

green books private limited
gb building, civil lane road, ayyanthole,
thrissur- 680 003, kerala, ph: +91 487-2381066, 2381039
website: www.greenbooksindia.com
e-mail: info@greenbooksindia.com

branches:
thrissur 0487-2422515
thiruvananthapuram 0471-2335301
calicut 0495 4854662

malayalam
vidaparayum munpe
memoirs
by
sreejith perunthachan

published february 2023

cover design : rajesh chalode

printed in india
manipal technologies ltd

isbn : 978-93-95878-39-5

GBPL/1279/2023

മുഖക്കുറി

സ്വന്തം ജീവിതത്തെ അക്ഷരങ്ങളിൽ അടയാളപ്പെടുത്തിയ മനുഷ്യർ. സമയരഥത്തിന്റെ സാരഥി വിളിച്ചപ്പോൾ വാതിൽ പൂട്ടാതെ അക്ഷമം ഇറങ്ങിപ്പോയവർ. പുനർജ്ജനി പോലെ തങ്ങളുടെ പ്രിയ എഴുത്തുകാരുടെ ഓർമ്മകളിൽ, അവരുടെ വേർപാടിൽ മുങ്ങി നിവരുകയാണ് അവരെ ഹൃദയത്തിൽ കൊരുത്തുവെച്ച സുഹൃത്തുക്കളും ശിഷ്യന്മാരും. അകംപുറം പൊള്ളുന്ന ഈ കുറിപ്പുകൾക്ക് പക്ഷേ, മധുരനെല്ലിക്കപോലുള്ള ഓർമ്മകൾക്ക് തലോടാനും മനസ്സു നിറയ്ക്കാനും കഴിയുന്നു. വേർപാടുകളെക്കുറിച്ച്, സൗന്ദര്യവും മാസ്മരികതയും നിറഞ്ഞ ദർശനങ്ങൾ ഉൾക്കൊള്ളിച്ച കൃതി.

എഡിറ്റർ

സമർപ്പണം

ഈ പുസ്തകത്തിൽ തീർച്ചയായും
പലരും ഓർക്കുമെന്ന് ഞാൻ കരുതിയിട്ടും
ഒരാൾ പോലും സ്മരിക്കാതെ വിട്ടുകളഞ്ഞ
ആ എഴുത്തുകാരന്...

ഉള്ളടക്കം

ഋതുക്കൾ വന്നതും
ഋതുക്കൾ പോയതും

പത്ത് വർഷം മുൻപ് എന്റെ വീട്ടിലെ ഒരംഗം നിന്ന നിൽപ്പിൽ മരിച്ചപ്പോൾ ഞാൻ ഏറ്റവും കൂടുതൽ ചിന്തിച്ചത് അദ്ദേഹം എന്നെ ഏറ്റവും ഒടുവിൽ കണ്ടപ്പോൾ എന്താവാം പറഞ്ഞത് എന്നാണ്. പ്രിയപ്പെട്ടവരുടെ ഓരോ മരണവാർത്തയും അറിയുമ്പോൾ നമ്മളെന്താണ് ചിന്തിക്കുന്നത്? മരിച്ചയാളെ ഏറ്റവുമൊടുവിൽ എന്നാണ് കണ്ടതെന്ന് ആരും ആലോചിച്ചു പോവും. മരിച്ചയാൾ ഏറ്റവുമൊടുവിൽ എന്താണ് പറഞ്ഞത് എന്നത് തൊട്ടടുത്തിരുന്നവരുടെ മനസ്സിലെ വേദനയാവും. മരിക്കാൻ നേരം എന്തോ പറയാനാഞ്ഞെങ്കിലും പുറത്തേക്ക് വരാതെ പോയ വാക്കുകൾ ചിലരുടെ ചിന്തകളെ അലട്ടും. അത് എഴുത്തുകാർ തമ്മിലുള്ള വിടപറയലായിരുന്നെങ്കിൽ എന്നു ഞാൻ സങ്കൽപ്പിച്ചതിന്റെ ഫലമാണ് ഈ പുസ്തകം.

ഇങ്ങനെ തനിക്കു മുൻപേയോ തനിക്കൊപ്പമോ നടന്നു പോയ ഒരാൾ വഴിയിൽ നിന്ന് പെട്ടെന്നു മറയുമ്പോൾ എഴുത്തുകാരൻ തിരിഞ്ഞുനിന്ന് ആലോചിക്കുകയാണ്, എപ്പോഴാണ് അയാളെ ഏറ്റവുമൊടുവിൽ കണ്ടതെന്ന്. ഒടുവിൽ കണ്ടപ്പോൾ അയാൾ എന്താണ് പറഞ്ഞതെന്ന്. അത്തരം അവസാന കൂടിക്കാഴ്ചകൾ എഴുത്തുകാരുടെ മനസ്സിലുണ്ട്. വിട പറയും മുൻപേയുള്ള ആ ഓർമകളിലേക്ക്. ഇത് ഭാഷാപോഷിണി മാസികയിൽ പ്രസിദ്ധീകരിച്ച പംക്തിയാണ്. ഇത് പുസ്തകരൂപത്തിലാക്കാൻ അനുവാദം തന്ന 'മലയാളമനോരമ'യോട് നന്ദിയും കടപ്പാടും ഉണ്ട്.

ജീവിച്ചിരിക്കെ സ്വന്തം ജീവിതം കൊണ്ട്, കർമം കൊണ്ട് ചിന്തിപ്പിച്ചവർ മരണത്തിലും നമ്മെ ചിന്തിപ്പിക്കുന്നു എന്നതിന്റെ തെളിവാണ് ഈ പുസ്തകം. ഇതിലെ ഓർമകൾ എന്നോട് പങ്കിട്ടവരിൽ പലരും മരിച്ച ശേഷമാവും ഇത് പുസ്തകമായി പ്രസിദ്ധീകരിക്കുകയെന്നത് ഞാൻ നിനച്ചതല്ല. അതൊക്കെ പിടയുന്ന ഓർമകളാണ്. അവരിൽ മാടമ്പ് കുഞ്ഞുകുട്ടനും കാവാലവും സുഗതകുമാരിയും എസ്.വി. വേണുഗോപൻനായരും ടി.പി. രാജീവനും വരെയുണ്ട്. ആ ലിസ്റ്റ് നീളാതിരിക്കട്ടെ എന്ന് ഞാൻ ആഗ്രഹിക്കുന്നുണ്ടെങ്കിലും അതങ്ങനെയല്ല. കാലമേറെക്കഴിഞ്ഞ് ആ ലിസ്റ്റ് വലുതായി വന്ന് രണ്ടുവശവും ഒന്നായേക്കാം. ജീവിതത്തിന്റെയും മരണത്തിന്റെയും രണ്ടു തട്ടുകളാണത്.

എഴുത്തുകാർ തമ്മിൽ വ്യക്തിബന്ധങ്ങൾ കുറവാണ് ഇപ്പോൾ. എഴുത്തുകാരന് സ്വന്തം കഥാപാത്രങ്ങളുമായല്ലാതെ വേറെ ആരുമായും ബന്ധം ആവശ്യമില്ലെന്നു വരുന്ന കാലം. ഈ പുസ്തകം അങ്ങനെയല്ല. എഴുത്തുകാരുടെ മനസ്സിൽ ഒരിടം കണ്ടെത്തിയവരെക്കുറിച്ചുള്ള ഓർമകളുടെ മലവെള്ളപ്പാച്ചിലാണിത്. അതിന്റെ കുത്തൊഴുക്കിൽ ഞാനും നിങ്ങളുമൊക്കെ കാഴ്ചക്കാരായി നിൽക്കുന്ന അത്ഭുതനിമിഷങ്ങളിലൂടെയാണ് ഇനി നിങ്ങൾ കടന്നുപോവുക.

ഒരു പൂവ് ഞെട്ടറ്റ് വീഴുമ്പോൾ അടുത്തുള്ള പൂവ് അതിനെയൊന്നു നോക്കും. നമ്മൾ ഒന്നിച്ചു വിരിഞ്ഞു. എത്രയെത്ര കാറ്റിൽ വീഴാതെ ഒന്നിച്ച് കൈകൾ കോർത്തു പിടിച്ച് നിന്നു. പിന്നെ ഒന്നിച്ചുണർന്ന വസന്തങ്ങൾ.. ഇതൊക്കെ ആ സ്മൃതിപഥത്തെ പിടിച്ചുലയ്ക്കും. അങ്ങനെയൊരു ആഘാതം ഇതിലെ ഓരോ ഓർമയിലുമുണ്ട്. കാലത്തിന് പിടികൊടുക്കാതെ, ഋതുക്കൾ വന്നതും ഋതുക്കൾ പോയതും ഞാനറിഞ്ഞില്ല എന്ന മട്ടിൽ നമുക്ക് മാറിനിൽക്കാനാവില്ല. അത്തരം ആഘാതമേൽപ്പിക്കുന്ന ഇതിലെ ഓർമകളിലൂടെ കടന്നുപോവുമ്പോൾ ഓരോ ലൈനും ഓരോ ലൈൻകമ്പി പോലെ നമ്മെ എടുത്തടിക്കും. അവിടെ നിങ്ങൾ അനുഭവതീക്ഷ്ണതയുടെ

ഷോക്കേറ്റല്ല വാക്കേറ്റ് വീഴും. ഓർമകളുടെയും അനുഭവങ്ങളുടെയും ഭാരമുണ്ട് ഇതിലെ ഓരോ ആഖ്യാനത്തിനും. ജലത്തിൽ നിന്നും കാറ്റിൽ നിന്നും മാത്രമല്ല എഴുത്തിൽ നിന്നു കൂടിയും ഊർജമുണ്ടാക്കാം എന്നു കരുതുന്നവരുടെ തലമുറയിൽപ്പെടാനാണ് എനിക്കിഷ്ടം. അത് വെറുമൊരു കിനാവെങ്കിൽ ആ കിനാവിന്റെ അടിമയാണ് ഞാൻ.

നാമെല്ലാവരും ജനാധിപത്യത്തിൽ വിശ്വസിക്കുമ്പോൾ എഴുത്തുകാരൻ പദാധിപത്യത്തിൽ ശ്രദ്ധിക്കുന്നു. ഞാനും ഇതിലെ എഴുത്തിലൂടെ കടന്നുപോവുമ്പോൾ ഏറ്റവുമധികം സ്വാതന്ത്ര്യം അനുഭവിച്ചത് പദാധിപത്യത്തിലാണ്. അതിന്റെ അനുരണനങ്ങൾ ഈ പുസ്തകത്തിൽ നിങ്ങൾക്ക് കണ്ടെത്താനാവും. ജീവിതത്തോടുള്ളതിനേക്കാൾ ആത്മാർത്ഥത എഴുത്തിനോട് ഞാൻ കാണിച്ചിട്ടുണ്ട് എന്നതിന് എനിക്ക് കൂട്ടുവരാൻ ഈ പുസ്തകത്തിന് ഒരുപക്ഷേ കഴിയും എന്നാണ് പ്രതീക്ഷ. ഈ പുസ്തകം എന്റെ ജീവിതത്തിലെ ഏറ്റവും മികച്ചതാവുമോ എന്നെനിക്ക് ഉറപ്പില്ല. പക്ഷേ ഒരു കാര്യം ഉറപ്പിക്കാം. അത്തരമൊരു പുസ്തകത്തിനായുള്ള യാത്രയിലാണ് 'വിടപറയും മുൻപേ' പിറവി കൊണ്ടത്.

ശ്രീജിത് പെരുന്തച്ചൻ

ഞെട്ടറ്റു വീഴാറായ മാമ്പഴം

ജി.ശങ്കരക്കുറുപ്പ് സൂര്യകാന്തിപ്പൂക്കളുമായി ഒരു വീട്ടിലേക്ക് വന്നാലെങ്ങനെയുണ്ടാവും? അല്ലെങ്കിൽ ബഷീർ പാത്തുമ്മായുടെ ആടിനെയും അഴിച്ചുകൊണ്ട് ഒരു വീട്ടിലേക്ക് കയറിച്ചെല്ലുന്നെങ്കിൽ? ഏതാണ്ട് അതുപോലെയായിരുന്നു വൈലോപ്പിള്ളി ശ്രീധരമേനോൻ മരിക്കുന്നതിന് കുറച്ചുനാൾ മുൻപ് ഒരു സഞ്ചി നിറയെ മാമ്പഴവുമായി എം. ലീലാവതിയുടെ വീട്ടിലെത്തിയത്. തന്റെ വീട്ടിൽ വന്നപ്പോൾ ഞെട്ടറ്റു വീഴാറായ ഒരു മാമ്പഴമായിരുന്നു കവി എന്ന് ലീലാവതി പിന്നീടാണ് അറിഞ്ഞത്. പാതിരാവിൽ സൂര്യനുദിച്ചാലെന്നതു പോലെ നിനച്ചിരിക്കാതെ ഒരു സന്ദർശനമായിരുന്നു അത്. കയ്യിൽ ഒരു സഞ്ചി നിറയെ ചന്ദ്രക്കാരൻ മാമ്പഴവും തൂക്കിയായിരുന്നു ആ വരവെന്നത് ലീലാവതിയുടെ ഓർമയിൽ ഇന്നും വ്യക്തം.

കളമശേരി വരെ ബസിലാണ് വൈലോപ്പിള്ളി വന്നത്. അവിടെ നിന്നു മുണ്ടും മടക്കിക്കുത്തി ലീലാവതിയുടെ വീടുവരെ നടന്നു. കഷ്ടിച്ച് അരമണിക്കൂറേ അവിടെ കവി ചെലവിട്ടുള്ളു. തിരക്കു പിടിച്ച് വീട്ടിലെ സൽക്കാരം സ്വീകരിച്ചെന്നു വരുത്തിയിട്ട് 'ഉടനെ പോവണ'മെന്നും പറഞ്ഞു. ഒരു കർമം ചെയ്തു തീർക്കാൻ വന്നതു പോലെയുള്ള ഭാവമായിരുന്നു കവിയുടെ മുഖത്തെന്നു ലീലാവതി. ഏതു മുൻജന്മ കർമത്തിന്റെ സുകൃതമാണിത് എന്നാണ് ലീലാവതി

അപ്പോൾ ചിന്തിച്ചത്. മാമ്പഴത്തിന്റെ കവിയുടെ കയ്യിൽ നിന്ന് മാമ്പഴം സ്വീകരിക്കുമ്പോൾ താരാപഥം അത് നോക്കി നിൽക്കുന്ന കുഞ്ഞിന്റെ കൈവെള്ളയിൽ ഒരു നക്ഷത്രത്തെ കളിക്കാൻ വച്ചു കൊടുത്താലെന്നതു പോലെ ലീലാവതി ചിരിച്ചു. അമ്പരപ്പു വിട്ടുമാറാതെ. ഈ സന്ദർശനത്തെ ക്കുറിച്ച് താൻ ആരോടും പറയാറി ല്ലെന്ന് ലീലാവതി. പറഞ്ഞാൽ അത് ബഡായിയെന്നേ ആർക്കും തോന്നൂ എന്ന് ന്യായീകരണവുമുണ്ട്.

കവി തിരിച്ചും നടന്നുപോകാമെന്നു പറഞ്ഞപ്പോൾ അത് സമ്മതി ക്കാതെ ലീലാവതിയുടെ ഭർത്താവ് സി.പി. മേനോൻ കുറച്ചു പണിപ്പെട്ട് അദ്ദേഹത്തെ കാറിൽ പിടിച്ചു കയറ്റി. ആ കൂടിക്കാഴ്ച യ്ക്കു ശേഷം ലീലാവതിക്ക് വൈലോപ്പിള്ളിയോട് ഒന്നും സംസാ രിക്കാൻ ഇട വന്നില്ല. അവസാനനാളുകളിൽ കവി തൃശൂരിൽ ചികിൽസ യിൽ കഴിയുമ്പോൾ ലീലാവതി ചെന്നു കണ്ടെങ്കിലും അദ്ദേഹത്തിന് ബോധം നഷ്ടപ്പെട്ടിരുന്നു.

അദ്ദേഹം വന്നു പോയത് ഒരു കുളിർകാറ്റുപോലെയായിരുന്നെന്ന് ലീലാവതി പറയുന്നു. എത്ര പെറുക്കിയിട്ടും തീരാത്തത്ര മാമ്പഴ മുതിർത്ത ഒരു കാറ്റായിരുന്നു അത് എന്നു ചിന്തിക്കുമ്പോൾ ഓർമ കളുടെ മാഞ്ചുവട്ടിലാണ് ലീലാവതി. ഒരു തിരുമുൽക്കാഴ്ചയുമായി അദ്ദേഹത്തെ തിരിച്ചു സന്ദർശിക്കാൻ ഭാഗ്യം ലഭിച്ചില്ല.

കവി കൊണ്ടു വന്ന മാമ്പഴത്തിൽ നിന്ന് ഒരു തൈ ലീലാവതി വളർത്തിയെടുത്തു. പക്ഷേ പൈപ്പ് ലൈൻ ഇടാനുള്ള സ്ഥലമെടു പ്പിൽ വെട്ടിക്കൊല്ലപ്പെട്ട മാവുകളോടൊപ്പം അതും പോയി. വൈലോ പ്പിള്ളിക്കവിതയെക്കുറിച്ച് ലീലാവതി എഴുതിയത് കാവ്യലക്ഷ്മി ചാരി നിന്ന കൊന്ന എന്നാണ്. എന്നാൽ ലീലാവതിയുടെ വീട്ടിൽ കാവ്യലക്ഷ്മി ചാരിനിന്നത് ഈ മാവിന്മേലാണ്. അതാണ് മഴുവി നിരയായത്. പക്ഷേ ഒരിക്കലും മഴുവീഴാത്ത ഓർമകളാണത്. ■

ശങ്കരക്കുറുപ്പ് ഓർമിക്കപ്പെടുന്നു

സാധാരണ ഒരാളിൽ നിന്നു കിട്ടുന്ന അനുഗ്രഹം പോലെയല്ല ഒരാളുടെ മരണത്തലേന്ന് ആ വ്യക്തിയിൽ നിന്ന് നമുക്കു കിട്ടുന്ന അനുഗ്രഹം. അത്തരമൊരു അനുഗ്രഹമുദ്ര സുഗതകുമാരിയുടെ നെറുകയിൽ പതിഞ്ഞുകിടപ്പുണ്ട്. ജി.ശങ്കരക്കുറുപ്പിന് ഹൃദ്രോഗം മൂർച്ഛിച്ചെന്നും ആശുപത്രിയിൽ കൊണ്ടുവന്നെന്നുമറിഞ്ഞ് ഓടിയെത്തിയ ദിവസമാണ് സുഗതകുമാരിയുടെ ഓർമയിൽ.

അദ്ദേഹത്തെ കാണാനെത്തിയ പലരും ആശുപത്രി വരാന്തയിൽ ഉണ്ടായിരുന്നു. സുഗതകുമാരിയെക്കണ്ട് രവി പറഞ്ഞു: ''അച്ഛന് ഓർമക്കുറവ് കാണുന്നു. ഇവരെയാരെയും മനസ്സിലായില്ല. ഒട്ടും വയ്യ'' എന്ന്. അപ്പോൾ കണ്ടത് കട്ടിലിൽ തലയിട്ടുരുട്ടിക്കൊണ്ടും എന്തൊക്കെയോ പുലമ്പിക്കൊണ്ടും കിടക്കുന്ന മഹാകവിയെയാണെന്നു സുഗതകുമാരി.

മരണം അതിന്റെ ഇരുൾച്ചിറകുകൾ വിരിച്ച് ആ മുറിയിലാകെ പറന്നു നടന്നതാവും. എന്നും തേജോമയമായി മാത്രം കണ്ടിട്ടുള്ള ആ മുഖം കരുവാളിച്ചും മങ്ങിയും കണ്ടു. ''മീറ്റിങ്ങിനു വരാൻ വയ്യ എന്ന് അവരോടു പറയൂ. എനിക്കു സുഖമില്ല'' എന്നൊക്കെ കിടക്കയിൽ വച്ചും ജി ആരോടോ പറയുന്നുണ്ടായിരുന്നു എന്ന് സുഗതകുമാരി ഓർക്കുന്നു. രാധ അരികിൽതന്നെയിരുന്ന് ശുശ്രൂഷിക്കുന്നു.

വളരെയധികം അസ്വസ്ഥമായി ഉഴലുന്ന ജിയുടെ കണ്ണുകൾ ഇടയ്ക്ക് സുഗതകുമാരിയിൽ പതിച്ചു. തന്നെ സൂക്ഷിച്ചുനോക്കുന്നതു കണ്ട് തൊഴുതുകൊണ്ട് സുഗതകുമാരി ജിയുടെ അരികിൽ ചെന്ന് കട്ടിലിനു താഴെ തറയിൽ ഇരുന്നു. വന്നതാരെന്ന് തിരിച്ചറിഞ്ഞതു പോലെ ഒരു മന്ദഹാസം ആ മുഖത്ത്. അപ്പോഴാണ് രാധ ചോദിച്ചത് ഇതാരാണെന്നു മനസ്സിലായോ അച്ഛനെന്ന്. ആ ചുണ്ടുകൾ അവ്യക്തമായി മന്ത്രിച്ചു: ''സുഗത''.

ക്ഷീണം കൊണ്ടു വിറയ്ക്കുന്ന വലം കൈ കട്ടിലിനു താഴെ കുനിഞ്ഞിരുന്ന സുഗതകുമാരിയുടെ ശിരസ്സിൽ വച്ചുകൊണ്ട് ജി പതുക്കെ പറഞ്ഞു. 'നല്ല കുട്ടി, നല്ല കവിത.' സുഗതകുമാരി ആ തളർന്ന കൈയിൽപ്പിടിച്ച് സ്വന്തം കണ്ണുകളിലണച്ചു. അമ്പലമണിയുടെ ചരടിൽ പിടിച്ച് ദേവന്റെ അനുഗ്രഹം വാങ്ങിയാലെന്നതു പോലെ മഹാകവിയുടെ പാദങ്ങളിൽ ശിരസ്സണച്ച് നമസ്കരിച്ചിട്ട് സുഗതകുമാരി മടങ്ങിപ്പോന്നു. അതിന്റെ പിറ്റേന്ന് മലയാള കവിതയിലെ ആ ഏകാക്ഷരമേൽവിലാസം യാത്രയായി. കവി ആശുപത്രിയിൽ മരണത്തിന്റെ ഓടക്കുഴൽ വിളിക്ക് കാതോർത്ത് കിടന്നതാവാം. വിട പറയുമ്പോഴും തന്റെയുള്ളിൽ ഓടക്കുഴൽ നാദം അലയടിക്കണമെന്ന് അദ്ദേഹത്തിന് ആഗ്രഹമുണ്ടായിരുന്നു.

''മുരളീരാഗമധുര
മുഖനാമൊരു യാത്രികൻ
വരും വിളിക്കും ഞാൻ പോകും
വാതിൽ പൂട്ടാതെയക്ഷമം''

എന്ന് അദ്ദേഹം എഴുതിയത് അതുകൊണ്ടാവുമല്ലോ.

മരങ്ങൾ ഓരോ മഴയോടും കടപ്പെട്ടിരിക്കുന്നു. സുഗതകുമാരി ജിയുടെ അനുഗ്രഹവർഷത്തെ കണക്കാക്കുന്നതും ഇങ്ങനെ തന്നെ. ഇത് ഭാരതം ആദ്യം ആദരിച്ച മലയാളകവിയെക്കുറിച്ചുള്ള ഒരു അവസാന ഓർമ. മലയാളകവിത ജിയുടെ കൈകളിൽ ഭദ്രമായിരുന്നതു കൊണ്ടുകൂടി അദ്ദേഹത്തിന് ചേരുന്നതായിരുന്നു ഭദ്രാലയം എന്ന വീട്ടുപേര്. ഏതായാലും സുഗതകുമാരിയുടെ മനസ്സിൽ എന്നും ഭദ്രമായിരുന്നു ഈ അവസാന കൂടിക്കാഴ്ചയുടെ ഓർമ. ■

രാമായണതപസ്യ

എഴുത്തുകാരന്റെ കൃതി വായിച്ചാൽ അദ്ദേഹത്തിന് എത്ര അടി ഉയരമുണ്ടായിരുന്നു, അദ്ദേഹം എവിടെയൊക്കെയാണ് ജീവിച്ചത് എന്നിങ്ങനെയുള്ള കാര്യങ്ങൾ അറിയാൻ കഴിയുമോ? ഇല്ല എന്നു നമ്മൾ പറയും. പക്ഷേ കെ.പി.നാരായണപ്പിഷാരടി അങ്ങനെ പറയില്ലായിരുന്നു. അതാണ് സി.രാധാകൃഷ്ണനെ ആദ്യം കണ്ടപ്പോൾ പിഷാരടി പറഞ്ഞതും. ഒരു പ്രസംഗം കഴിഞ്ഞ് പിഷാരടിയുടെയും രാധാകൃഷ്ണന്റെയും മടക്കയാത്ര അന്ന് ഒന്നിച്ചായിരുന്നു. തനിക്ക് എഴുത്തച്ഛന്റെ ജീവിതകഥ എഴുതണമെന്നുണ്ട് എന്ന് രാധാകൃഷ്ണൻ ആഗ്രഹം പ്രകടിപ്പിച്ചപ്പോൾ അതിന് എഴുത്തച്ഛന്റെ കൃതികൾ വായിച്ചാൽ മതി എന്നായിരുന്നു പിഷാരടിയുടെ മറുപടി. കൃതി വായിച്ചാൽ ജീവചരിത്രം അറിയാൻ കഴിയുമോ എന്നായി രാധാകൃഷ്ണന്റെ സംശയം. ‘കാളിദാസന്റെ ഋതുസംഹാരം മനസ്സിരുത്തി ധ്യാനിച്ച് ആകാവുന്നത്ര തവണ വായിച്ചാൽ അദ്ദേഹത്തിന്റെ ശരീരത്തിന്റെ ഉയരം വരെ അറിയാൻ സാധിക്കും. ഒരു ചെടിക്ക് കാളിദാസൻ

നൽകുന്ന വലിപ്പം വച്ച് ആളെ നിരീക്ഷിക്കാം' ഇതായിരുന്നു പിഷാരടിക്ക് പറയാനുണ്ടായിരുന്നത്. അദ്ദേഹം പറഞ്ഞത് അക്ഷരാർത്ഥത്തിൽ ഫലിച്ചു എന്നതിനു നിദർശനമായി രാധാകൃഷ്ണന്റെ 'തീക്കടൽ കടഞ്ഞ് തിരുമധുരം'. അധ്യാത്മരാമായണം കിളിപ്പാട്ടിന്റെ പാഠം പല പുസ്തകങ്ങളിലും പലതാണെന്ന് രാധാകൃഷ്ണന് മനസ്സിലായത് ഈ വായനയ്ക്കിടെയാണ്. കിളിപ്പാട്ടിന്റെ പാഠം ശുദ്ധീകരിക്കണമെന്നായി ചിന്ത. ഇക്കാര്യം രാധാകൃഷ്ണൻ പറഞ്ഞപ്പോൾ, 'വീട്ടിലേക്ക് വരൂ' എന്നായിരുന്നു പിഷാരടിയുടെ മറുപടി. പിന്നീടുള്ള മൂന്നുവർഷം ശനി, ഞായർ ദിവസങ്ങളിൽ പകലന്തിയോളം രാധാകൃഷ്ണൻ പിഷാരടിയുടെ വീട്ടിലെ അംഗമായി. പലേടത്തു നിന്നു കിട്ടിയ കിളിപ്പാട്ട് പാഠങ്ങൾ അവിടെയുണ്ടായിരുന്നു. പുസ്തകങ്ങളെക്കാളേറെ താളിയോലകൾ നിറഞ്ഞ വീടായിരുന്നു അത്. അങ്ങനെ തീക്കടൽ കടഞ്ഞ് തിരുമധുരത്തിനു 'മുൻപേ പറക്കുന്ന പക്ഷി'യായി രാധാകൃഷ്ണൻ ശുദ്ധീകരിച്ച രാമായണം കിളിപ്പാട്ട് പാഠം പിറന്നു.

കിളിപ്പാട്ടിൽ പലേടത്തും വാക്കുകളും വരികൾ തന്നെയും വിട്ടുപോയതായി കണ്ട് രാധാകൃഷ്ണൻ പിഷാരടിയോട് സംശയം ചോദിക്കുമായിരുന്നു. അപ്പോൾ എഴുത്തച്ഛൻ അവിടെ ഏതു വരിയാവും ഉദ്ദേശിച്ചിരിക്കുക എന്നു പിഷാരടി കണ്ടെത്തിക്കൊടുക്കും. ഒരു വാക്കിനുവേണ്ടി രണ്ടു ദിവസം വരെ ഇരുന്നത് രാധാകൃഷ്ണന്റെ ഓർമ്മയിലുണ്ട്. പിഷാരടിയുടെ രഘുവംശം പരിഭാഷയിലെ ഒരു സംശയം രാധാകൃഷ്ണൻ ചോദിച്ചു തീരേണ്ട താമസം അദ്ദേഹം കാളിദാസന്റെ മൂലശ്ലോകം ചൊല്ലിക്കേൾപ്പിച്ചു. അങ്ങനെ രാധാകൃഷ്ണൻ ആ ഓർമ്മശക്തിയെ പ്രണമിച്ചുപോയ എത്രയെത്ര സന്ദർഭങ്ങൾ.

ഇങ്ങനെയൊക്കെയുള്ള പിഷാരടിയും രാധാകൃഷ്ണനും ഏറെനാൾ കഴിഞ്ഞ് കൊച്ചിയിൽ ഒരു പൊതുവേദിയിൽ ഒന്നിച്ചുണ്ടായിരുന്നു. രാധാകൃഷ്ണൻ അദ്ദേഹത്തോട് സംസാരിക്കാല്ലോ എന്നു കരുതി നേരത്തെ എത്തി. പിഷാരടിയെ കണ്ട് രാധാകൃഷ്ണൻ കാൽ തൊട്ടു വന്ദിച്ചു. അപ്പോൾ ചിരിക്കാതെ അദ്ദേഹം ചോദിച്ചു, 'ആരാ മനസ്സിലായില്ല' എന്ന്. 'ഞാൻ സി. രാധാ

കൃഷ്ണനല്ലേ മാഷേ' എന്നു പറഞ്ഞപ്പോൾ അദ്ദേഹത്തിന്റെ മറുപടി : ''ഓ, എടോ എന്റെ ഓർമ്മയുടെ പെട്ടിയുടെ താക്കോൽ എന്റെ കയ്യിലില്ല. ആരെങ്കിലും തന്നാലേ തുറക്കാനാവൂ. ഈയിടെ യായി പെട്ടി മാത്രമേ കയ്യിലുള്ളൂ.'' പിന്നെ കൃത്യമായി എല്ലാ കാര്യ ങ്ങളും അദ്ദേഹം സംസാരിച്ചു. നന്നായി പ്രസംഗിക്കുകയും ചെയ്തു. യാത്ര പറയാൻ നേരം രാധാകൃഷ്ണൻ ഒരിക്കൽക്കൂടി പിഷാരടി യുടെ കാൽ തൊട്ടു നമസ്കരിച്ചു. അപ്പോൾ ഒരു പരിചയവുമില്ലാത്ത മട്ടിൽ അദ്ദേഹം വീണ്ടും : 'ആരാ? മനസ്സിലായില്ല.' പിന്നെ അദ്ദേ ഹത്തെ നേരിൽ കാണാൻ ധൈര്യം ഉണ്ടായിട്ടില്ല രാധാകൃഷ്ണന്. വിവരങ്ങൾ അന്വേഷിക്കുമ്പോൾ ഓർമ്മ അനുദിനം മോശമാവുന്നു എന്നറിഞ്ഞു. ഓർമ്മയുടെ സംഭരണിയായിരുന്ന ആ മനസ്സ് ഇടറു ന്നതു കണ്ടപ്പോൾ ലോകത്തിലെ ഏറ്റവും വലിയ അണക്കെട്ട് ചോർന്നതുപോലെയാണ് രാധാകൃഷ്ണന് തോന്നിയത്.

■

താളങ്ങൾ

കക്കാട് കാടല്ല കത്തുന്ന പച്ചമരമായിരുന്നു ആറ്റൂർ രവിവർമ്മ അവസാനമായി കാണുമ്പോൾ. വേരുകൾ ജീർണിച്ചു തുടങ്ങുമ്പോഴും അത് പുറത്തുകാണിക്കാതെ സൂര്യനെ നോക്കി പുഞ്ചിരിക്കുന്ന മരത്തെപ്പോലെ കക്കാട് പുഞ്ചിരിച്ചു. ആറ്റൂർ ആദ്യം കാണുമ്പോൾ കക്കാട് പൊരുതുന്ന കവിയായിരുന്നു. കക്കാട് കേരളവർമയിൽ പഠിക്കുമ്പോൾ തൃശൂരിൽ പൊരുതുന്ന സാഹിത്യം എന്ന സംഘടനയുടെ നേതൃത്വത്തിൽ ഒരു സമ്മേളനം നടന്നപ്പോഴായിരുന്നു ആ കൂടിക്കാഴ്ച. 1948 ൽ കൽക്കട്ടാ തീസിസിന്റെ കാലത്താണത്. അവസാനം കാണുമ്പോഴും കക്കാട് പൊരുതുന്ന കവിയായിരുന്നു. രോഗത്തോട് പൊരുതുന്ന കവി.

കക്കാടിനെ അവസാനം കണ്ടതുമാത്രമായി ഓർക്കാൻ ആറ്റൂരിന് മടിയുണ്ട്. ഒരു പാട്ടിന്റെ അവസാനവരിമാത്രം പാടിയാൽ മതി. ആദ്യ

വരികളൊന്നും ഓർക്കുകയേ വേണ്ട എന്നു ശഠിച്ചാലെന്നതുപോലെ ദയാശൂന്യമാണ് അത് എന്നതിനാൽ. ഒരിക്കൽ കക്കാടും ആറ്റൂരും കൂടി കോഴിക്കോട്ട് ഒരു പത്രാധിപരുടെ ഒഴിവുണ്ടെന്നറിഞ്ഞ് ഇന്റർവ്യൂ വിന് പോയിട്ടുണ്ട്. പഠിത്തം കഴിഞ്ഞ കാലമായിരുന്നു അത്. പക്ഷേ രണ്ടുപേരോടുമായി പത്രത്തിന്റെ നടത്തിപ്പുകാർ പറഞ്ഞു, ഇത് നിങ്ങൾക്ക് പറ്റുന്ന പണിയല്ലെന്ന്. ജന്മിസഭ എന്നൊരു സഭയുണ്ടാ യിരുന്നു അന്ന്. അവർ നടത്തുന്ന പത്രമായിരുന്നു അത്. പുരോഗ മനാശയക്കാർക്ക് ഇവിടം ചേരില്ല എന്ന നല്ല അർഥത്തിലാണ് അവർ അത് പറഞ്ഞതെന്ന് ആറ്റൂർ. ജന്മിസഭയുടെ പത്രത്തിൽ ജന്മം ചെയ്താൽ അവർക്ക് ജോലി ചെയ്യാനാവില്ലായിരുന്നു എന്നു ചുരുക്കം. പിന്നെ ആകാശവാണിയിൽ കവിത ചൊല്ലാൻ പോവുമ്പോഴൊക്കെ ആറ്റൂർ കക്കാടിന്റെ വീട്ടിൽ തങ്ങുമായിരുന്നു. അന്നു ആകാശവാണി യിൽ രാത്രി എട്ടിന് തൽസമയമാണ് കവിത ചൊല്ലൽ. അതുകൊണ്ട് അന്ന് അവിടെ തങ്ങേണ്ടിവരും. രാത്രി പോവാനിറങ്ങുമ്പോൾ ആറ്റൂ രിനോട് കക്കാട് പറഞ്ഞുകാണും. ''പകലറുതിക്കിനിയിത്തിരിയിത്തിരി മാത്രം, അകലത്തൊരു താരമുദിച്ചതു പകലറുതിപ്പൂർണവിരാമം...'' എന്ന്. അതുകൊണ്ട് കക്കാടിന്റെ വീട്ടിൽ തങ്ങി. അന്ന് ആറ്റൂർ അവി വാഹിതൻ. പിന്നീട് മഹാകവി അക്കിത്തത്തിന്റെ മകളുടെ വേളി കഴിഞ്ഞ് കവികളെല്ലാവരും കൂടിയുള്ള മടക്കയാത്രയാണ് ആറ്റൂ രിന്റെ മനസ്സിൽ. കല്യാണബസിൽ ഭയങ്കര തിരക്ക്. സീറ്റ് കിട്ടാത്ത തിനാൽ കക്കാട് ഉൾപ്പെടെ പല കവികളും ബസിന്റെ കമ്പിയിൽ പ്പിടിച്ച് കഷ്ടിച്ചാണ് നിൽപ്പ്. ആറ്റൂരും കക്കാടും ഉൾപ്പെടെ എല്ലാ വരും സംസ്കൃതത്തിൽ അക്ഷര ശ്ലോകം ചൊല്ലി, യാത്രയിലുട നീളം. വേളി കഴിഞ്ഞ് മടങ്ങാൻ കുറച്ച് വൈകി. രാത്രി പന്ത്രണ്ട് മണിക്കാണ് ബസിൽ തൂങ്ങി പ്പിടിച്ചുകൊണ്ടുള്ള അക്ഷര ശ്ലോകാഭ്യാസം. കക്കാടാവട്ടെ, സംസ്കൃതത്തിലല്ല നല്ല സംസ് കൃതത്തിലാണ് അക്ഷരശ്ലോകം ചൊല്ലിയത്. ആറ്റൂരിന്റെ ഓട്ടോ വിൻ പാട്ടല്ല, ഇത് കല്യാണബ സിൻ പാട്ട്. പട്ടാമ്പി സംസ്കൃത കോളേജിൽ ജി. കുമാരപി ള്ളയും അയ്യപ്പപ്പണിക്കരും ആറ്റൂരും ചേർന്ന് തെന്നിന്ത്യൻ

സാഹിത്യയോഗം നടത്തിയപ്പോൾ കക്കാട് കവിതയെക്കുറിച്ച് ഇംഗ്ലീഷിൽ പ്രസംഗിച്ചു. അയ്യപ്പപ്പണിക്കർ പോലും അത്ഭുതപ്പെട്ടുപോയ ഒന്നാന്തരം ഇംഗ്ലീഷിൽ. ഓർക്കാനാണെങ്കിൽ ഇങ്ങനെ ഒരുപാടുണ്ട്. സംക്രമണം എന്ന കവിത കേട്ടിട്ട് ആറ്റൂരിനോട് ഇത് മരണത്തിന്റെ ഉപനിഷത്ത് എഴുതിയതുപോലെയുണ്ടല്ലോ, മൃത്യോപനിഷത്ത് ആണല്ലോ എന്നു പറഞ്ഞത്. അവസാനം രോഗകാലത്ത് കൂടി വളരെ ബുദ്ധിമുട്ടി ആറ്റൂരിന്റെ വീട്ടിൽ കക്കാട് വന്നത്... അങ്ങനെയങ്ങനെ അവസാനം വന്നപ്പോഴാണ് പല്ലാവൂരിന്റെയും മറ്റും തായമ്പക റെക്കോർഡ് ചെയ്തത് കക്കാട് ചോദിച്ചുവാങ്ങിക്കൊണ്ടുപോയത്. രോഗം മൂലം എനിക്കിനി വായിക്കാനൊന്നും പറ്റില്ല, കേൾക്കാനേ പറ്റൂ എന്ന് കക്കാട് പറഞ്ഞു. അവസാനനാളിൽ താളിലല്ല, താളത്തിലായിരുന്നിരിക്കാം കക്കാടിന്റെ പ്രതീക്ഷ. വീട്ടിൽ ചെല്ലുമ്പോഴൊക്കെ ഏതെങ്കിലും താളങ്ങൾ കേട്ടുകൊണ്ടിരിക്കുന്ന കവിയെയാണ് ആറ്റൂർ കണ്ടിട്ടുള്ളത്. ഫ്ളൂട്ട് വായന, തായമ്പക, സംഗീതം, ചിത്രരചന, കളരിപ്പയറ്റ് ഇങ്ങനെ എല്ലാം പയറ്റാൻ കക്കാടിന് കഴിഞ്ഞിട്ടുണ്ട്.

അവസാനം വീട്ടിൽ ചെന്ന് കക്കാടിനെ കണ്ടപ്പോൾ കക്കാട് കോസരിയിൽ കിടന്നുകൊണ്ട് അവസാന കവിത ചൊല്ലി. ആഴ്ചപ്പതിപ്പിൽ വന്നത്. അനുഷ്ടുപ്പ് വൃത്തം. അനുഷ്ടുപ്പിന് ഒരു വരിയിൽ എട്ടക്ഷരം എന്നാണല്ലോ. ദിവസങ്ങൾ എണ്ണപ്പെട്ടുകഴിഞ്ഞ ഒരാൾ വരിയിലെ അക്ഷരങ്ങളും എണ്ണപ്പെട്ടതാവണം എന്നു കരുതിയതിൽ എന്താണ് തെറ്റ്? ■

അരവിന്ദൻ മൗനം വെടിഞ്ഞപ്പോൾ

രണ്ടു വയസ്സുള്ള കുഞ്ഞിന് അൻപത് വാക്കുകളേ അറിയൂ എന്നാണ് കണക്ക്. അഞ്ചുവയസ്സാവുമ്പോഴേക്ക് അത് അയ്യായിരം കവിയുമത്രേ.

സംവിധായകൻ അരവിന്ദൻ ദിവസവും അൻപതോളം വാക്കുകളേ ആകെ ഉപയോഗിച്ചിട്ടുണ്ടാവൂ എന്ന് സുഹൃത്തുക്കൾ പറയാറുണ്ട്. എന്തുകൊണ്ട് കൂടുതൽ വാക്കുകൾ ഉച്ചരിച്ചില്ല എന്നത് എന്തുകൊണ്ട് എല്ലാ വർഷവും പൂവിടുന്നില്ല എന്ന് നീലക്കുറിഞ്ഞിയോട് ചോദിക്കുന്നതുപോലെ ക്രൂരമാണ്. അദ്ദേഹം സംഭാഷണം ഒട്ടും വലിച്ചുനീട്ടിയില്ല. റബർ ബോർഡിൽ ഉദ്യോഗസ്ഥനായിരുന്നെങ്കിലും.

താടി നീട്ടിയ ആൽമരം പോലെ മഹാമൗനിയായ അരവിന്ദൻ. പക്ഷേ സേതുവിന് അരവിന്ദനെന്നു പറയുമ്പോൾ ആദ്യം ഓർമ വരുന്നത് അവസാനമായി കാണുമ്പോൾ എത്രയെന്നില്ലാതെ അദ്ദേഹം സംസാരിച്ചതാണ്. അന്ന് സേതുവിന് ജോലി എറണാകുളത്ത്.

ഒരു ദിവസം ദൂരെ എവിടെയോ നിന്ന് അരവിന്ദന്റെ വിളി: ''വൈകിട്ട് എറണാകുളത്തുണ്ടാവും, ഒന്നു ഫ്രീ യാകാമോ.'' അദ്ദേഹം വലിയ തിടുക്കത്തിലാണെന്നുതോന്നി. വൈകിട്ട് എം.ജി. റോഡിലെ ഹോട്ടൽ മുറിയിൽ സേതു കാണുമ്പോൾ അരവിന്ദൻ അസ്വസ്ഥനായിരുന്നു. പതിവില്ലാതെ ഒരുപാട് സംസാരിക്കാനുള്ള മൂഡിൽ. മനസ്സിന്റെ ഭാരമിറക്കിവയ്ക്കാനാണ് സേതുവിനെ വിളിച്ചത്.

ചലച്ചിത്ര ലോകത്തെ ഉപജാപകവൃന്ദം അരവിന്ദനെ അലട്ടി. ആരൊക്കെയോ ഇടയിൽ കളിക്കുന്നു. അവാർഡുകൾ, പ്രശസ്തി ഇതിനൊക്കെവേണ്ടി പലരും നടത്തുന്ന കരുനീക്കങ്ങളിൽ മുറിവേറ്റ മനസ്സ് അരവിന്ദൻ തുറന്നു കാട്ടി. വ്യക്തിപരമായ സ്വഭാവഹത്യ വരെ നീളുന്ന പലതരം കഥകൾക്ക് ഇരയാവേണ്ടി വരുന്നതിന്റെ മനോവിഷമം അദ്ദേഹത്തെ ഉലച്ചിരുന്നു.

എന്തൊക്കെയോ പറഞ്ഞൊതുക്കാനുള്ള ബദ്ധപ്പാടിൽ പലപ്പോഴും അരവിന്ദന് തൊണ്ടയിടറി. ദുരൂഹമായൊരു ഒറ്റപ്പെടൽ. തുറന്നു സംസാരിക്കാൻ ആരുമില്ലാത്തതിന്റെ വിങ്ങൽ. ചുറ്റും കൂടുന്നവർക്ക് ഓരോ താൽപ്പര്യങ്ങളാണെന്ന് അരവിന്ദൻ പറഞ്ഞു. ആരെ വിശ്വസിക്കാമെന്നതിന് ഉറപ്പില്ല. നാലുചുറ്റും പാരകൾ. അടുപ്പം കാണിക്കുന്നവർ പിന്നിൽ നിന്നും കുത്താൻ ശ്രമിക്കുന്നു.

സിനിമയെന്ന മായികലോകം മുന്നിൽ തൂക്കിയ തിരശ്ശീലകൾക്കപ്പുറം കടന്നുകയറാനുള്ള കാഴ്ചശക്തി അദ്ദേഹത്തിനു നഷ്ടപ്പെട്ടിരുന്നു എന്ന് സേതു.

അന്നു പാതിരാത്രിവരെ അരവിന്ദൻ സംസാരിക്കുകയായിരുന്നു. സംഭാഷണത്തിൽ ഒരു പാട് പഴയ കാല സുഹൃത്തുക്കൾ പുതിയ വേഷവും പുതിയ മുഖവുമായി കടന്നുവന്നപ്പോൾ ഞെട്ടിപ്പോയത് സേതു കൂടിയാണ്. ദുഃഖം തോന്നുമ്പോൾ എല്ലാവരും മൗനിയാവാറുണ്ട്. അരവിന്ദൻ പക്ഷേ ദുഃഖിതനായപ്പോൾ മൗനം വെടിഞ്ഞു.

പത്മരാജൻ മരിച്ചപ്പോൾ സേതുവിനെ വിളിച്ചുപറഞ്ഞത് അരവിന്ദനായിരുന്നു. സേതു കണ്ട് രണ്ടുമാസത്തിനകം അരവിന്ദനും വിടപറഞ്ഞു. തിരുവനന്തപുരത്തെ ഒരു സുഹൃത്താണ് രാത്രി ആ

വിവരമറിയിച്ചത്. അതേക്കുറിച്ച് സേതുവിന്റെ വാക്കുകൾ ഇങ്ങനെ: ‘‘പിറ്റേന്ന് കാലത്ത് ആ വീട്ടിൽ ചെന്നു കയറുമ്പോൾ അരവിന്ദൻ നീണ്ട ഉറക്കത്തിലായിരുന്നു. എല്ലാ ആവലാതികളും ഉൽക്കണ്ഠ കളും ശമിച്ചതിന്റെ ശാന്തതയായിരുന്നു ആ മുഖത്ത്.’’

അരവിന്ദന്റെ വാക്കുകളിലെ മിതത്വം, ശരീരഭാഷ എന്നിവയെ ക്കുറിച്ച് അദ്ദേഹത്തിനുവേണ്ടി ക്യാമറ ചലിപ്പിച്ച ഷാജി എൻ കരുൺ പറഞ്ഞത് നമുക്കറിയാം : ‘‘അരവിന്ദൻ എന്നെ ഒന്നു നോക്കിയാൽ ക്യാമറ സ്റ്റാർട്ട് എന്നർത്ഥം. കണ്ണിറുക്കിയാൽ ആക്ഷൻ. തലയാട്ടി യാൽ ടേക്ക് ഓക്കെ. തിരികെ നടന്നാൽ പായ്ക്കപ്പ്. ചിരിച്ചാൽ പടം റിലീസ്. ദീർഘനിശ്വാസമിട്ടാൽ പടം മാറി.‘ അങ്ങനെയെങ്കിൽ കുറെ സംസാരിക്കാനുണ്ടെന്നു പറഞ്ഞ് അദ്ദേഹം ഒരാളെ കാണാ നെത്തിയാലോ. അന്ന് മഴ പെയ്യും. രാത്രി വൈകും വരെ വാ തോരാതെ സംസാരിച്ചിരുന്നാൽ അന്ന് കാക്ക മലർന്നു പറക്കും. സേതു അര വിന്ദനെ അവസാനം കണ്ട ദിവസം മഴ പെയ്തോ കാക്ക മലർന്നു പറന്നോ എന്നു മാത്രം അറിയില്ല.

■

വാക്കിന്റെ കനലുകൾ

പന്തം അണഞ്ഞ പടയണി എന്നൊന്നുണ്ടെങ്കിൽ അതുപോലെയായിരുന്നു തൊണ്ടയിടറിയ കടമ്മനിട്ട. അങ്ങനെയൊരു കടമ്മനിട്ടയെയാണ് ബാലചന്ദ്രൻ ചുള്ളിക്കാടും ഭാര്യ വിജയലക്ഷ്മിയും എറണാകുളത്ത് അമൃത ആശുപത്രിയിൽ കണ്ടത്. കടമ്മനിട്ട മരിക്കുന്നതിന് ഏതാനും നാൾ മുൻപ്. അദ്ദേഹവുമായുള്ള അവസാന കൂടിക്കാഴ്ചയായിരുന്നു അതെന്ന് ചുള്ളിക്കാട്.

വാക്കിന്റെ കനലുകൾ തൊണ്ടയിലേക്കുതന്ന് നമ്മെ പൊള്ളിച്ച കടമ്മനിട്ട ആശുപത്രിയിൽ വൃദ്ധനും രോഗിയും അവശനും നിസ്സഹായനുമായിരുന്നു. കവിയരങ്ങുകളെ ഒരു കട്ടിലിലേക്ക് മാറ്റിക്കിടത്തിയാലെന്നപോലെ കടമ്മനിട്ട കിടന്നു. ഒന്നും സംസാരിക്കാനുള്ള മാനസികാവസ്ഥ ചുള്ളിക്കാടിനും ഉണ്ടായിരുന്നില്ല. അദ്ദേഹം കടമ്മനിട്ടയുടെ കൈകളിൽ വെറുതെ തലോടിക്കൊണ്ടിരുന്നു. പൊട്ടിയ

തംബുരുവിൽ വിരൽ മീട്ടിയാലെന്ന പോലെ. പണ്ട് ആ തംബുരു ഉതിർത്ത രാഗമഴകൾ ഓർത്ത് മനസ്സുകൊണ്ടെങ്കിലും നെടുവീർപ്പിട്ടു. അദ്ദേഹം ചുള്ളിക്കാടിനെ നോക്കി മൃദുവായി ചിരിച്ചു. എന്നിട്ട് ക്ഷീണിച്ച ശബ്ദത്തിൽ പറഞ്ഞു: "എന്നായാലും കീഴടങ്ങണമല്ലോ. എന്നാലും അവസാനം വരെ പിടിച്ചുനിൽക്കാൻ നോക്കുന്നു. അത്രേയുള്ളു." മരണത്തിന്റെ എള്ളിൻതണ്ടു മണക്കും വഴികളിലെങ്ങോ നിന്നുള്ള കടമ്മനിട്ടയുടെ ചിന്തകൾ.

മുപ്പത് വർഷത്തെആത്മബന്ധത്തിന്റെ ഭാരമുണ്ടായിരുന്നു ആ നിമിഷങ്ങൾക്കെന്ന് ചുള്ളിക്കാട്. പെട്ടെന്ന് അദ്ദേഹം ഓർത്തത് എഴുപതുകളുടെ മധ്യത്തിൽ എറണാകുളത്ത് കലാപീഠത്തിലെ ഒരു സന്ധ്യയാണ്. കാട്ടാളൻ ഞാൻ എന്നലറിക്കൊണ്ട് കവിത പാടുന്ന ഊർജസ്വലനും യുവാവുമായ കടമ്മനിട്ട. ചുള്ളിക്കാട് അടക്കമുള്ള ആരാധകവൃന്ദം. എല്ലാവരും ലഹരിയിലാണ്. കവിയരങ്ങ് കഴിഞ്ഞ് തൊട്ടടുത്ത ഹോട്ടലിലേക്ക്. കവിയരങ്ങും മദ്യപാനവും വെളുക്കും വരെ ഹോട്ടലിൽ തുടരുകയാണ്. ഏതാണ്ട് രണ്ടു പതിറ്റാണ്ട് എത്രയോ കവിയരങ്ങുകളിൽ ഒന്നിച്ചു കവിത വായിച്ച നാളുകൾ, കവിത ചൊല്ലി ത്തീർത്ത രാത്രികൾ, ഘോരമായ മദ്യപാനോത്സവങ്ങൾ എന്ന് അക്കാലത്തെക്കുറിച്ച് ചുള്ളിക്കാട്. ഒരു കാലഘട്ടത്തിന്റെ, ഒരു വംശത്തിന്റെ ഒരു സംസ്കാരത്തിന്റെ മുഴുവൻ വേദനയും സഹനവും അതിജീവനവും കടമ്മനിട്ടയുടെ ഗംഭീര ശബ്ദത്തിൽ കേരളം മുഴുവൻ മുഴങ്ങിക്കൊണ്ടിരുന്നു എന്ന് അദ്ദേഹം പറഞ്ഞു.

ആ തിര അടങ്ങുകയാണ്. ആതിര മടങ്ങുകയാണ് എന്നു പറഞ്ഞാലും തെറ്റില്ല. ദാമ്പത്യത്തിന്റെ ഊഷ്മളതയെക്കുറിച്ച് 'സന്ധ്യാലക്ഷ്മീകീർത്തനം പോലെ നല്ല നാലഞ്ചു വാക്കുകളോതി' നിറഞ്ഞ, ആ വാക്കുകൾ കേൾക്കാൻ വേണ്ടി എത്ര രാവുവേണമെങ്കിലും നോമ്പുനോറ്റിരിക്കാൻ തയാറായ വായനക്കാരുള്ളപ്പോൾ ഇനി വരാത്ത ഒരു ആതിര രാവുപോലെ ഈ വിടവാങ്ങൽ.. ആരോഹണം പോലെ അവരോഹണവും പ്രകൃതി നിയമമാണ്. അലംഘ്യമായ ആ നിയമത്തിനു മുൻപിൽ ശിരസ്സുകുനിച്ച് അൽപ്പനേരം ചുള്ളിക്കാടും വിജയലക്ഷ്മിയും ഇരുന്നു. അദ്ദേഹത്തിന്റെ പ്രക്ഷീണമായ

നാഡീ സ്പന്ദത്തിൽ തന്നോടുള്ള യാത്രാമൊഴി അറിഞ്ഞു എന്ന് ചുള്ളിക്കാട്.

ഒരു സ്റ്റെതസ്കോപ്പിൻ ഞരമ്പിലൂടന്ത്യ
ചലനവുമെന്നെ വെടിഞ്ഞു പോകുമ്പോൾ
നിഴലുകൾ നീലവിരലുകൾ കൊണ്ടെൻ
നിറഞ്ഞൊഴുകുന്ന മിഴികൾ മീട്ടുമ്പോൾ
വരിക നീ ശവമുറിയിൽ നിന്നെന്നെ
വിളിച്ചുണർത്തുവാൻ

എന്ന് മരണവാർഡ് എന്ന കവിതയിൽ ചുള്ളിക്കാട് എഴുതിയത് ആരാണ് ഇപ്പോൾ ഓർത്തുപോവാത്തത്?

കടമ്മനിട്ട ആ കട്ടിലിനോടും വിടപറഞ്ഞിട്ടും കേരളത്തിലെ കവിയരങ്ങുകൾ ഇപ്പോഴും കട്ടിലിൽ തന്നെയാണ്. കാരണം കടമ്മനിട്ടയുടെ മരണത്തോടെ കവിയരങ്ങുകളുടെ, ചൊൽക്കാഴ്ചകളുടെ സ്പൈനൽകോഡിനാണ് തകരാറു പറ്റിയത്. 'പറയാൻ മടിയുണ്ട്, സുഖദമല്ലാത്ത കാര്യങ്ങൾ' എന്നാണ് കടമ്മനിട്ടയുടെ 'മകനോട്' എന്ന കവിത തുടങ്ങുന്നത്. കടമ്മനിട്ടയെ പിന്നീട് കണ്ടിട്ടില്ല എന്ന സുഖദമല്ലാത്ത കാര്യം പറയാൻ ചുള്ളിക്കാടിനുമുണ്ടായിരുന്നു ചെറിയ മടി. കടമ്മനിട്ടക്കവിത കടമെടുത്താൽ 'മോഹശതങ്ങൾ ദഹിക്കും ചിതയിൽ ചാരി'യിരുന്ന കവിയെയാണല്ലോ ചുള്ളിക്കാട് ആശുപത്രിയിൽ കണ്ടത്.

■

ഇവളെക്കൂടി

'**അ**ഞ്ചുസൂര്യൻ' എഴുതിയതുകൊണ്ടാവാം അവസാന കൂടിക്കാഴ്ച എന്നു പറയുമ്പോൾ സച്ചിദാനന്ദന് അത് അനേക സൂര്യന്റെ ഓർമ യാവുന്നു. പല എഴുത്തുകാരെയും അന്ത്യനാളുകളിൽ കണ്ട ഓർമ. എങ്കിലും അവരിലൊരു സൂര്യൻ. അത് ഗീതാഹിരണ്യനാണ് എന്നു സച്ചിദാനന്ദൻ. ഒരു വിലാപഗീതത്തിലെ വരി പോലെ സച്ചിദാനന്ദൻ പറഞ്ഞു, 'ഗീതയെക്കണ്ടതാണോർമയിൽ' എന്ന്. മഹാകവി വൈലോപ്പിള്ളിയുടെ ശവസംസ്കാരത്തിൽ പങ്കെടുത്തതിന്റെ ഓർമയിലാണ് സച്ചിദാനന്ദൻ 'ഇവനെക്കൂടി' എഴുതിയതെങ്കിൽ ഇത് ഒരെഴുത്തുകാരി മരിക്കുന്നത് കണ്ടതിന്റെ ഓർമയാണ്. ഒരർത്ഥത്തിൽ സച്ചിദാനന്ദന്റെ 'ഇവളെക്കൂടി'. ഇനി ഒരാളെയും കൂടി ആ അവസ്ഥയിൽ കാണാനിട വരരുതേ എന്നതിന്റെ കൂടി ഓർമയാണ് ഈ 'ഇവളെക്കൂടി'.

ഗീതാഹിരണ്യനെ മരിക്കുന്നതിന് കുറച്ച് ദിവസം മുൻപ് വീട്ടിൽ ചെന്നാണ് സച്ചിദാനന്ദൻ കണ്ടത്. മുടി പോയി. ചെറുപ്പം വിട്ടുമാറി ഗീതയ്ക്ക് വയസ്സായതുപോലെ തോന്നി. മരണത്തിന്റെ അരികിലായി രുന്നു ഗീത എന്നു സച്ചിദാനന്ദൻ. ആ വക്കത്തുവച്ചും അദ്ദേഹത്തിന്റെ

കൈ മുറുകെപ്പിടിച്ച്, കട്ടിലിൽ കഷ്ടിച്ച് ഇരുന്നുകൊണ്ട് സംസാരിക്കാൻ അവർ നന്നെ ബുദ്ധിമുട്ടുന്നുണ്ടായിരുന്നു. വിങ്ങുകയായിരുന്നു ഗീത. വിടപറയലെന്നു തോന്നിപ്പിക്കുന്ന ഗീതയുടെ അപ്പോഴത്തെ ഒരു ചേഷ്ടയാണ് ഇന്നും സച്ചിദാനന്ദന്റെ മനസ്സിൽ. ഒരു ജ്യേഷ്ഠനോടെന്ന പോലെ. ഗീതയുടെ കുട്ടികളെ കണ്ടതോടെ അദ്ദേഹത്തിന് അവിടെ നിൽക്കാനായില്ല. മനോധൈര്യം പോരാഞ്ഞ് എത്രയും പെട്ടെന്ന് അവിടെ നിന്ന് ഇറങ്ങി. മഴ വന്നു, ഇനി ഒരു നിമിഷം പോലും തനിക്ക് കര കവിയാതിരിക്കാനാവില്ല എന്ന് പുഴ പറഞ്ഞാലെന്നപോലെ സച്ചിദാനന്ദൻ മുറിക്കു പുറത്തേക്കൊഴുകി.

ചുറുചുറുക്കോടെ ഓടി നടന്ന കാലത്ത് ഗീത താനുമായി ഒരു മുഖാമുഖം നടത്തിയത് സച്ചിദാനന്ദൻ ഓർക്കുന്നു. ഒടുവിൽ അദ്ദേഹം കാണുമ്പോൾ ഗീത മരണവുമായി മുഖാമുഖത്തിലായിരുന്നു. ഉത്തരം കിട്ടാത്ത ചോദ്യങ്ങളുമായി മരണം ഗീതയ്ക്കു തൊട്ടുമുന്നിൽ. ഗീതയുടെ ഇന്റീരിയർ ഡെക്കറേഷൻ എന്ന കവിത സച്ചിദാനന്ദൻ ഇംഗ്ലീഷിലേക്ക് പരിഭാഷപ്പെടുത്തിയിട്ടുണ്ട്. അദ്ദേഹത്തിന് വളരെ ഇഷ്ടമുള്ള ഒരു കവിതയാണത്. പരിഭാഷയ്ക്ക് വേഗം വഴങ്ങുന്നതാണെന്ന മട്ടിലുള്ള തലക്കെട്ടുമായി ഒരു കവിത. പക്ഷേ ജീവിതമെന്ന കവിതയുടെ പൊരുൾ എത്ര വ്യാഖ്യാനിച്ചാലും പിടികിട്ടാത്തതാണന്ന് ഗീത പറഞ്ഞുതരുന്നു. 'എന്റെ സ്നേഹം സ്വാഭാവിക വളർച്ച മുരടിപ്പിച്ച കുള്ളൻ അരയാൽ പോൽ ആഴ്ചയും പടർച്ചയും ക്രമപ്പെടുത്തിയത്' (ഇന്റീരിയർ ഡെക്കറേഷൻ) എന്ന് ഗീത എഴുതി. സ്വയം ഒരു ഉള്ളലങ്കാരവൃക്ഷമാണെന്നു സങ്കൽപ്പിച്ചു. പക്ഷേ ആ ഉള്ളലങ്കാരവൃക്ഷത്തിന്റെ ഉള്ളിലേക്കാണ് ഗീത കടന്നുചെന്നത്. ആ വൃക്ഷത്തിന് നിഷേധിക്കപ്പെടുന്നത് എന്തെല്ലാമാണ്? ഋതുഭേദങ്ങൾ, കിളിക്കൂടുകൾ, കുയിൽപ്പാട്ട്, ഊഞ്ഞാലാട്ടങ്ങൾ, വേരുകളുടെയും ചില്ലകളുടെയും സ്വാതന്ത്ര്യം... അങ്ങനെയങ്ങനെ... എല്ലാ വൃക്ഷങ്ങളുടെയും ജീവിതം മറ്റൊന്നായിരിക്കെ ചിലതിനെ മാത്രം നാം ഇന്റീരിയർ ഡെക്കറേഷനു തെരഞ്ഞെടുക്കുന്നു. ഗീതയെ കാലം കട്ടെടുത്തതുപോലെ. കവിത തർജമ ചെയ്തത് ഒരു ബോൺസായിയെ

ഒരു മുറിയിൽ നിന്നും മറ്റൊരു മുറിയിലേക്ക് കൊണ്ടുപോയതു പോലെയുള്ള അനുഭവമായിരിക്കും സച്ചിദാനന്ദന്.

എന്താണ് ജീവിതം? ഓ അത് മരണത്തിനു മുൻപുള്ള ഒരു വെപ്രാളമല്ലേ എന്നു ചോദിച്ച മഹാന് സ്തുതി. ആ വെപ്രാളത്തിൽ ഗീത എന്തൊക്കെ ചെയ്തു? കവിതയെഴുതി, കഥയും ലേഖനവു മെഴുതി, ശിഷ്യരെ സമ്പാദിച്ചു. പക്ഷേ, ആ വെപ്രാളത്തിൽ നാം പലതിനെയും വിട്ടുകളയുകയാണ് പതിവ്. പക്ഷേ, ഗീത എഴുത്തിനെ, തന്നെ ഇഷ്ടപ്പെടുന്നവരെ ആത്മാവിനോട് ചേർത്തുപിടിച്ചു. അതു കൊണ്ടാണല്ലോ സച്ചിദാനന്ദനിലും ഗീത ഇവ്വിധം പുനർജനിക്കു ന്നത്. അദ്ദേഹത്തിന്റെ ഭാഷയിൽ പറഞ്ഞാൽ 'തിരുവില്വാമലയിലെ പുനർജനി നൂണെത്തും നിലാവു പോൽ' (ഇവനെക്കൂടി) ഗീത നമ്മുടെ മനസ്സിലേക്ക് നൂണെത്തുന്ന ഓർമയിലെ നിലാവാണ്. 'പല പ്പോഴും തന്റെ കയ്യിൽ നിന്ന് കാക്ക കൊത്തിപ്പോവുമായിരുന്ന ജീവിതമെന്ന ഒരുരുളച്ചോറ്' എന്നാണ് ഗീതയെ ഓർക്കുമ്പോൾ ഒഎൻവി എഴുതിയത്. സത്യമായും സച്ചിദാനന്ദൻ കണ്ടതാണ്, ഗീത യുടെ ചോറ് കൊത്തിയെടുക്കാൻ വന്ന കാക്കയെ.

■

സായാഹ്നയാത്രയുടെ അച്ഛന്

മേതിലിന്റെ ഒരേയൊരു സായാഹ്നയാത്രയുടെ അച്ഛനായിരുന്നു ഒ.വി.വിജയൻ. അദ്ദേഹം മേതിലിനൊപ്പമുള്ള യാത്രയിൽ പറഞ്ഞതാവട്ടെ സ്വന്തം അച്ഛനെക്കുറിച്ച്. സായാഹ്നയാത്രകളുടെ അച്ഛാ, വിട തരുക മന്ദാരത്തിന്റെ ഇലകൾ ചേർത്തുതുന്നിയ ഈ പുനർജനിയുടെ കൂടുവിട്ട് ഞാൻ വീണ്ടും യാത്രയാണ് എന്ന് ഖസാക്കിലെ രവി പറയുന്നതുകൊണ്ടുമാത്രമല്ല ഇത്. മേതിൽ വിജയനെ അവസാനമായും ആദ്യമായും കണ്ടത് ഒരു വൈകുന്നേരമാണ്. മേതിലിന് വിജയൻ ആ ഒരേയൊരു സായാഹ്നത്തിന്റെ അച്ഛനാണ് എന്നു പറഞ്ഞത് അതുകൊണ്ടാണ്. ഘടികാരത്തിലെ രണ്ടു സൂചികൾ പരസ്പരം ഒന്നായെന്നു തോന്നിപ്പിക്കുന്നതുപോലെ എഴുത്തിലെ ദിശാസൂചികളുടെ സമാഗമവേള.

പാലക്കാട്ടെ പൗരാവലി വിജയന് ഒരു സ്വീകരണം ഏർപ്പെടുത്തിയപ്പോൾ സദസ്സിലൊരാളായി എത്തിയതായിരുന്നു മേതിൽ. ചടങ്ങിനുശേഷം എല്ലാവരും പുറത്തിറങ്ങിയപ്പോൾ മേതിൽ ചെന്ന് വിജയന് കൈ കൊടുത്തു. ഞാനാണ് മേതിൽ രാധാകൃഷ്ണൻ എന്നു പറഞ്ഞുകൊണ്ട്. അദ്ദേഹം മേതിലിനെ നന്നായി തിരിച്ചറിഞ്ഞു. മേതിലിന്റെ സൂര്യവംശം വിജയൻ വായിച്ചിട്ടുണ്ടായിരുന്നു. നമുക്കിന്ന് ഒരു സായാഹ്ന യാത്ര നടത്തിയാലോ എന്ന വിജയന്റെ സ്നേഹപൂർണമായ ക്ഷണം മേതിലിന്റെ നേർക്ക്. ഇതു കേട്ടതും മേതിലിന് അതിയായ സന്തോഷം. അവർ ആദ്യം വിജയന്റെ വീട്ടിൽ പോയി. പിന്നെ വിജയന്റെ ഇളയ സഹോദരി ശാന്ത ഗംഗാധരനെ കണ്ടു. അവിടെ നിന്നും ഒരു സായാഹ്നയാത്ര. രണ്ടുപേരും പട്ടണത്തിലെ ഒരു തെരുവിലൂടെ ഏറെ ദൂരം നടന്നു. സംസാരിച്ചതത്രയും മേതിലാണ്.

എല്ലാം ശ്രദ്ധാപൂർവ്വം കേട്ടുകൊണ്ട് വിജയൻ. മേതിലിന്റെ സംഭാഷണവിഷയം ഭയം ആയിരുന്നു. ജന്തുസ്വഭാവം നിരീക്ഷിച്ച, ഇരുട്ടിൽ അഭയം തേടാനുള്ള ജീവികളുടെ വാസനയായ മരണാഭിഗതിയെക്കുറിച്ച് ആവേശത്തോടെ എഴുതിയ മേതിലിന്റെ പ്രിയ വിഷയങ്ങളിലൊന്ന്. പരിണാമത്തിലൂടെ മനുഷ്യന് കിട്ടിയ ആദ്യ വികാരം ഭയമാണെന്ന മേതിലിന്റെ അഭിപ്രായം വിജയനിൽ താൽപ്പര്യമുളവാക്കി. നവരസങ്ങളുടെ അടിസ്ഥാനവികാരവും ഭയമാണെന്ന് പറയുമ്പോൾ സംഭാഷണവും വഴിയും നീണ്ടു. വിഷയത്തിന്റെ സ്വാധീനം കൊണ്ടോ എന്തോ, ഒരു സ്ഥലത്തെത്തിയതും പെട്ടെന്ന് വിജയൻ പറഞ്ഞു: ''മേതിൽ, നമുക്ക് തിരിച്ചുപോവാം.'' പൊടുന്നനെ ഇങ്ങനെ തോന്നാനുള്ള കാരണമായിരുന്നു മേതിലിന് അറിയേണ്ടിയിരുന്നത്. ഉടൻ വിജയന്റെ ഇടപെടൽ ''മേതിൽ, ഈ തെരുവിലൂടെ കുറച്ചു ദൂരം പോയാൽ എന്റെ അച്ഛനെ സംസ്കരിച്ച സ്ഥലത്ത് എത്തും. എന്റെ ഭയം ഞാൻ അവിടെ എത്തിയാൽ അച്ഛനെ കാണുമോ എന്നാണ്.''

വിജയന് ഒരു കുറ്റബോധം ഉണ്ടായിരുന്നെന്ന് മേതിൽ, സ്വന്തം അച്ഛനെ വേണ്ടത്ര ശ്രദ്ധിക്കാൻ പറ്റിയില്ല എന്ന്. ആ ഭയം തന്നെ ബാധിച്ചിട്ടുണ്ടെന്ന കാര്യം മേതിലിനോട് വിജയൻ മറച്ചുവച്ചില്ല. മേതിലിന്റെ ഒരേയൊരു സായാഹ്നയാത്രയുടെ അച്ഛൻ അദ്ദേഹത്തിന്റെ അച്ഛനെക്കുറിച്ച് സംസാരിച്ചതാണ് ഈ യാത്രയ്ക്ക് വിഹ്വലഭംഗി യണച്ചത്. പൈതൃകവും വഴികളും ഒരു പോലെയാണ്. മുന്നോട്ടെന്ന പോലെ പിന്നോട്ട് നോക്കാനും സാധ്യതകളുള്ളത്.

ദിശാസൂചികൾ വീണ്ടും രണ്ടുവഴിക്ക് പിരിഞ്ഞു. പിന്നീട് ഒരു മണിമുഴക്കം. ഏറെ നാൾകഴിഞ്ഞ് പാലക്കാട് കോട്ടമൈതാനത്തി നടുത്ത് ഒരിടത്ത് മേതിൽ താമസിക്കുമ്പോൾ വിജയന്റെ കത്ത്. മേൽവിലാസം വിജയന് എവിടെ നിന്നു കിട്ടി എന്നു പോലും മേതി ലിന് അറിയില്ല. വിജയന്റെ സ്വതസ്സിദ്ധമായ ശൈലിയിലുള്ള ഒരു ചിത്രമാണ് കത്തിന്റെ ഉള്ളടക്കം. ഭൂപടത്തിലെ പാലക്കാടിന്റെ ഒരു ചിത്രമായിരുന്നു അത്. അതിൽ മേതിലും വിജയനും നടന്ന തെരുവ് ഒരു ചരചിഹ്നം കൊണ്ട് അടയാളപ്പെടുത്തിയിരുന്നു. ചിത്രത്തിന്റെ ചുവട്ടിൽ ഒരേയൊരു വാക്ക് - ഓർമയുണ്ടോ? പിന്നെ വിജയന്റെ മരണമറിയുമ്പോൾ മേതിൽ പലവട്ടം മനസ്സിൽ ഏറ്റുപറഞ്ഞു: ഓർക്കുന്നു. ഞാൻ എല്ലാം ഓർക്കുന്നു. ആ വഴിയും രണ്ടു നിഴലു കളും. പഥികന്റെ കാൽവിരലിലെ വ്രണം നൊന്തു എന്നെഴുതാൻ വിജയനല്ലാതെ ആർക്കു കഴിയുമെന്ന് മേതിൽ. ആ വഴി നടന്നത് ഓർക്കുമ്പോൾ തീർച്ചയായും ഈ പഥികനു നോവുന്നു എന്ന് മേതി ലിന്റെ സാക്ഷ്യം.

■

പോവാതിരിക്കാനെനിക്കാവതില്ലേ

മരിച്ചവരെക്കുറിച്ച് പകലിരുന്ന് നാം ഓർമിച്ചാലും എപ്പോഴും രാത്രി മാത്രമുള്ള ഏതോ ലോകത്തിരുന്ന് അവർ നമ്മെ നോക്കുന്നതായേ തോന്നൂ. ഇത് അയ്യപ്പപ്പണിക്കർ മരിച്ചുപോയതുകൊണ്ടുമാത്രം കാവാലം നാരായണപ്പണിക്കർക്ക് തോന്നുന്നതല്ല. അയ്യപ്പപ്പണിക്കർ കാവാലത്തിന്റെ നാടകത്തിനെക്കുറിച്ച് അഭിപ്രായം പറയാൻ സ്ഥിരമായി വിളിക്കുന്നതും രാത്രിയിലായിരുന്നു. കാവാലത്തിന്റെ നാടകം കാണുന്നതിനെക്കാൾ റിഹേഴ്സൽ കാണുന്നതിലായിരുന്നു തനിക്ക് താൽപ്പര്യമെന്ന് അയ്യപ്പപ്പണിക്കർ പറയുമായിരുന്നു.

അവസാനനാളുകളിൽ അയ്യപ്പപ്പണിക്കരെ കാണാൻ കാവാലം ആശുപത്രിയിലെ അത്യാഹിത വിഭാഗത്തിൽ ചെന്നെങ്കിലും കഴിഞ്ഞില്ല. കാരണം അതിനുള്ളിൽ മറ്റൊരു റിഹേഴ്സൽ നടക്കുകയായിരുന്നു. കാവാലത്തിന്റെ നാടകങ്ങളിൽ കർണഭാരത്തിന്റെ റിഹേഴ്സൽ കാണാനാണ് പണിക്കർ അവസാനം വന്നത്. അയം സ കാലഃ ക്രമലബ്ധശോഭനഃ ഗുണപ്രകർഷോ ദിവസോയമാഗതഃ എന്ന് ഭാസ നാടകത്തിൽ കർണന്റെ ആത്മഗതമുണ്ട്. കാവാലം അതിലെ ദിവസോയമാഗതഃ (ആ ദിവസം വന്നു) അയം സ കാലഃ ക്രമലബ്ധശോഭനഃ

ഗുണപ്രകർഷോ ദിവസോയമാഗതഃ എന്നത് മൂന്നു രീതിയിൽ വ്യാഖ്യാനിച്ചു. മൂന്നു രീതിയിൽ കർണനെക്കൊണ്ട് അവതരിപ്പിക്കുകയും ചെയ്തു. സേനാനായകന് യുദ്ധകാലം വന്നു. തന്റെ ദിവസം വന്നു, ഇനി തന്റെ കരുത്ത് കാണിക്കാം എന്നത് വീരരസത്തോടെ അവതരിപ്പിച്ചതാണ് ഒരെണ്ണം. അടുത്തത് കരുണം. നീ എന്റെ മകനാണ് എന്ന രഹസ്യം കുന്തി കർണനെ ഓർമിപ്പിക്കുന്നു. നിന്റെ സഹോദങ്ങളാണിവർ എന്ന് കുന്തി പറയുമ്പോൾ കർണൻ സങ്കടപ്പെടുകയാണ്. എന്റെ അമ്മ പറഞ്ഞത് കേൾക്കാതിരിക്കേണ്ട ദിവസം വന്നല്ലോ എന്ന്. മൂന്നാമത്തേത് അർജുനനെ കൊല്ലാനുള്ള ദിവസം വന്നു. പകയുടെ മുഹൂർത്തം. അത് രൗദ്രം. ഇതെല്ലാം കണ്ടിട്ടുപോയ പണിക്കർ രാത്രി വിളിച്ചുപറഞ്ഞു. ഇന്ന് അവിടെ കണ്ടതിന് ഭാവത്രയം എന്ന് പേരിടണമെന്ന്.

ഭാവത്രയത്തിന്റെ കാര്യം പറയുന്നതിനിടയ്ക്ക് മൂന്നുനാലുവരി കവിത പണിക്കർ ചൊല്ലി. എന്നിട്ട് ഇത് ആര് എഴുതിയതാണെന്നു പറയാമോ എന്നായി. അറിയില്ലെന്നു കാവാലം. ഏതായാലും അത് ഒന്നെഴുതിത്തരണമെന്നും അദ്ദേഹം പറഞ്ഞു. ഇനി കാണുമ്പോൾ എഴുതിത്തരാമെന്നു പണിക്കർ. പറഞ്ഞാൽ ഞാൻ എഴുതിയെടുക്കാം എന്നു കാവാലം. വേണ്ട ഞാൻ പിന്നെ എഴുതിത്തരാം എന്നായിരുന്നു പണിക്കരുടെ മറുപടി. ആട്ടെ, ഇത് ആരെഴുതിയതാണ്? അപ്പോഴതാ പണിക്കർ പറയുന്നു. ഇത് നാരാണൻ ചേട്ടൻ (കാവാലത്തിനെ അങ്ങനെയാണ് പണിക്കർ വിളിച്ചിരുന്നത്) തന്നെ എഴുതിയതാണെന്ന്. കാവാലത്തിന് അത്ഭുതമായി. ഇത് നിങ്ങളുടെ മകനാണ് എന്ന് മറ്റൊരാൾ പറഞ്ഞ് അറിയുമ്പോഴുള്ള അനുഭവം പോലെ. കുട്ടിക്കാലത്തേ പണിക്കർ ഹൃദിസ്ഥമാക്കിയ കാവാലത്തിന്റെ കവിതയായിരുന്നു അത്. തീരെ ചെറുപ്പത്തിൽ എഴുതിയ ആ കവിത പക്ഷേ കാവാലത്തിന് ഇന്നും ഓർമയില്ല. അതുകൊണ്ടു തന്നെ കാവാലത്തിന് പണിക്കരുടെ മരണം ആ കവിതയുടെ വേർപാട് കൂടിയാണ്.

സുഖമില്ലാതിരുന്ന പണിക്കരെ കാണാൻ കാവാലം ഏറ്റവുമൊടുവിൽ വീട്ടിൽ ചെന്നു. പതിവില്ലാതെ പണിക്കർ ഗേറ്റു വരെ വന്ന്

കൈ കൊടുത്ത് കാവാലത്തിനെ യാത്രയാക്കി. പണിക്കർ ഗേറ്റു വരെ വന്നു എന്ന് കാവാലം പറഞ്ഞപ്പോൾ ഓർത്തുപോയത് വയലാർ അവാർഡ് പണിക്കർക്കാണെന്നു പറഞ്ഞ് ഭാരവാഹികൾ വീട്ടിലെത്തിയപ്പോൾ വാതിൽ വരെ പോലും വരാതെ അവരെ കൈകാര്യം ചെയ്തുവിട്ട പണിക്കരെയാണ്. തനിക്കു സംസാരിക്കാൻ സമയമില്ലെന്ന് വീട്ടിനകത്തു നിന്ന് പണിക്കർ ഉറക്കെ വിളിച്ചു പറഞ്ഞു. എങ്കിൽ ഞങ്ങൾ വൈകിട്ടു നാലുമണിക്കു വരാം സർ എന്നായി ഭാരവാഹികൾ. വേണ്ട, എനിക്ക് നാലുമണിക്ക് റേഷൻ കടയിൽ മണ്ണെണ്ണ വാങ്ങാൻ പോവണമെന്നായി പണിക്കർ. അദ്ദേഹത്തിന്റെ മനസ്സിന്റെ പടി കടക്കാൻ എല്ലാവർക്കുമാവില്ല. കാവാലത്തിനെ പണിക്കർ യാത്രയാക്കിയെന്നു മാത്രം. പോവാൻ തയാറായി നിന്നത് പണിക്കരാണ്. പോവാതിരിക്കാനെനിക്കാവതില്ലേ എന്നു പറയാൻ അദ്ദേഹത്തിന് കഴിയുമായിരുന്നില്ല. ഓക്സിജൻ കിട്ടാതെ ശ്വാസകോശം ബലൂൺ പോലെ വീർത്തുവരുന്ന രോഗമായിരുന്നു പണിക്കർക്ക്. ലക്ഷത്തിലൊരാൾക്ക് വരുന്നത്. പണിക്കരുടെ പ്രതിഭ പോലെ തന്നെ.

■

ഓർമയുടെ തീരങ്ങളിൽ

സുകുമാർ അഴീക്കോടിനെ എം. മുകുന്ദൻ ആശുപത്രിയിൽ അവസാനമായി കാണുമ്പോൾ ഒരു പ്രസംഗത്തിനുള്ള ആളുണ്ടായിരുന്നു അവിടെ. മുകുന്ദൻ അടുത്തിരുന്ന് അഴീക്കോടിന്റെ കൈ തലോടി. സന്തതസഹചാരി സുരേഷ് അഴീക്കോടിനോട് പറഞ്ഞു, മുകുന്ദേട്ടനാണ് മാഷേ. അഴീക്കോട് സുരേഷിനെ കണ്ണു കൊണ്ട് ആംഗ്യം കാണിക്കുന്നത് കണ്ടു. ഫോട്ടോയെടുക്കാൻ! അഴീക്കോടിന്റെ ഓരോ കോഡും അറിയുന്ന സുരേഷ് കാമറ ക്ലിക്ക് ചെയ്തു. ആ ഫോട്ടോ മുകുന്ദൻ ഇന്നേ വരെ കണ്ടിട്ടില്ല. കാണണമെന്നുമില്ല. കാലത്തിന് സൂക്ഷിക്കാനുള്ളതാണ് അതെന്ന് മുകുന്ദൻ.

എന്നാൽ കാമറയിൽ പകർത്തിയ അഴീക്കോടിന്റെ ആ ചിത്രമല്ല, ആരും എടുക്കാത്ത മറ്റൊരു ചിത്രമാണ് മുകുന്ദൻ മനസ്സിൽ ചില്ലിട്ടു

സൂക്ഷിച്ചിരിക്കുന്നത്. കേരളസാഹിത്യ അക്കാദമി പ്രസിഡന്റായിരിക്കുമ്പോൾ തിരക്കൊഴിയുന്ന സായാഹ്നങ്ങളിൽ മുകുന്ദൻ അഴീക്കോടിനെ പുഴക്കരയിലെ വീട്ടിൽ സന്ദർശിച്ചിരുന്നു. ഐ.വി.ദാസും പലപ്പോഴും മുകുന്ദനൊപ്പമുണ്ടാവും. ഒരു ദിവസം സന്ധ്യയ്ക്ക് മുകുന്ദൻ ചെല്ലുമ്പോൾ അഴീക്കോട് എന്തോ ഓർത്ത് വിഷാദിച്ച് ഏകനായി ചാരകസേരയിലിരിക്കുന്നു. സന്ധ്യ ആ വിഷാദത്തെ കൂടുതൽ മൂകതയുള്ളതാക്കി. മുകുന്ദൻ കാരണമന്വേഷിച്ചില്ല. എന്നും ആൾക്കൂട്ടത്തിനിടയിൽ മാത്രം കണ്ടിട്ടില്ള അഴീക്കോടിന്റെ കയ്യിൽ അപ്പോഴും ഒരു പുസ്തകം കണ്ടെങ്കിലും അദ്ദേഹത്തിന്റെ മനസ്സ് ഇതിലൊന്നുമായിരുന്നില്ലെന്ന് മുകുന്ദൻ. ഏകനായുള്ള ആ ഇരിപ്പ് ഒരു ചിത്രം പോലെ മുകുന്ദന്റെ മനസ്സിന്റെ ഫ്രെയിമിലുണ്ട്.

മറ്റേതൊരാളെയും പോലെ മുകുന്ദനും അഴീക്കോടിനെ ആദ്യം കാണുന്നത് പ്രസംഗവേദികളിലായിരുന്നു. ഡൽഹിയിൽ നിന്ന് അവധിക്ക് നാട്ടിലെത്തുമ്പോൾ ദൂരെ നിന്ന് ആ പ്രസംഗങ്ങൾ കേൾക്കാൻ മുകുന്ദൻ പോവുമായിരുന്നു. എന്നാൽ നാഷണൽ ബുക്ക്ട്രസ്റ്റിന്റെ ചെയർമാനായി അഴീക്കോട് ഡൽഹിയിൽ എത്തിയപ്പോഴാണ് മുകുന്ദൻ അദ്ദേഹത്തെ കൂടുതൽ അടുത്തുകാണുന്നത്. മലയാളത്തിലെ പ്രമുഖരായ മിക്ക എഴുത്തുകാരെയും താൻ ആദ്യമായി അടുത്തുനിന്ന് കാണുന്നത് ഡൽഹിയിൽവച്ചായിരുന്നു എന്നു മുകുന്ദൻ. തന്റെ എല്ലാ പ്രധാന കൃതികളും മുകുന്ദൻ എഴുതിയതും ഡൽഹിയിൽ വച്ചായിരുന്നു എന്നതുപോലെ. പ്രഗതി മൈതാനത്ത് അന്തർദേശീയ പുസ്തകമേള നടന്നപ്പോൾ എൻബിടി ചെയർമാനെന്ന നിലയിൽ അഴീക്കോട് നടത്തിയ പ്രസംഗം കേട്ട മുകുന്ദന് ഒരു കാര്യം മനസ്സിലായി. മലയാളത്തിനെക്കാൾ കാവ്യഭംഗിയോടെ അഴീക്കോടിന് ഇംഗ്ലീഷിൽ പ്രസംഗിക്കാനറിയാമെന്ന്. കാളിദാസനും ഭഗവദ്ഗീതയും എന്നു വേണ്ട വിശ്വസാഹിത്യം വരെ ആ പ്രസംഗത്തിൽ അലയടിച്ചു.

അക്കാദമി പ്രസിഡന്റെന്ന നിലയിൽ മുകുന്ദൻ നടത്തിയ ചില പരാമർശങ്ങൾ വിവാദമായപ്പോൾ അടുത്ത

സുഹൃത്തുക്കൾ പോലും തന്നെ വിളിച്ചില്ലെന്ന് മുകുന്ദൻ. അപ്പോഴൊക്കെ രാവിലെ അഴീക്കോട് വിളിക്കുമായിരുന്നു മുകുന്ദൻ അക്കാദമി പ്രസിഡന്റല്ല എം. മുകുന്ദനാണെന്ന കാര്യം ഓർമ്മ വേണം എന്നു പറയാൻ. സാഹിത്യത്തിൽ (നോവൽ) മുകുന്ദൻ ദാസന്റെ ആളായി നിൽക്കുന്നതൊക്കെ കൊള്ളാം, പക്ഷേ ആരുടെയും ദാസനാവരുതെന്ന് ഓർമ്മിപ്പിക്കുന്നതായിരുന്നു അഴീക്കോടിന്റെ വാക്കുകൾ. ബൈക്കപകടത്തേക്കാൾ ഗുരുതരമാണ് മൈക്കപകടമെന്ന് മുകുന്ദനെ മനസ്സിലാക്കിക്കൊടുത്തത് അഴീക്കോടാണ്.

അഴീക്കോടിന്റെ മൈക്കും കൈക്കും തമ്മിൽ രൂപസാദൃശ്യം വരെയുണ്ട്. ആ കയ്യിൽ നിന്നും വളർന്നു വന്ന ഒരവയവം പോലെ മൈക്ക് പിടിച്ചുള്ള അദ്ദേഹത്തിന്റെ നിൽപ്പ് കണ്ടാൽ തോന്നുമായിരുന്നു. വേദികളിലെ ശബ്ദവും വെളിച്ചവുമല്ല, വേദികളിലെ ശബ്ദവും കേരളത്തിന്റെ വെളിച്ചവുമായിരുന്നു അഴീക്കോട്. മുകുന്ദന്റെ ഓർമയുടെ വെള്ളിയാങ്കല്ലിൽ അഴീക്കോട് ഒരു തുമ്പിയായി പുനർജനിക്കുന്നത് ഇങ്ങനെയാണ്.

മയ്യഴിയിലെ നിരത്തുകളിലെ വിളക്കുകൾ തെളിക്കുന്നയാളാണ് മയ്യഴിപ്പുഴയുടെ തീരങ്ങളിലെ കുഞ്ചക്കൻ. അയാൾ കത്തിച്ച വിളക്കുകളായിരുന്നു മയ്യഴിയുടെ മക്കളുടെ രണ്ടു തലമുറയ്ക്ക് വെളിച്ചം പകർന്നു കൊടുത്തത്. അഴീക്കോട് കത്തിച്ചുവച്ച വിളക്കായ തത്ത്വമസിയാണ് ഭാരതീയ തത്ത്വചിന്തയെക്കുറിച്ച് തലമുറകൾക്ക് വെളിച്ചം പകർന്നുകൊടുത്തത്. ഇനിയും കൊടുക്കാനിരിക്കുന്നത് എന്നത് മറക്കാവതല്ല.

അഴീക്കോടിനെക്കുറിച്ചുള്ള മുകുന്ദന്റെ ഓർമകൾ ഒരു പ്രസംഗം പോലെ പെയ്തിറങ്ങിയപ്പോൾ വേദിയിൽ അഴീക്കോട് ഇല്ല. എങ്കിലും കാലയവനികയ്ക്കപ്പുറം സദസ്സിലൊരാളായി അദ്ദേഹം ഉണ്ടാവണം.

■

ജോൺ അറിയാൻ

ജോൺ എബ്രഹാം എന്നു പറയുമ്പോൾ നാം അറിയാതെ താഴേക്ക് നോക്കിപ്പോവും. പക്ഷേ നോക്കേണ്ടത് മുകളിലേക്കാണ്. താഴെ വീണു മരിച്ചതാണെങ്കിലും. ജോൺ നക്ഷത്രമായിരുന്നു. ജോൺ എന്നു പറയുമ്പോൾ കെ.ജി.ശങ്കരപ്പിള്ള നോക്കുന്നത് പിന്നിലേക്കാണ്. രണ്ടര പതിറ്റാണ്ട് പിന്നിലേക്ക്. തൃശൂർ ഗവ. കോളേജിൽ അധ്യാപകനായിരിക്കെ കെ.ജി.എസിന്റെ അയ്യന്തോളിലെ ക്വാർട്ടേഴ്സിലെ പതിവു സന്ദർശകനായിരുന്നു ജോൺ. പലപ്പോഴും താമസക്കാരനും.

ചില ദിവസങ്ങളിൽ രാവിലെ അഞ്ചിന് തന്നെ വരും. കണി കാണും നേരം... പാടിയാണ് വാതിൽക്കലെത്തുക. ചിലപ്പോൾ അർധരാത്രിയാവും വരവ്. നേരം വെളുക്കുന്നതു വരെ മുറ്റത്തെ നന്ത്യാർവട്ടത്തിന്റെ പന്തലിലിരുന്ന് ജോണിന് വർത്തമാനം പറയണം. മുറിക്കു പുറത്തിരിക്കാനായിരുന്നു ജോണിന് ഇഷ്ടം. പുറത്തിരുന്നു ചർച്ച നടത്തി അവർ ലോക സിനിമയുടെ അകത്തേക്ക് പ്രവേശിച്ചു. ഋത്വിക്

ഘട്ടക്കും അദ്ദേഹത്തിന്റെ സുവർണരേഖയുമൊക്കെയാവും വിഷയങ്ങൾ. വെളുക്കും വരെ ചർച്ച നടക്കുമ്പോഴും വിളക്കിടുന്നത് ജോണിന് ഇഷ്ടമായിരുന്നില്ല. നന്ത്യാർവട്ടപ്പൂക്കളുടെ വെളിച്ചം മതിയെന്ന് ജോൺ പറയും. വേറെ ഒരു ബൾബും വേണ്ട ഈ വെള്ളപ്പൂക്കൾ ഉള്ളപ്പോൾ എന്നും. അങ്ങനെ ജോൺ അതിനെ നന്ത്യാർവെട്ടമാക്കി.

അങ്ങനെയൊരു ദിവസമാണ് 'അമ്മ അറിയാൻ' ഇറ്റലിയിലെ തെസാറോ ഫിലിം ഫെസ്റ്റിവലിലേക്ക് തെരഞ്ഞെടുക്കപ്പെട്ട വിവരം ജോൺ പറഞ്ഞത്. അവിടെ പോവാൻ ജോണിനൊരു ജൂബ വേണം. കെ.ജി.എസ് പുതിയ ജൂബ സമ്മാനിച്ചു. ജോൺ പറഞ്ഞു, ഇതു ഞാനിട്ടോളാം. പക്ഷേ ജനങ്ങൾ പിരിവെടുത്തു തരുന്ന പണം കൊണ്ടാണ് ഞാൻ സിനിമയെടുക്കുന്നത്. അങ്ങനെയുള്ള ഞാൻ പിരിവെടുത്തു വാങ്ങിയ ജൂബയിട്ടേ പോവൂ. ത്യാഗരാജ സ്വാമികൾ ഉഞ്ഛവൃത്തി നടത്തി ജീവിച്ചതുപോലെ. ഫെസ്റ്റിവലിനു പോയി വന്നപ്പോഴും ജോൺ കെ.ജി.എസ്സിനെ കാണാനെത്തി. രാത്രി പന്ത്രണ്ടു മണി കഴിഞ്ഞപ്പോൾ അന്നു തന്നെ പോവണമെന്നു വാശി പിടിച്ചു. ഗേറ്റിൽ നിന്നു മറയുമ്പോൾ സ്വർഗരാജ്യം കാൺമതിന്നായ് ഞാൻ തനിയെ പോവുന്നു... എന്നതിന്റെ ഈണത്തിൽ ഞാൻ തനിയെ പോവുന്നു എന്നു മാത്രം പാടി.

അൽപ്പം കഴിഞ്ഞതും കെ.ജി.എസിന്റെ വീട്ടുമുറ്റത്ത് ഒരു പൊലീസ് ജീപ്പ് വന്നു ബ്രേക്കിട്ടു. പൊലീസുകാർ പറഞ്ഞു: സാർ ഫിലിം

ഡയറക്ടർ ജോൺ എബ്രഹാമാണെന്നു പറഞ്ഞ് ഒരുത്തൻ ബസ് സ്റ്റാൻഡിൽക്കിടന്ന് ബഹളമുണ്ടാക്കി. സാറിന്റെ പേരാണ് ഇടയ്ക്കിടെ പറയുന്നത്. സാർ ഒന്ന് ഐഡന്റിഫൈ ചെയ്യണം. നോക്കുമ്പോൾ ജോൺ ജീപ്പിലുണ്ട്. കെ.ജി.എസ് ചോദിച്ചു അല്ലാ ജോൺ, ഞാൻ തനിയെ പോവുന്നു എന്നു പറഞ്ഞ് പോയിട്ട് ഇപ്പോൾ എല്ലാവരുമുണ്ടല്ലോ. കെ.ജി.എസ് ജോണിനെ പരിചയപ്പെടുത്തിയപ്പോൾ എസ്.ഐക്ക് വലിയ ബഹുമാനം.

അപ്പോഴേക്ക് ജോൺ എസ്.ഐയെ കടിച്ചാൽ പൊട്ടാത്ത ഇംഗ്ലിഷിൽ ശകാരവർഷം. ഇന്നിനി പോവേണ്ടെന്ന് എത്ര പറഞ്ഞിട്ടും രക്ഷയില്ല. ഇപ്പോൾ കോഴിക്കോട്ട് പോവണമെന്നു കക്ഷി. ഒടുവിൽ പൊലീസ് ജീപ്പിൽ അവർ തന്നെ റെയിൽവെ സ്റ്റേഷനിൽ കൊണ്ടുവിടാമെന്നായി. പറയേണ്ട താമസം ജോൺ അധികാരഭാവത്തിൽ ജീപ്പിന്റെ മുൻസീറ്റിലിരുന്നു പോയി.

രണ്ടു മൂന്നാഴ്ച കഴിഞ്ഞ് ജോൺ മരിച്ചു. മൃതദേഹത്തിന് വല്ലാത്ത തണുപ്പായിരുന്നു എന്ന് കെ.ജി.എസ്. ആ തണുപ്പ് ഇപ്പോഴും കെ.ജി. എസിന്റെ കയ്യിലുണ്ട്. മോർച്ചറിയിൽ വച്ചതിനാൽ നെറ്റി ഐസ് പോലെയായിരുന്നു. ആ തണുപ്പ് പിന്നീട് കെ.ജി.എസ് അറിഞ്ഞത് അച്ഛൻ മരിച്ചപ്പോഴാണ്.

ജോണിന്റെ ഓർമകൾക്ക് മുന്നിൽ കെ.ജി.എസിന് നൽകാനുള്ളത് ഒരു നന്ത്യാർവട്ടപ്പൂവ് മാത്രം. ജോൺ ഒരു ഋതുവായിരുന്നു. ഇപ്പോൾ വിരഹഋതു. ഞാൻ തനിയെ പോവുന്നു എന്നു പറഞ്ഞ ജോണിനറിയാമായിരുന്നു, സിനിമയിൽ താൻ വെട്ടിത്തെളിച്ച വഴിയിലൂടെ അധികമാർക്കും പോവാൻ സാധ്യമല്ലായിരുന്നു എന്ന്. അവസാനമായി കെ.ജി.എസിന്റെ വീട്ടിൽ നിന്നു പോയിട്ട് മടങ്ങി വന്ന ജോണിനെപ്പോലെ ആ ഓർമകൾ ഇടയ്ക്കിടെ അദ്ദേഹത്തെ വിളിച്ചുണർത്തുന്നു.

■

ഒരു കടങ്കഥ പോലെ

ആദ്യമായി കുഞ്ഞുണ്ണിമാഷിനെ കൽപ്പറ്റ നാരായണൻ അങ്ങോട്ടു ചെന്നാണ് കണ്ടത്. അവസാനമായി അദ്ദേഹം കൽപ്പറ്റയെ ഇങ്ങോട്ട് വന്നു കണ്ടു. താൻ ഇനി എങ്ങോട്ടാണ് എന്നതിന്റെ സൂചന നൽകി മടങ്ങി. കോഴിക്കോട് ഗവ. ആർട്സ് കോളേജിൽ അധ്യാപകനായി ജോലി കിട്ടിയ കാലത്ത് കോളേജ് ഹോസ്റ്റൽ കിട്ടാത്തതിനാൽ കൽപ്പറ്റ നാരായണൻ ശ്രീരാമകൃഷ്ണാശ്രമത്തിലാണ് താമസ സൗകര്യം തരപ്പെടുത്തിയത്. അന്നാണ് തൊട്ടടുത്ത മുറിയിൽ താമസിച്ചിരുന്ന മാഷിനെ അദ്ദേഹം ആദ്യമായി പോയിക്കണ്ടത്.

മരിക്കുന്നതിന് അഞ്ചാറു മാസം മുൻപ് ഏറെ ക്ഷീണിതനായ കുഞ്ഞുണ്ണി മാഷ് കൽപ്പറ്റയെ വന്നു കണ്ടു. ആർട്സ് കോളേജിന്റെ മലയാളം വിഭാഗത്തിലേക്കുള്ള പടികൾ കയറി വന്ന് കസേരയിലിരിക്കുമ്പോൾ മാഷിന് സ്വന്തം ദേഹശക്തിക്ക് തന്നെ താങ്ങാനാവാത്തതിന്റെ ദുഃഖമുണ്ടായിരുന്നു. ഇത്ര ചെറിയ ശരീരം പോലും

താങ്ങാൻ പറ്റാതായതിന്റെ സങ്കടം. ഇനിയിപ്പോൾ കാണാൻ പറ്റോ എന്ന മട്ടിൽ മാഷ് കൽപ്പറ്റയോട് ദുഃഖം പങ്കിടുകയും ചെയ്തു. എനിക്കു വേഗം പോവണം എന്നു കൂടി പറഞ്ഞ് കുഞ്ഞുണ്ണി മാഷ് പടിയിറങ്ങുമ്പോൾ കൽപ്പറ്റ കരുതിയിരിക്കില്ല എൺപതിന്റെ പടി കടക്കാതെ പോവാനുള്ള തിടുക്കമായിരുന്നു അതെന്ന്. കാറിലേക്ക് കൽപ്പറ്റയുടെ കൈയിൽ പിടിച്ച് മാഷ് നടന്നു. അപ്പോൾ മാഷ് കൂടുതൽ ശരീരഭാരം തന്നെ ഏൽപ്പിച്ചത് കൽപ്പറ്റ ഓർക്കുന്നു. വയനാട്ടിൽ നിന്ന് ആദ്യമായി കോഴിക്കോട്ടെത്തിയപ്പോൾ തന്നെ താങ്ങിയത് ഇത്ര ചെറിയ ആളായിരുന്നല്ലോ എന്ന് കൽപ്പറ്റ ചിന്തിച്ചു. ആ ആളിനെ താങ്ങാൻ തനിക്കനുവദിച്ച അവസാനസമയമാണതെന്ന് ആ കൈയിൽ പിടിക്കുമ്പോൾ കൽപ്പറ്റ കരുതിയില്ല.

ദൈവം അറിഞ്ഞാവും കുഞ്ഞുണ്ണിമാഷിന് ഇത്ര പൊക്കക്കുറവ് കൊടുത്തത്. കുട്ടികളുമായി കൂട്ടുകൂടി അവരുടെ കൈ പിടിച്ച് നടക്കണമെങ്കിൽ പൊക്കം കൂടാൻ പാടില്ലല്ലോ. വലിയവർക്ക് കുട്ടിയാവണമെങ്കിൽ ഡൈ തേക്കുന്നതിനേക്കാൾ ഫലപ്രദമായ മരുന്നായിരുന്നു കുഞ്ഞുണ്ണിമാഷ്.

സമയപ്രഭു അനുവദിച്ച സമയം കഴിയാറായപ്പോഴാണ് കുഞ്ഞുണ്ണി മാഷ് സമയപ്രഭുവിന്റെ രചയിതാവിനെ കാണാൻ വന്നത്. കുഞ്ഞുണ്ണി മാഷിൽ കുട്ടിത്തം ബാക്കി നിന്നേടത്തോളം അദ്ദേഹത്തിന്റേത് അകാലമരണമായിരുന്നു. കാരണം മരിക്കുമ്പോഴും അദ്ദേഹം കുട്ടിയായിരുന്നല്ലോ. ചിലർക്ക് അദ്ദേഹം കുട്ടിത്തം വിട്ടുമാറാത്ത മുത്തച്ഛനായിരുന്നു. മറ്റു ചിലർക്കോ പ്രായം ചെന്ന കുട്ടി.

പേരാമ്പ്രയിൽ രണ്ടു പാരലൽ കോളേജുകാർ തമ്മിലുണ്ടായ മൽസരത്തിൽ കുഞ്ഞുണ്ണിമാഷും പെട്ടു പോയതാണ് കൽപ്പറ്റയുടെ ഓർമയിലുള്ളത്. രണ്ടിടത്തും ഒരു ദിവസമായിരുന്നു വാർഷികം.

ഒരിടത്ത് കുഞ്ഞുണ്ണി മാഷ് മുഖ്യാതിഥി. മറ്റേ പാരലൽ കോളേജുകാർ അന്ന് അതേ സമയത്തു നടി ഉണ്ണിമേരിയെയാണ് കൊണ്ടുവന്നത്. കുഞ്ഞുണ്ണിമാഷ് പങ്കെടുക്കേണ്ട സ്ഥലത്ത് അങ്ങനെയൊരു ചടങ്ങ് നടക്കുന്നതിന്റെ ലക്ഷണം പോലുമില്ല. കൽപ്പറ്റ നോക്കുമ്പോൾ കുഞ്ഞുണ്ണിമാഷും ഉണ്ണി

മേരി സംസാരിക്കുന്നത് കാണാൻ പോയിരിക്കുകയാണ്. ഉണ്ണി മേരിയെ കാണാൻ ആളു കൂടുന്നതിന്റെ കൗതുകം അറിയാൻ ചെന്നു നിന്നതാണ് മാഷ്. ഏതായാലും മാഷ് പോവേണ്ടിടത്ത് വാർഷികം നടന്നതേയില്ല.

കുഞ്ഞുണ്ണിമാഷ് ഒരിക്കൽ കൽപ്പറ്റയുടെ വീട്ടിൽ വന്നപ്പോൾ വീടാകെ ആ പരിസരത്തുള്ള കുട്ടികളെക്കൊണ്ട് നിറഞ്ഞു. കുഞ്ഞുണ്ണി മാഷ് വരുന്ന കാര്യം കൽപ്പറ്റ ആരോടും പറഞ്ഞിരുന്നില്ല. എന്നിട്ടും അവരിതെങ്ങനെ അറിഞ്ഞു എന്ന് കൽപ്പറ്റയ്ക്ക് ഇപ്പോഴും പിടി കിട്ടിയിട്ടില്ല. സത്യത്തിൽ അന്നേരമാണ് തന്റെ അയൽപ്പക്കങ്ങളിൽ ഇത്രയേറെ കുട്ടികളുണ്ടെന്ന കാര്യം കൽപ്പറ്റ പോലും അറിഞ്ഞത്.

കുഞ്ഞുണ്ണിമാഷും കുട്ട്യോളും എന്നത് ഒരു പഴഞ്ചൊല്ലു പോലെ നമ്മുടെ മനസ്സിലുറച്ചു. കുഞ്ഞുണ്ണിമാഷ് തന്നെ കാണാൻ കോളേജിൽ വന്നത് ഒരു കടങ്കഥ പോലെ കുറെനാൾ കൽപ്പറ്റ മനസ്സിൽ കൊണ്ടു നടന്നു. ഇനി മറ്റൊരു കൂടിക്കാഴ്ച ഉണ്ടാവില്ലെന്ന് അറിഞ്ഞപ്പോഴാണ് കൽപ്പറ്റയ്ക്ക് ആ കടങ്കഥയുടെ ഉത്തരം കിട്ടിയത്.

■

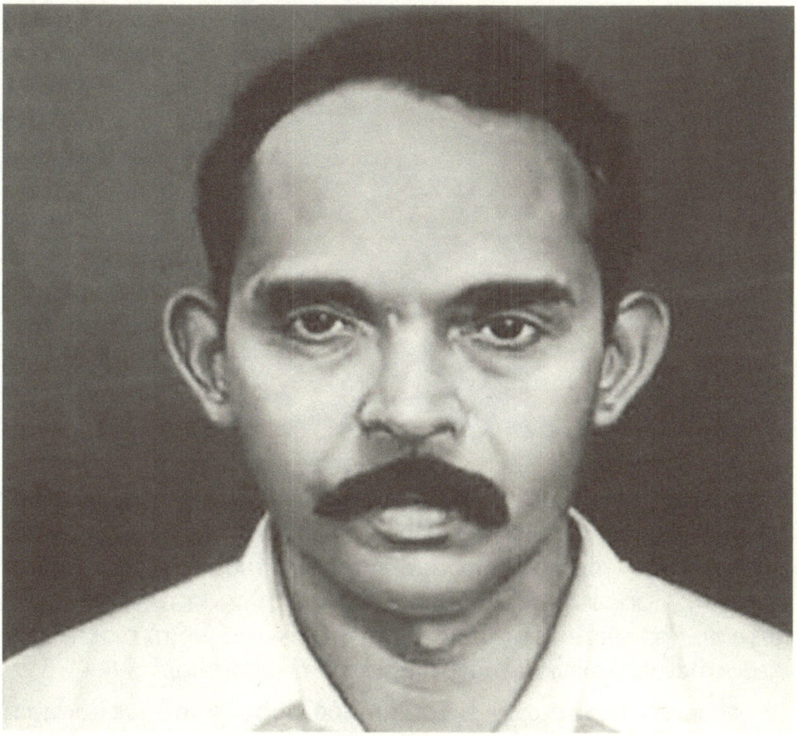

സിറിഞ്ചിൽ മഷി നിറച്ച്

ഏറ്റവുമധികം മറവിയുള്ള എഴുത്തുകാരനാണ് സി.ആർ. പരമേശ്വരൻ. എന്നാലോ വായനക്കാർക്ക് ഏറ്റവുമധികം ഓർമയുള്ള എഴുത്തുകാരിൽ പരമേശ്വരനുമുണ്ട്. മറവിക്കെതിരെ ഓർമ കൊണ്ടുള്ള ചെറുത്തുനിൽപ്പാണ് പരമേശ്വരന്റെ പ്രകൃതിനിയമം എന്ന നോവലെന്നതും മറക്കാൻ വയ്യല്ലോ. മറവി പ്രകൃതിനിയമമാണെന്ന് അറിയാമെങ്കിലും മറവിക്ക് വിട്ടുകൊടുക്കാൻ പാടില്ലാത്ത ചിലതുണ്ടെന്ന് പരമേശ്വരൻ. വി.പി.ശിവകുമാറുമായുള്ള പരമേശ്വരന്റെ ആദ്യത്തേയും അവസാനത്തേയും കൂടിക്കാഴ്ച അത്തരത്തിലുള്ളതാണ്.

അർശോരോഗികളുടെ കമ്മ്യൂൺ എന്നാണ് പ്രകൃതിനിയമം ആരംഭിക്കുന്നതെങ്കിൽ എഴുത്തുകാരിലെ രോഗികളുടെ കമ്മ്യൂൺ എന്നു പറഞ്ഞ് പരമേശ്വരന്റെ ഈ ഓർമ തുടങ്ങുന്നതാവും ഉചിതം. എം. സുകുമാരൻ, യു.പി.ജയരാജ്, വി.പി.ശിവകുമാർ, സി.ആർ. പരമേശ്വരൻ എന്നിവരായിരുന്നു ആ കമ്മ്യൂണിൽ ഉണ്ടായിരുന്നത്.

പരസ്പരം കാണണമെന്ന് ഇവർ തീവ്രമായി അഭിലഷിച്ചു. ആശുപത്രിയിൽ വച്ച് കാണുമ്പോൾ ഒരു രോഗിക്ക് അടുത്ത കട്ടിലിലെ രോഗിയോടു കാണുന്ന അടുപ്പം ഇവർക്കിടയിൽ വികസിച്ചു. അതിനിടയിൽ പരമേശ്വരൻ ഉൾപ്പെടുന്നവരുടെ നക്സൽ അനുഭാവ സാഹിത്യത്തെ പരിഹസിച്ച് ശിവകുമാർ തുടർച്ചയായി എഴുതിയിരുന്നു. പക്ഷേ എന്തോ പരമേശ്വരനോടു അദ്ദേഹത്തിന് മൃദുസമീപനമായിരുന്നു. അക്കാലത്താണ് പരമേശ്വരന്റെ അതിജീവിക്കുന്നവർ എന്ന കഥ പ്രസിദ്ധീകരിച്ചത്. ആ കഥ കടമ്മനിട്ടയും ശിവകുമാറും നരേന്ദ്രപ്രസാദും ഒന്നിച്ചിരുന്നാണ് വായിച്ചതെന്ന് കടമ്മനിട്ട പറഞ്ഞ് പരമേശ്വരൻ അറിഞ്ഞു. 'പ്രേരണ'യിൽ പ്രസിദ്ധീകരിച്ച അതിജീവിക്കുന്നവർ മൂന്നു പേർ ഒന്നിച്ചിരുന്ന് വായിക്കാൻ പ്രേരണയായതെന്താണെന്ന് പരമേശ്വരന് അറിയില്ല.

അക്കാലത്താണ് ശിവകുമാറിന് കാൻസറാണെന്ന് പരമേശ്വരൻ അറിഞ്ഞത്. പരമേശ്വരൻ പ്രകൃതി ചികിത്സയിൽ അഭയം തേടിയ കാലമായിരുന്നു അത്. തന്റെ അയൽവാസിക്ക് കഴുത്തിൽ വന്ന കാൻസർ പ്രകൃതി ചികിത്സയിലൂടെ ഭേദമായെന്ന കാര്യം പരമേശ്വരൻ നരേന്ദ്രപ്രസാദിനെ അറിയിച്ചു. ശിവകുമാറിന് അലോപ്പതി ചികിത്സ തുടങ്ങിയെന്ന് നരേന്ദ്രപ്രസാദിന്റെ മറുപടി വന്നു. പ്രകൃതി നിയമം പ്രസിദ്ധീകരിച്ചപ്പോൾ ശിവകുമാറിന്റെ ഇംഗ്ലീഷിലുള്ള ഒരു കാർഡ് പരമേശ്വരനെ തേടിയെത്തി. ആനന്ദിനെക്കാൾ ഒരു ചുവട് മുന്നിൽ എന്ന ആ ഒറ്റവരി പ്രസ്താവന തെറ്റായിരുന്നെങ്കിലും അത് ശുഭാപ്തിവിശ്വാസം പകരുന്നതായിരുന്നു എന്ന് പരമേശ്വരൻ. ആനന്ദിനെക്കാൾ ഒരു ചുവട് മുന്നിലെത്താനാവില്ല, അത് പ്രകൃതി നിയമത്തിന്റെ ലംഘനമാണ് എന്നു ചിന്തിക്കാൻ പോലും പരമേശ്വരൻ തയാറാണ്.

അതിനുശേഷമാണ് ശിവകുമാറിനെ തിരുവനന്തപുരത്ത് വീട്ടിൽ ചെന്നു കണ്ടത്. രോഗം ഭേദമാവുന്നതിന്റെ ആശ്വാസത്തിലായിരുന്നു ശിവകുമാർ. ശിവകുമാർ കഥയെഴുത്ത് ഏതാണ്ട് നിർത്തിയിരുന്നു. പകരം നർമം കലർന്ന ചെറിയ ലേഖനങ്ങൾ മാത്രം. എന്താണ്

കഥയെഴുതാത്തത് എന്ന് പരമേശ്വരൻ ചോദിച്ചപ്പോൾ പറഞ്ഞത്. കഥയെഴുതാൻ ഒരു പാട് അധ്വാനം വേണം. തന്മൂലം രോഗം മൂർച്ഛിക്കുമോ എന്ന് പേടിയുണ്ടെന്നാണ്. ഇത് തന്റെ കൂടി അഭിപ്രായമാണെന്ന് പരമേശ്വരൻ. എഴുത്തിനെ ഇവർ കണ്ടത് ഭയപ്പെടുത്തുന്ന, പീഡിപ്പിക്കാൻ വരുന്ന ശത്രുവായാണ്. എഴുത്തുകാർ പരസ്പരം ശത്രുക്കളാവുന്ന കാലത്ത് എഴുത്തായിരുന്നു ഇവരുടെ ശത്രു. എഴുതാതിരുന്ന് രോഗത്തെ ചെറുക്കാമോ എന്നു ചിന്തിച്ച എഴുത്തുകാരായിരുന്നു ഇവർ. സിറിഞ്ചിൽ മഷി നിറച്ച് എഴുതിയാലെന്ന പോലെ എഴുത്ത് ഇവർക്ക് വേദനാജനകമായിരുന്നു. വൈകാതെ ശിവകുമാറിനെ മരണം കരൾ രോഗത്തിന്റെ രൂപത്തിലെത്തി കൂട്ടിക്കൊണ്ടുപോയി. 'മരിച്ചവന്റെ ലോകത്ത് മിച്ചമെന്ത്' എന്ന കഥ ശിവകുമാർ എഴുതി. മിച്ചം കുറെ കഥകളാണ്. പ്രതിഷ്ഠ പോലെയുള്ള കഥകളെഴുതി വായനക്കാരുടെ മനസ്സിൽ ചിരപ്രതിഷ്ഠ നേടാനായതാണ്. ജീവിച്ചിരിക്കുന്നവരുടെ ലോകത്ത് മിച്ചമെന്ത് എന്നാലോചിക്കുമ്പോൾ പരമേശ്വരന് കൂട്ടായുള്ളതും ഇത്തരം ഓർമകളാണ്. ■

ഒന്നാമതൊരാൾ

മുണ്ടൂർ കൃഷ്ണൻ കുട്ടി പലർക്കും 'മൂന്നാമതൊരാൾ'ആയിരിക്കാം. പക്ഷേ വൈശാഖന് അദ്ദേഹം ഒന്നാമത് തന്നെയാണ്. ഒന്നാമതൊരാൾ. പല എഴുത്തുകാരെയും അവർ മരിക്കുന്നതിനു മുൻപ് അവസാനമായി കണ്ടത് വൈശാഖൻ ഓർക്കുന്നുണ്ടെങ്കിലും അവരിൽ ഒന്നാമത് എത്തുന്ന മുഖം മുണ്ടൂർ കൃഷ്ണൻകുട്ടിയുടേതാണ്.

മുണ്ടൂരുമായി തനിക്കുണ്ടായിരുന്ന സൗഹൃദത്തിന്റെ പാളങ്ങളിലൂടെ തിരിച്ചു നടക്കുമ്പോൾ വൈശാഖന്റെ ഓർമകൾ ഇടറി നിന്നു. നടക്കുമ്പോൾ പെട്ടെന്ന് തിരിഞ്ഞുനോക്കുക അല്ലെങ്കിൽ പിന്നിൽ ആരോ ഉണ്ടെന്നു തോന്നുക-ഇതൊക്കെ മൂന്നാമതൊരാളിലെ നായകന്റെ മാത്രമല്ല, മുണ്ടൂരിന്റെ മറ്റു ചില കഥാപാത്രങ്ങളുടെയും രീതിയാണ്. ജീവിതയാത്രയിൽ തന്നോടൊപ്പമുണ്ടായിരുന്ന മുഖങ്ങൾ ഓർത്ത് വൈശാഖൻ പലപ്പോഴും തിരിഞ്ഞുനോക്കും. അപ്പോഴുമുണ്ട് തൊട്ടു പിന്നിൽ മുണ്ടൂർ കൃഷ്ണൻകുട്ടി.

തമിഴ്നാട്ടിലെ റെയിൽവേ ജീവിതം മതിയാക്കി പാലക്കാട്ടേക്ക് സ്ഥലം മാറ്റമായി വന്നതിനുശേഷമാണ് വൈശാഖൻ മുണ്ടൂരുമായി അടുത്തിടപഴകുന്നത്. മുണ്ടൂരിന്റെ പിഷാരത്ത് അന്നൊക്കെ വൈശാഖൻ സുഹൃത്തുക്കളോടൊപ്പം പോവുമായിരുന്നു. ഭാര്യയുടെ മരണത്തോടെ മുണ്ടൂർ കനത്ത ഏകാന്തതയുടെ തടവറയിലായെങ്കിലും അദ്ദേഹം ഏകാന്തതയെക്കുറിച്ച് ഒരിക്കലും സംസാരിച്ചില്ല. അതിൽ നിന്നു വിടുതൽ നേടാൻ കൂടിയാവും അദ്ദേഹം സീരിയലുകളിൽ അഭിനയിച്ചത്. അക്കാലത്ത് വൈശാഖന്റെ അപ്പീൽ അന്യായഭാഗം എന്ന കഥ ഹ്രസ്വചിത്രമായപ്പോൾ ഒരു വക്കീലിനെ അവതരിപ്പിച്ചത് മുണ്ടൂരാണ്. അതിന്റെ ഡബ്ബിങ് കഴിഞ്ഞ ദിവസം രാത്രി അവർ തമ്മിൽ കണ്ടിരുന്നു. മുണ്ടൂരിന്റെ ഒരു കഥയുടെ പേരു പോലെ തന്നെ, നിലാപ്പിശുക്കുള്ള ഒരു രാത്രിയിൽ. മുണ്ടൂർ അന്ന് അവശനായിരുന്നു. ആ പാദങ്ങളിൽ നീരുണ്ടായിരുന്നത് വൈശാഖൻ ഓർക്കുന്നു. ആ നീരിൽ നേരുണ്ടായിരുന്നു എന്ന് പിന്നീടറിഞ്ഞു.

മുണ്ടൂരിനെ ആശുപത്രിയിൽ പ്രവേശിപ്പിച്ചിരിക്കുകയാണെന്ന് ഒരു മാസം കഴിഞ്ഞ് പാലക്കാട്ടെ ഒരു സുഹൃത്ത് വിളിച്ചു പറഞ്ഞതു പ്രകാരം വൈശാഖൻ പോയി കണ്ടു. അതായിരുന്നു അവസാന കൂടിക്കാഴ്ച. മൂന്നു ദിവസം കഴിഞ്ഞ് ഇവരുടെ സുഹൃദ് വലയത്തിലെ മൂന്നാമതൊരാൾ മുണ്ടൂരിന്റെ മരണവാർത്ത വൈശാഖനെ വിളിച്ചു പറഞ്ഞു. പെട്ടെന്നുണ്ടായ പരിഭ്രമത്തിൽ വൈശാഖൻ മുണ്ടൂരിന്റെ മൊബൈൽ നമ്പരിലേക്കു തന്നെ വിളിച്ചു. നിങ്ങൾ വിളിക്കുന്ന വ്യക്തി പരിധിക്കു പുറത്താണെന്ന മറുപടി കിട്ടിയപ്പോഴാണ് വൈശാഖൻ ആലോചിച്ചത് മുണ്ടൂർ ഇനിയില്ലല്ലോ എന്ന്. അദ്ദേഹം ജീവിതത്തിന്റെ പരിധിക്ക് പുറത്തായിക്കഴിഞ്ഞിരുന്നു. കുറെ നേരം കഴിഞ്ഞ് താൻ ആ നമ്പരിൽ തന്നെ വീണ്ടും വിളിച്ചപ്പോൾ മുണ്ടൂരിന്റെ മകനാണ് ഫോൺ എടുത്തതെന്ന് വൈശാഖൻ. കുറച്ച് ആശ്വാസ വാക്കുകൾ പറയാനായി എന്നു മാത്രം. ആശ്വാസത്തിന്റെ മന്ത്രച്ചരടിൽ പിടിച്ച്.

വൈശാഖൻ ഇതു പറഞ്ഞപ്പോൾ ചിലരെങ്കിലും ഓർക്കും സി.വി.ശ്രീരാമൻ തന്റെ അമ്മ മരിച്ചതിനെ

ക്കുറിച്ച് എഴുതിയത്. വീട്ടിൽ കൂടിനിന്നവർ ചിതയൊരുക്കുന്ന കാര്യം ചർച്ച ചെയ്യുകയാണ്. അതിനിടയിലൂടെ പോയ ശ്രീരാമനോട് ആരോ അടുക്കളയിൽ പോയി കുറച്ച് ചിരട്ട കൊണ്ടുവരാൻ പറഞ്ഞു. ശ്രീരാമൻ ഓടി അടിക്കളയിലേക്ക് ചെന്ന് മമ്മീ കുറച്ച് ചിരട്ട വേണം എന്ന് വിളിച്ചു പറഞ്ഞു. അപ്പോഴാണ് ഓർത്തത് അമ്മ അവിടെ ഇല്ലല്ലോ അമ്മ അൽപ്പം മുൻപ് മരിച്ചു പോയല്ലോ എന്ന്. ശ്രീരാമൻ ഇതെഴുതിയത് വായിച്ചാൽ ചിതയിലെ തീ അണഞ്ഞാലും നമ്മുടെ നെഞ്ചിലെ തീ അണയില്ല. സ്വന്തം അമ്മയെക്കുറിച്ച് ഒരാൾക്കെഴുതാവുന്നതിൽവച്ച് ഏറ്റവും ഹൃദയസ്പർശിയായ ഓർമ്മ. ചിലരങ്ങനെയാണ്. മരിച്ചാലും മരിച്ചതായി തോന്നില്ല. നമ്മുടെ പിന്നിൽ ഉണ്ട് എന്നു അവർ തോന്നിപ്പിക്കം. മുണ്ടൂരിന്റെ ആ ജീവിതസായാഹ്നം വൈശാഖന്റെ കഥാജീവിതത്തിലെ വൈശാഖസന്ധ്യകളല്ല വൈശാഖസന്ധികളാണ്.

■

ഇങ്ങനെയും ഒരു വിക്ടർ

കൊച്ചി എന്നു കേൾക്കുമ്പോൾ തുറമുഖമാണ് ആദ്യം നമ്മുടെ മനസ്സിലെത്തുന്നത്. തുറമുഖം ഒരു തുറന്ന മുഖമാണ്. എന്നാൽ അടഞ്ഞ, അധികമാരും കാണാത്ത ഒരു മുഖവും കൊച്ചിക്കുണ്ടെന്നതു പോലെ അധികമാരും കാണാത്ത ഒരു വിക്ടർ ലീനസാണ് അശോകൻ ചരുവിലിന്റെ മനസ്സിൽ. ആ വിക്ടർ അരാജകവാദിയല്ല. നിരാശാ ഭരിതനുമല്ല. പിന്നെയോ, കൊച്ചിയുടെ വികസനത്തിനൊപ്പം വളർന്ന വിക്ടർ. പല കെട്ടിടങ്ങളുടെയും കരാറുകാരൻ. ട്രേഡ് യൂണിയൻ രംഗത്തുമുണ്ട് അയാൾ. സുഹൃത്തുക്കൾക്കായി നഗരത്തിലെ വലിയ ഹോട്ടലുകളിൽ ആതിഥ്യം ഒരുക്കും. ആ വിക്ടർ ധീരനും വളരെയധികം സംസാരിക്കുന്നവനുമായിരുന്നു.

അങ്ങനെയൊരു വിക്ടറാണ് അശോകന്റെ ഓർമ്മയിലുള്ളത്. വിക്ടറുമായി ഉറ്റബന്ധം പുലർത്തിയിരുന്ന കവി മുല്ലനേഴിക്കൊപ്പമാണ് അശോകൻ പോയത്. വിക്ടറിനോടൊപ്പം ജോസഫ് വൈറ്റിലയും അരവിന്ദൻ എന്ന സുഹൃത്തും ഉണ്ടായിരുന്നു. സൗഹൃദത്തിന് വെറ്റില (മുറുക്കാൻ) കൂടി ഉണ്ടായാൽ എന്ന പോലെ വൈറ്റിലയും. വെറ്റിലയും ചുണ്ണാമ്പും പോലെയായിരുന്നു വൈറ്റിലയും വിക്ടറും. പിന്നീട് വിക്ടർ ചുണ്ണാമ്പ് പോലെ തന്നെ പൊള്ളിപ്പിച്ച് കടന്നുകളഞ്ഞു. സ്വയം നീറി.

അന്ന് വിക്ടർ സമുന്നത കോൺഗ്രസ് നേതാവായിരുന്ന സി. എം.സ്റ്റീഫന്റെ സെക്രട്ടറിയും ഐ.എൻ.ടി.യു.സി.യുടെ ഒരു പ്രസിദ്ധീകരണത്തിന്റെ എഡിറ്ററുമാണ്. വിക്ടറിനാണ് സൗഹൃദസംഭാഷണത്തിന്റെ നേതൃത്വം. വാതോരാതെ സംസാരിക്കുകയും എല്ലാവരെയും കളിയാക്കുകയും ചെയ്യുന്ന വിക്ടർ. പ്രസന്നവദനൻ. ജീവിതത്തെ പ്രതീക്ഷയോടെ നോക്കുന്ന, ജീവിതം തിരിച്ചുപിടിക്കണമെന്ന് വാഞ്ഛയുള്ള ഒരു ചെറുപ്പക്കാരനെയാണ് അശോകൻ വിക്ടറിൽ കണ്ടത്. ഇടയ്ക്ക് ആരെങ്കിലും കോൺഗ്രസിനെ കുറ്റം പറഞ്ഞാൽ ഞാനാരാണെന്ന് നിങ്ങൾക്കറിയില്ലെന്നും പറഞ്ഞ് വിക്ടർ തമാശയായി ഭീഷണിപ്പെടുത്തുമായിരുന്നു. അശോകൻ അന്ന് അറിയപ്പെടുന്നയാളല്ല. വിക്ടറാവട്ടെ വളരെ നല്ല ചില കഥകൾക്കു ശേഷം ആ ലോകത്തു നിന്ന് മുക്തനായിരുന്നു. വിക്ടറിന്റെ കഥകളെക്കുറിച്ച് ചിലതൊക്കെ അശോകൻ പറഞ്ഞെങ്കിലും വിക്ടറിന് കഥകളിൽ താൽപ്പര്യം നശിച്ചിരുന്നു.

അശോകന് അന്ന് കൊച്ചി തീരെ പരിചിതമല്ല. ഇന്നും തൃശൂരിന്റെ തൊട്ടടുത്ത് കിടക്കുന്ന നഗരമായിട്ടും കൊച്ചിയിൽ പരിചിത ബന്ധങ്ങളൊന്നും ഉള്ളതായി പരിചിതഗന്ധങ്ങളുടെ കഥാകാരന് തോന്നുന്നുമില്ല. മൂന്നു ദിവസം മുല്ലനേഴിയും അശോകനും വിക്ടറിന്റെ അതിഥികളായി കഴിഞ്ഞു. രാവിലെ വിക്ടറിന് കെട്ടിടങ്ങളുടെ പണി എവിടെ വരെയായി എന്നു പോയി നോക്കണം. അപ്പോൾ ഇവരെയും കൂട്ടും. പിന്നീട് കാണാമെന്നു പറഞ്ഞ് അശോകൻ മുല്ലനേഴിക്കൊപ്പം തിരുവനന്തപുരത്തേക്ക് പോയി. തലസ്ഥാനത്തുള്ളവരുടെയൊന്നും തല സ്ഥാനത്തല്ല എന്ന് മുല്ലനേഴി എഴുതിയ

തിരുവനന്തപുരത്തേക്ക്. കുറച്ചു വർഷങ്ങൾക്കുശേഷം അറിയുന്നത് വിക്ടറിന്റെ മറ്റൊരു മുഖമാണ്. വിക്ടറിനെക്കുറിച്ച് കേൾക്കുന്ന കാര്യങ്ങളെന്തും ദുരന്തവും ദുരൂഹതയും നിറഞ്ഞതായി. വിക്ടറുമായി ബന്ധപ്പെട്ട ഒരു സ്ത്രീയുടെ മരണം, ഭാര്യയുടെ ആത്മഹത്യ, വിക്ടറിന്റെ മരണം അങ്ങനെയങ്ങനെ.

മറവ് ചെയ്യുന്നതിന് തൊട്ട്മുൻപ് വരെ തിരിച്ചറിയപ്പെടാതെ കിടന്ന ഒരെഴുത്തുകാരന്റെ ജഡം എന്ന നിലയിലാണ് ചിലർ വിക്ടറിനെ തിരിച്ചറിയുന്നത്. അത് വിക്ടറിന്റെ ദൗർഭാഗ്യം. അതിനപ്പുറം എന്തെല്ലാം തിരിച്ചറിവുകൾ നമുക്ക് ആ കഥകൾ നൽകി. 'വിട'യിൽ സ്വന്തം ശരീരം മറ്റുള്ളവർക്കായി പകുത്ത് കൊടുക്കുന്ന തൊഴിലിൽ ഏർപ്പെട്ട ലീല റോഡ് മുറിച്ചുകടക്കുന്ന ഒരു കുട്ടിയെ വാഹനാപകടത്തിൽ നിന്നു രക്ഷപ്പെടുത്താൻ ശ്രമിക്കുന്നതിനിടെ സ്വന്തം ജീവൻ ദാനം ചെയ്തു. ലീലയുടെ ജീവിതം ഇതിനപ്പുറം വിശുദ്ധമാവാനില്ല എന്നത് വലിയൊരു തിരിച്ചറിവല്ലേ? ആ തിരിച്ചറിവ് ഒരു തിരുമുറിവ് പോലുമാണ്. ഇപ്പോൾ അശോകൻ അറിയുന്നു, ഒരു രാത്രിക്ക് ഒരു പകൽ എന്ന് താൻ എഴുതിയെങ്കിലും വിക്ടറിന്റെ കാര്യത്തിൽ അത് ഒരു പകലിന് ഒരു രാത്രി ആയിരുന്നു എന്ന്. 'തെളിഞ്ഞ വിക്ടറിൽ നിന്നും ഇരുൾ വീണ വിക്ടറിലേക്ക്'. ഒരു സമുദ്ര പരിണാമം എന്ന കഥയെഴുതിയ വിക്ടറിന്റെ ജീവിത പരിണാമമാണിത്. ■

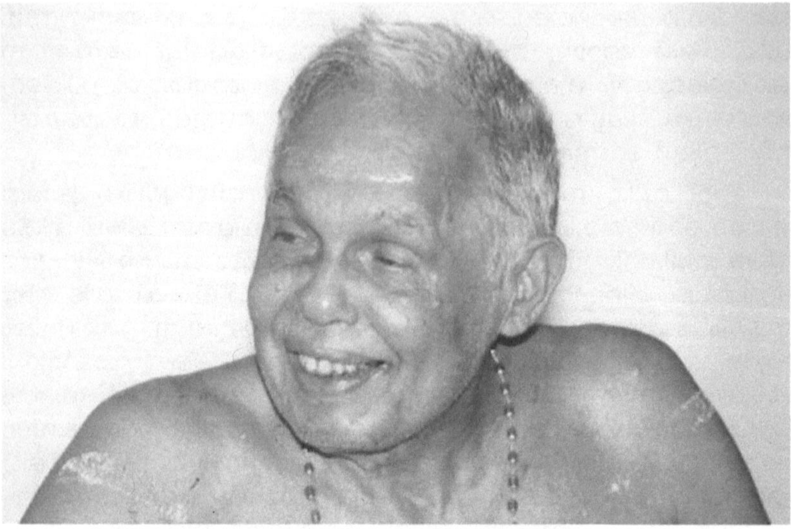

ഓർമകളുടെ മാഞ്ചുവട്ടിൽ

തകഴിയെക്കുറിച്ച് ചിന്തിക്കുമ്പോൾ ഓർമകളുടെ മാഞ്ചുവട്ടിലേക്ക് യു.എ. ഖാദർ നീങ്ങിയിരുന്നു. അവിടെ ഇരിക്കുമ്പോൾ പണ്ട് സ്നേഹത്തോടെ തകഴി കട്ടിലിനരികിൽ പിടിച്ചിരുത്തിയതു പോലെ ഒരു തണൽ ഖാദർ അനുഭവിച്ചു.

തകഴിയുടെ 'പട്ടാളക്കാരൻ' എന്ന കഥയിൽ തനിക്കു ചോറു വിളമ്പിത്തന്ന അപരിചിതയായ സ്ത്രീയോട് അനാഥനായ രാമൻ പറയുന്നു, ഇനി വിളമ്പേണ്ട. ഒരു ഇടങ്ങഴി അരിയുടെ ചോറുണ്ടിട്ടുണ്ട് എന്ന്. ഇതാ കൂത്ത് ആകെ നാഴൂരി അരിയേ വെച്ചൊള്ളു എന്നാണ് വൃദ്ധ പറഞ്ഞത്. ഇങ്ങനെയായിരുന്നു തകഴിയും. നാഴൂരി അരി ചോറിലൊരു പങ്ക് വിളമ്പിയപ്പോൾ ഇടങ്ങഴി ഉണ്ടതു പോലെ തോന്നി. തകഴിയോടൊപ്പം ഇടപഴകാനായ ഓർമകൾ അതിന്റെ പത്തിരട്ടിയായി ഖാദറിന്റെ മനസ്സിലുണ്ട്.

കോഴിക്കോട്ട് നടന്ന ഒരു സാഹിത്യ സമ്മേളനത്തിൽ വച്ചാണ് ഖാദർ തകഴിയെയും കേശവദേവിനെയും ആദ്യമായി കാണുന്നത്. ആരാധനയോടെ ദൂരെ നിന്നു നോക്കുക മാത്രം ചെയ്തു. നാളേറെക്കഴിഞ്ഞ് സാഹിത്യപ്രവർത്തകസഹകരണസംഘം തിരഞ്ഞെടുപ്പിന് വന്നപ്പോൾ തകഴിയെ ഖാദറിന് പരിചയപ്പെടുത്തിയത് പവനനാണ്. പിന്നെ പലതവണ കണ്ടു. തകഴിക്ക് ജ്ഞാനപീഠം കിട്ടിയതിന് കോഴിക്കോട്ട് സ്വീകരണം നൽകിയപ്പോൾ പ്രസംഗിച്ചവരിൽ ഖാദറും ഉണ്ടായിരുന്നു. അന്ന് ഖാദർ പ്രസംഗിച്ചത്, ജ്ഞാനപീഠം ആദ്യം

ശങ്കരക്കുറുപ്പിനും പിന്നെ ശങ്കരൻകുട്ടിക്കും പിന്നെ ശിവശങ്കരനും കിട്ടി. ഞാനും ഒരു ശങ്കരനാണ്. ഖാദർ എന്ന അറബിവാക്കിന്റെ അർത്ഥം ശക്തൻ എന്നാണ്. ശക്തൻ എന്നാൽ ശങ്കരൻ തന്നെ ഇതു കേട്ടതും തകഴി തനിക്കു കിട്ടിയതിലൊരു പൂമാല എടുത്ത് ഖാദറെ അണിയിച്ച് കെട്ടിപ്പിടിച്ചു.

നിറയെ മാങ്ങകളുള്ള വരിക്കമാവിനോട് മാമ്പഴം ചോദിച്ചാൽ മണ്ണിലെങ്ങുമിടാതെ ചോദിക്കുന്ന കുട്ടിയുടെ കൈവെള്ളയിൽതന്നെ അത് വച്ചു കൊടുക്കുന്ന ചില കാറ്റുകളുണ്ട്. കാറ്റിന് കുട്ടിയോടുള്ള വാൽസല്യാതിരേകമാണ് അതിനു പിന്നിൽ. അന്ന് തകഴി മാമ്പഴത്തിനു പകരം ഖാദറിനു നൽകിയത് ഒരു പൂമാല. അതിന്നും വാടിയിട്ടില്ലെന്നു മാത്രമല്ല ഒരു തിരമാല പോലെ ഖാദറിന്റെ മനസ്സിൽ അലയടിക്കുന്നു. ചില മാലകളും തിരമാലകളും ഒരു പോലെയാണ്. നാം കഴുത്തിലണിഞ്ഞ ചില മാലകളുടെ ഓർമകൾ കാലമേറെച്ചെന്നാലും തിരമാലകൾ പോലെ അലയടിക്കും. എന്റെയുള്ളിലെ കടൽ എന്നൊരു കൃതി തകഴി എഴുതിയിട്ടുള്ളതുകൊണ്ടു മാത്രമല്ല ഇങ്ങനെ പറയുന്നത്.

നല്ലതു പോലെ ആകാശം കാണണമെങ്കിൽ ചെളിയിലിറങ്ങി നിൽക്കണമെന്ന് നമ്മെ പഠിപ്പിച്ചത് ആമ്പലും താമരയും മാത്രമല്ല തകഴി കൂടിയാണ്. പാടത്തുനിന്നു കയറാൻ നേരമില്ലാത്ത അദ്ദേഹത്തിന്റെ കഥാപാത്രങ്ങൾ കൂടിയാണ്. കഥകളുടെ ആകാശം കാണണമെങ്കിൽ സ്വന്തം മണ്ണിൽ വേരാഴ്ത്തണമെന്ന് പുതിയ കഥാകൃത്തുക്കൾക്ക് പഠിക്കാൻ തകഴിയെക്കാൾ നല്ലൊരു മാതൃകയില്ല. ഖാദറും തൃക്കോട്ടൂരിന്റെ മണ്ണിലാണല്ലോ വേരാഴ്ത്തിയത്.

തകഴിയെ കോഴിക്കോട്ട് ആശുപത്രിയിൽ പ്രവേശിപ്പിച്ചിരിക്കുകയാണെന്നറിഞ്ഞ് കാണാൻ ചെന്നതായിരുന്നു ഖാദർ. രോഗം കലശലായതിനാൽ ആരെയും അകത്തേക്ക് അധികം കയറ്റി വിടേണ്ട എന്നായിരുന്നു നിർദ്ദേശം. ഖാദറിന് പക്ഷേ പ്രവേശനം കിട്ടി. കാത്ത, താൻ കാത്തുവച്ച നിധി പോലെ തകഴിയെ പരിചരിച്ചുകൊണ്ട് തൊട്ടടുത്തുണ്ട്. രോഗിയുടെ കട്ടിലിൽ ആരെയും ഇരുത്തേണ്ട എന്നായിരുന്നു നിർദ്ദേശമെങ്കിലും തകഴിയുടെ നിർബന്ധപ്രകാരം താൻ ആ കട്ടിലിൽ തന്നെ ഇരുന്നത് ഖാദർ ഓർക്കുന്നു. അസുഖത്തിനിടയിലും അവിടെ കൂടി നിന്നവരെ ഖാദറിനു പരിചയപ്പെടുത്തി. ഏതാനും മാസങ്ങൾ കഴിഞ്ഞതും തകഴി ജീവിതത്തിന്റെ ഏണിപ്പടികളിറങ്ങി.

തകഴി തന്നെ അണിയിച്ച ആ മാല ഖാദർ ഇന്ന് തകഴിക്കു തന്നെ തിരികെ നൽകിയിരിക്കുകയാണ് തകഴി എന്ന ഓർമച്ചിത്രത്തിൽ അത് വാടാതെ കിടക്കുന്നു. ■

രണ്ടു വിജയൻ സ്പർശങ്ങൾ

എത്രയും വേഗം ഒഴിവാക്കണം എന്നാഗ്രഹിച്ച ഒരു ഒ.വി. വിജയൻ ടച്ചും എന്നും തന്റെ കൂടെയുണ്ടാവണം എന്നാഗ്രഹിക്കുന്ന ഒരു വിജയൻ സ്പർശവും സി.വി. ബാലകൃഷ്ണന്റെ ജീവിതത്തിലുണ്ട്. ആരാധന നിമിത്തം ബാലകൃഷ്ണന്റെ ആദ്യകാലകഥകളിൽ വിജയന്റെ സ്വാധീനമുണ്ടായിരുന്നു. ഉപാസന നിമിത്തം എന്നു പറയുന്നതാവും കൂടുതൽ ശരി. പ്രത്യേകിച്ചും ഉപാസന മാസികയിൽ വന്ന ബാലകൃഷ്ണന്റെ ആദ്യ കഥയിലും തുടർന്നെഴുതിയ രണ്ടു മൂന്നു കഥകളിലും. വിജയൻ അന്ന് ഖസാക്ക് എഴുതിയിട്ടില്ല. ബാലകൃഷ്ണന്റെ മനസ്സിൽ വിജയൻ ഖസാക്കിനു മുൻപേ ഇതിഹാസമായിരുന്നു. ആ വിജയൻ ടച്ചാണ് ബാലകൃഷ്ണൻ ഒഴിവാക്കാൻ ആഗ്രഹിച്ചത്.

അന്ന് വിജയന്റെ കാർട്ടൂണുകളിലെ ഇ.എം.എസിനെയൊക്കെ ബാലകൃഷ്ണൻ നോക്കി വരയ്ക്കുമായിരുന്നു. വിജയൻ അങ്ങനെ

ബാലകൃഷ്ണന്റെ വരകാട്ടിയും വരികാട്ടിയുമായി. വിജയൻ കോട്ടയത്ത് സഹോദരി ഉഷയുടെ വീട്ടിൽ താമസിക്കുമ്പോഴാണ് ബാലകൃഷ്ണൻ അദ്ദേഹത്തെ ആദ്യമായി കാണുന്നത്. എന്നെങ്കിലും വിജയനെ കാണണമെന്ന മോഹം ബാലകൃഷ്ണൻ ഉള്ളിൽ അടക്കിപ്പിടിച്ചു നടന്നതുപോലെ ബാലകൃഷ്ണനെ എന്നെങ്കിലും കാണണമെന്ന മോഹവുമായി നടന്ന ഒരാൾ അവിടെയുണ്ടായിരുന്നു. ഉഷയുടെ അയൽവീട്ടിലെ പെൺകുട്ടി. കാമുകൻ ആദ്യമായി അവൾക്ക് നൽകിയ പ്രണയസമ്മാനം ആയുസ്സിന്റെ പുസ്തകമായിരുന്നു. ആയുസ്സിന്റെ പുസ്തകം അവളുടെ പ്രണയപുസ്തകമായി. ആയുസ്സിൽ അവളത് മറക്കുമോ? സ്നേഹത്തെ കുറ്റമായി കാണാൻ ദൈവം മനുഷ്യനല്ലെന്ന് നിനക്കറിഞ്ഞു കൂടേ പെണ്ണേ എന്ന് ആയുസ്സിന്റെ പുസ്തകത്തിലെ മാത്യു ആനിയോട് ചോദിച്ചത് വായിച്ച് അവളുടെ ഉള്ളം തണുത്തിരിക്കണം.

ഇവിടെ ഇങ്ങനെയൊരാളുണ്ട്. ബാലകൃഷ്ണനെ കാണണമെന്ന് അവൾ കൂടെക്കൂടെ പറയാറുണ്ട് എന്ന് ഉഷ പറഞ്ഞപ്പോഴാണ് ബാലകൃഷ്ണൻ അറിഞ്ഞത്. അവൾ അന്ന് പനിച്ചു കിടക്കുകയായിരുന്നിട്ടുകൂടി ബാലകൃഷ്ണനെ കാണാൻ ഓടിക്കിതച്ചെത്തി. നീണ്ട മുടിയിഴകൾ അഴിച്ചിട്ട്. ആയുസ്സിന്റെ പുസ്തകം ഒപ്പിട്ടു തരാമോ എന്നു അവൾ ചോദിച്ചപ്പോൾ കോപ്പിയില്ലെന്ന് ബാലകൃഷ്ണൻ. എന്റെ കയ്യിലുണ്ടെന്നു പറഞ്ഞ് അവൾ പുസ്തകം വീട്ടിൽ പോയി കൊണ്ടുവന്നു. അവൾ എന്നും നെഞ്ചോടു ചേർക്കുന്ന പുസ്തകം. കാമുകന്റെ ഹൃദയത്തുടിപ്പുകൾക്കായി അവൾ കാതോർക്കുന്ന പുസ്തകം.

പാർക്കിൻസോണിസത്തിന്റെ പിടിയിലായിരുന്ന വിജയന് പലതും വായിച്ചു കൊടുക്കുന്നതും വിജയന്റെ കത്തുകളും ലേഖനങ്ങളും പകർത്തിയെഴുതുന്നതും അവളായിരുന്നു. പിന്നീടൊരിക്കൽ കോട്ടയത്ത് കൂടി ബാലകൃഷ്ണൻ നടന്നുപോവുമ്പോൾ ബസ്സിലിരുന്ന് ഒരു പെൺകുട്ടി തന്റെ നേർക്ക് കൈവീശുന്നു. ബാലകൃഷ്ണൻ നോക്കിയപ്പോൾ അത് അവൾ തന്നെ. അപ്പോൾ ബാലകൃഷ്ണന് വിജയന്റെ

ഒരു കഥയുടെ പേരാണ് ഓർമ്മ വന്നത്. ചെങ്ങന്നൂർ വണ്ടി. ചെങ്ങന്നൂരിനുള്ള ബസിലാണ് അവൾ ഇരുന്നത്.

വിജയനെ ബാലകൃഷ്ണൻ അവസാനം കാണുന്നതും ഉഷയുടെ അതേ വീട്ടിൽ വച്ചുതന്നെ. ഒരു രാത്രിയിൽ. യാത്രപറഞ്ഞിറങ്ങുമ്പോൾ വിജയൻ ബാലകൃഷ്ണനെ തലയിൽ കൈവച്ച് അനുഗ്രഹിച്ചു. തലയിൽ വച്ച കൈ എടുക്കാതെ ഏതാണ്ട് പത്തുമിനിറ്റ്. എടുക്കും ഇപ്പോൾ എടുക്കും എന്നു വിചാരിക്കുന്നതല്ലാതെ വിജയൻ കൈ എടുക്കുന്നില്ല. അതിന് ഉഷ കൂടി സാക്ഷിയായി. തന്നെ ഇതേ വരെ ഇങ്ങനെ ആരും തലയിൽ കൈവച്ച് അനുഗ്രഹിച്ചിട്ടില്ലെന്ന് ബാലകൃഷ്ണൻ ഉഷയോടു പറഞ്ഞു. അപ്പോൾ ഉഷ പറഞ്ഞത് ഏട്ടനും ഇതേ വരെ ആരെയും ഇങ്ങനെ അനുഗ്രഹിച്ച് കണ്ടിട്ടില്ല. ബാലകൃഷ്ണനെ അത്രയ്ക്ക് ഇഷ്ടപ്പെട്ടിട്ടുണ്ടാവും എന്നത്രേ. ഗുരുസാഗരത്തിന്റെ രചയിതാവിൽ നിന്നു കിട്ടിയ ഗുരുപ്രസാദമാണതെന്ന് ബാലകൃഷ്ണൻ അറിയുന്നു. തലയിൽ കൈവച്ച് ധ്യാനിച്ചതാവും പദധ്യാനത്തിന്റെ പെരുമാൾ അപ്പോൾ.

■

ഒരിടത്ത് ഒരു സുന്ദരസന്ധ്യയിൽ

എഴുത്തുകാരൻ എ എഴുത്തുകാരൻ ബിയെ കണ്ടുമുട്ടിയത് ഒരു കഥയാണ്. സക്കറിയയുടെ 'ഒരു സുന്ദരസന്ധ്യയിൽ' എന്ന കഥ. അതിലെ എ, ബി എന്നീ എഴുത്തുകാർ ജെ.കെ.വിയും താനുമാണ് എന്ന് സക്കറിയ. കഥയിലെപ്പോലെ സക്കറിയ ജെ.കെ.വിയെ ആദ്യം കണ്ടു മുട്ടിയതും ഒരു സുന്ദരസന്ധ്യയിൽ പാതവിളക്കിനു കീഴിൽ വച്ചാണ്. ബാംഗ്ലൂരിലെ എം.ജി. റോഡിനു സമീപം വച്ച്. സക്കറിയ അന്ന് ബാംഗ്ലൂരിൽ എം.എ. ഇംഗ്ലീഷ് വിദ്യാർഥി. ചികിത്സാർഥം ബാംഗ്ലൂരിൽ എത്തിയതായിരുന്നു ജെ.കെ.വി.

ജെ.കെ.വി അന്ന് ശ്രദ്ധേയനായ കഥാകൃത്താണ്. സക്കറിയ എഴുതിത്തുടങ്ങിയ സമയം. രണ്ടു പേരുടെയും എം.എ. ഇംഗ്ലീഷി ലായിരുന്നു എന്നതും പാലാക്കാരാണ് എന്നതും അവരെ കൂടുതൽ

അടുപ്പിച്ചു. ഫലിതവും തത്വചിന്തയും നിറഞ്ഞുനിന്ന കഥകളാണ് ജെ.കെ.വി എഴുതിയത്. ഏതായാലും പിന്നീട് സക്കറിയയെ ജെ.കെ.വി 'എടോ, കറിയാച്ചാ' എന്നു വിളിക്കുമ്പോഴേക്ക് 'എന്നാ ഒണ്ട് കുട്ടപ്പാ' എന്നു ചോദിക്കുന്നിടത്തേക്ക് ആ ബന്ധം വളർന്നു.

എപ്പോൾ കണ്ടാലും സംസാരിക്കാൻ ജെ.കെ.വിക്ക് ഉണ്ടായിരുന്ന വിഷയം, ആധുനിക കഥാകൃത്തുക്കളുടെ വരവിൽ തന്നെപ്പോലെയുള്ളവർ എന്തു നിലപാട് സ്വീകരിക്കണമെന്ന ഒരങ്കലാപ്പായിരുന്നു എന്ന് സക്കറിയ. ആഖ്യാനത്തിലെ ദുരൂഹതയുടെ അംശത്തിൽ ജെ.കെ.വി വിശ്വസിച്ചില്ല.

'ഒരിടത്ത്' എന്ന് കഥയെഴുതിയ സക്കറിയ എഴുത്തിലല്ലാതെ ഒരിടത്തും സ്ഥിരമായില്ല. ബാംഗ്ലൂരിലെ പഠനം കഴിഞ്ഞ് കാഞ്ഞിരപ്പള്ളി സെന്റ് ഡോമിനിക്സ് കോളേജിൽ അധ്യാപകൻ. അത് രാജി വച്ച് കോയമ്പത്തൂർ, ഡൽഹി, തിരുവനന്തപുരം. കോട്ടയത്തുള്ളപ്പോഴൊക്കെ സക്കറിയയും ജെ.കെ.വിയും ആഴ്ചയിലൊരിക്കൽ സന്ധിച്ചു. അൽപ്പം മിനുങ്ങി. പിന്തുണയുമായി പനങ്കള്ളും കപ്പയും അവരുടെ കൂടെ നിന്നു. സക്കറിയ ഡൽഹിയിലായിരുന്നപ്പോൾ തമ്മിൽ കാണുന്നത് വല്ലപ്പോഴുമായി.

വായനയിൽ സക്കറിയയുടെ ഗുരുവായ അവറാച്ചൻ എന്ന പ്രഫ. കെ.ജെ. എബ്രഹാം ഇവരുടെ സംഘത്തിലെ അവിഭാജ്യഘടകമായിരുന്നു. ഒരു ദിവസം ജെ.കെ.വി സക്കറിയയോട് പറഞ്ഞു, നമുക്ക് രണ്ടു പേർക്കും കൂടി ഒരു നോവൽ എഴുതാമെന്ന്. ജെ.കെ.വി. ഏതാനും പേജുകൾ എഴുതി സക്കറിയയെ ഏൽപ്പിക്കുകയും ചെയ്തു. സക്കറിയയ്ക്ക് അത് തുടർന്നെഴുതാനായില്ല. അപ്പോൾ അവറാച്ചൻ ജെ.കെ.വിയോട് പറഞ്ഞതാണ്, നമുക്ക് കറിയാച്ചനെ ഒരു മുറിയിലിട്ട് പൂട്ടി നോവലെഴുതിക്കാം. എഴുതിക്കഴിഞ്ഞ് കറിയാച്ചനെ കൊന്നേരെ. എന്നിട്ട് നോവൽ തന്റെ പേരിലാക്കാം എന്ന്. ഈ സംഭാഷണമുയർത്തിയ കൂട്ടച്ചിരിയിൽ നിന്നുണ്ടായതാണ് സക്കറിയയുടെ 'ഒരു സുന്ദരസന്ധ്യയിൽ' എന്ന കഥ.

ഒരെഴുത്തുകാരന് മറ്റൊരെഴുത്തുകാരനോട് വല്ലാത്ത സാത്മ്യം തോന്നാൻ ഇത്രയൊക്കെ പോരേ? തനിക്ക് ശ്രദ്ധേയമായ ഒരു കഥയെഴുതാൻ പ്രേരണയാവുക, ഒന്നിച്ച് നോവലെഴുതാൻ തീരുമാനിക്കുക...

ഇനി ഇതൊന്നുമല്ലെങ്കിൽ, 'യേശുപുരത്തെ പബ്ലിക് ലൈബ്രറിയെപ്പറ്റി പരാതികളില്ല' എന്നൊരു കഥ ജെ.കെ.വി. എഴുതി. സക്കറിയയുടെ ഒരു കഥയുടെ പേര് യേശുപുരം പബ്ലിക് ലൈബ്രറിയെപ്പറ്റി ഒരു പരാതി എന്നാണ്.

എഴുത്തുകാരൻ ബി എഴുത്തുകാരൻ എയെ അവസാനമായി കണ്ടുമുട്ടിയ കഥ കൂടി. ജെ.കെ.വി. തീരെ സുഖമില്ലാതെ വീട്ടിൽ കിടപ്പായി. സക്കറിയ കാണാൻ ചെന്നു. കിടക്കയ്ക്കരികിൽ ചെന്ന സക്കറിയയെ നോക്കി ചെറുചിരിയോടെ ജെകെവി പറഞ്ഞു, കറിയാച്ചാ ഇങ്ങനെയാണ് മരിക്കുന്നത് കേട്ടോ എന്ന്. ഇവരുടെ കൂടിക്കാഴ്ചകളിൽ സ്ഥിരം ചർച്ചാവിഷയം മരണ സംബന്ധമായ കാര്യങ്ങളും സ്വർഗ നരക ചർച്ചകളും ഒക്കെയായിരുന്നു. ഇങ്ങനെയാണ് മരിക്കുന്നത് കേട്ടോ എന്ന ഒറ്റ വാചകത്തിലൂടെ ജെ.കെ.വി. അത്തരം ചർച്ചകൾക്ക് ഒരു അടപ്പിടുകയായിരുന്നു.

ഒരു ജ്യേഷ്ഠൻ എന്ന നിലയിൽ മരണത്തെക്കുറിച്ച് തനിക്ക് ഒരു സാധനപാഠം തരികയായിരുന്നു ജെ.കെ.വി. എന്നു സക്കറിയ. ഇങ്ങനെയാണ് എഴുതുന്നത് എന്നു പറഞ്ഞ് പണ്ട് തനിക്ക് മുൻപേ നടന്നയാൾ ഒടുവിൽ ഇങ്ങനെയാണ് മരിക്കുന്നത് എന്ന് പറഞ്ഞ് മുൻപേ നടന്നു. ■

ഉണരാത്ത ഉറക്കം

ഏറെ നാൾ ജീവിക്കുന്നതിലല്ല കാര്യം എന്നു തെളിയിച്ച എഴുത്തുകാരിൽ ഒരാളാണ് വി.പി.ശിവകുമാർ. ഏറെ എഴുതിക്കൂട്ടുന്നതിലല്ല കാര്യം എന്നു തെളിയിച്ചു എസ്.വി. വേണുഗോപൻനായർ. കുറച്ചുകാലം ജീവിച്ചയാളും കുറച്ചുമാത്രം എഴുതിയയാളും തമ്മിലുള്ള സൗഹൃദം പക്ഷേ കുറച്ചൊന്നുമല്ലായിരുന്നു. ആകാശവാണിയിലെ ഒരു കഥാചർച്ചയ്ക്കിടയിലാണ് ഇവർ പരിചയപ്പെട്ടത്. കുറെക്കാലം കഴിഞ്ഞ് എസ്.വി കേട്ടത് ശിവകുമാറിന് ഗുരുതരരോഗമാണെന്നാണ്. ആറുമാസം കഴിഞ്ഞ് എസ്.വി. തിരുവനന്തപുരം യൂണിവേഴ്സിറ്റി കോളേജിൽ ഒരു ക്ലാസെടുക്കാൻ ചെന്നപ്പോൾ അവിടെ അധ്യാപകനായി ശിവകുമാർ ഉണ്ട്. രോഗം ഭേദമായപ്പോൾ ജോലിയിൽ തിരികെ എത്തിയതായിരുന്നു.

അന്ന് കേരള സർവകലാശാലയിൽ എസ്.വിയുടെ 'മൃതിതാളം' പാഠപുസ്തകമാണ്. അസുഖം എങ്ങനെയുണ്ട് എന്നു ചോദിച്ച എസ്.വിയോട് ശിവകുമാർ പറഞ്ഞു. 'അവധി കഴിഞ്ഞെത്തിയ എനിക്ക് മൃതിതാളം പഠിപ്പിക്കേണ്ടി വന്നു. അത് പഠിപ്പിച്ചപ്പോൾ ഞാൻ വല്ലാണ്ടായി. വല്ലാതെ ഫീൽ ചെയ്തു.' കഥയിലെ യുവാവിനുള്ള ലിംഫോസർക്കോമ എന്ന രോഗം തന്നെയാണ് തനിക്കെന്നു

കൂടി ശിവകുമാർ പറഞ്ഞപ്പോൾ എസ്.വി. ഞെട്ടിപ്പോയി. സഹോദരൻ ഡോ: സതീശൻ നായർ പറഞ്ഞ ഒരു ചികിത്സാനുഭവമാണ് എസ്.വി മൃതിതാളം എന്ന കഥയിൽ എഴുതിയത്.

സതീശൻ നായർ മഞ്ചേരിയിൽ ഡോക്ടറായിരുന്നപ്പോൾ അവിടെ ഒരു ക്ഷേത്രത്തിൽ മുരശ് കൊട്ടാൻ വന്ന യുവാവിന് കൈ നിറയെ ചൊറി വന്നു. കൊട്ടാൻ കഴിയാതായി. ഒരു ദിവസം സന്ധ്യയ്ക്ക് അയാൾ ഡോക്ടറെ കാണാൻ വന്നു. പഴയ ചികിത്സാ രേഖകൾ കാട്ടി. അയാൾക്ക് ലിംഫോസർക്കോമ ആയിരുന്നു. തൽക്കാലം ചൊറിച്ചിൽ മാറാനുള്ള മരുന്ന് കൊടുത്തു. അടുത്ത വർഷം കൊട്ടാൻ വരുമ്പോൾ ഡോക്ടർ ഉണ്ടാവില്ലേ എന്നു ചോദിച്ചാണ് അയാൾ യാത്ര പറഞ്ഞത്. പക്ഷേ ഡോക്ടർക്കറിയാമായിരുന്നു അടുത്ത വർഷം ആ യുവാവ് ഉണ്ടാവില്ലെന്ന്. ഇതാണ് കഥ.

പിന്നീടൊരിക്കൽ ശിവകുമാർ മൂത്ത മകനുമൊത്ത് എസ്.വിയുടെ വീട്ടിൽ വന്നു. നാഗർകോവിലിലെ എൻജിനിയറിങ് കോളേജിൽ മകന് പ്രവേശനം ശരിയാക്കിയിട്ട് വരുന്നവഴി. അന്ന് ഏറെ നേരം വീട്ടിൽ ചെലവഴിച്ചു. കുറച്ചു ദിവസം കഴിഞ്ഞപ്പോൾ കേട്ടത് ശിവകുമാറിന് വീണ്ടും രോഗം കലശലായി എന്നാണ്. ഒരു രാത്രി എസ്.വി. ഡോക്ടറായ സഹോദരനോടൊപ്പം ശിവകുമാറിന്റെ വീട്ടിൽ ചെന്നു. വയറൊക്കെ വീർത്ത് കണ്ടാൽ ആർക്കും സങ്കടം തോന്നുന്ന വിധം ശിവകുമാർ കിടക്കുകയാണ്. ഒരു മണിക്കൂറിലേറെ എസ്.വിയുടെ സഹോദരൻ ശിവകുമാറിനോട് സംസാരിച്ചു. എസ്.വി. നരേന്ദ്രപ്രസാദിനൊപ്പം അകത്തെ മുറിയിലായിരുന്നു. അവർ പോവാനിറങ്ങിയപ്പോഴുള്ള ശിവകുമാർ, വന്നപ്പോൾ കണ്ടയാളല്ല. ശുഭപ്രതീക്ഷയുടെ തിളക്കമുണ്ടായിരുന്നു ആ മുഖത്ത്. ഇനി വരുമ്പോൾ അനിയനെയും കൊണ്ടുവരണമെന്നായി ശിവകുമാർ. നീ എന്താണ് പറഞ്ഞതെന്നു എസ്.വി ചോദിച്ചപ്പോൾ സഹോദരൻ പറഞ്ഞത്, ഒരു സാന്ത്വന സമീപനം അത്രയേയുള്ളു എന്നാണ്. ഇനി വരുമ്പോൾ അനിയനെക്കൂടി കൊണ്ടുവരണം എന്ന് ശിവകുമാർ പറഞ്ഞതും ഇനി ഞാൻ വരുമ്പോൾ ഡോക്ടർ ഉണ്ടാവില്ലേ എന്ന് മുരശ് കൊട്ടുന്ന യുവാവ് ചോദിച്ചതും ഒരു പോലെയായി. ദിവസങ്ങൾക്കകം

ശിവകുമാർ മരിച്ചു. എസ്.വിയുടെ സഹോദരൻ സതീശൻ നായരും ഇന്നില്ല.

അടുത്തിടെ, ശിവകുമാർ മരിച്ച തീയതി കൃത്യമായി അറിയാൻ അദ്ദേഹത്തിന്റെ ഭാര്യ ഗീതയെ എസ്.വി. വിളിച്ചു. അപ്പോഴാണ് അറിയുന്നത്, അറിഞ്ഞ തീയതിയെക്കാൾ ഭയങ്കരമായി മറ്റൊരു തീയതി കൂടി അറിയേണ്ടിയിരിക്കുന്നു എന്ന്. ശിവകുമാറിന്റെ മകൻ മരിച്ച തീയതി. അന്ന് എസ്.വിയുടെ വീട്ടിൽ വന്ന മകൻ ഹൃദയാഘാതത്താൽ മരിച്ചു. ചില തീയതികൾ തീ പോലെയാണ്. പൊള്ളലേൽപ്പിക്കും. 'മകൻ ഉറങ്ങും മുൻപ് അയാൾ എന്നും ഒരുമ്മ കൊടുക്കാറുണ്ട്. അവൻ ഉറങ്ങിപ്പോയിരിക്കുന്നു' എന്ന് ശിവകുമാറിന്റെ കഥയായ പന്ത്രണ്ടാം മണിക്കൂറിലുണ്ട്. ഇപ്പോൾ മകനും അച്ഛനും ഉണരാത്ത ഉറക്കമായിരിക്കുന്നു. അല്ലെങ്കിൽ ഉറങ്ങും മുൻപ് തനിക്കു കിട്ടേണ്ട ഉമ്മ ചോദിച്ചു വാങ്ങാൻ മകൻ അച്ഛനെ തേടിപ്പോയിരിക്കുന്നു. ■

ശോകത്തിന്റെ പൂക്കൾ

ഞാൻ എവിടെയൊക്കെ ഭൂമി വാങ്ങിയിട്ടിട്ടുണ്ട് എന്നറിയാമോ? എന്റെ ബാങ്ക് ബാലൻസ് എത്ര ഭീമമാണെന്നോ? എന്നു പറഞ്ഞ് പൊട്ടിച്ചിരിക്കുന്നവർ ഉണ്ടാവാം. എന്നാൽ അതേ പൊട്ടിച്ചിരിയോടെ എന്റെ കൊളസ്ട്രോൾ ലെവൽ എത്രയാണെന്നോ? എന്റെ ഉയർന്ന ഷുഗർ ലെവൽ അറിഞ്ഞാൽ നിങ്ങൾ ഞെട്ടും എന്നു പറയുന്നവർ അധികം ഉണ്ടാവില്ല. അങ്ങനെയൊരു ടി.വി. കൊച്ചുബാവയെയാണ് വി. രാജകൃഷ്ണന് അറിയാവുന്നത്. എപ്പോൾ കണ്ടാലും കൊച്ചുബാവ സ്വന്തം രോഗത്തിന്റെ പൂക്കളെക്കുറിച്ച് രോഗത്തിന്റെ പൂക്കളുടെ രചയിതാവിനോട് വർണശബളമായി വിസ്തരിക്കുമായിരുന്നു. നിലയ്ക്കാത്ത പൊട്ടിച്ചിരിയുടെ അകമ്പടിയോടെ നിഷ്കളങ്കമായ ആ ചിരി രാജകൃഷ്ണൻ പിന്നെ കേട്ടത് ഒരു കബർസ്ഥാനിൽ വച്ചാണ്. എപ്പോഴുമുള്ള ചിരിയും ചെറിയ കാര്യത്തിനുപോലും സുഹൃത്തുക്കളോട് പിണങ്ങുന്ന രീതിയും കൊച്ചുബാവയിൽ ഒരു കൊച്ചുകുട്ടിയുണ്ടെന്നു തോന്നിപ്പിച്ചു.

നേരത്തെ അടുപ്പം ഉണ്ടായിരുന്നെങ്കിലും രാജകൃഷ്ണൻ സംവിധാനം ചെയ്ത പങ്കായം എന്ന ടെലിഫിലിം കണ്ട് കൊച്ചുബാവ ഫോൺ വിളിച്ചതോടെയാണ് ഇവരുടെ ബന്ധം ദൃഢമായത്. താൻ പത്രാധിപരായുള്ള ഗൾഫ് വോയ്സിലേക്ക് ലേഖനങ്ങൾ ചോദിച്ച് കൊച്ചുബാവ പിന്നീട് രാജകൃഷ്ണനെ വിളിക്കുമായിരുന്നു. അങ്ങനെയിരിക്കെ ഇവർ ഒന്നിച്ച് ഗൾഫിലേക്കൊരു യാത്ര നടത്തി. വിമാനത്തിൽ കയറിയപ്പോൾ തൊട്ടേ കൊച്ചുബാവ വളരെ അസ്വസ്ഥനായിരുന്നു എന്ന് രാജകൃഷ്ണൻ. വെരിക്കോസ് വെയിനും ഉയർന്ന പ്രമേഹവും കൊളസ്ട്രോളും രക്തസമ്മർദവും മൂലമുള്ള ഉപദ്രവങ്ങൾ കൊച്ചുബാവയിൽ പിടിമുറുക്കുന്നത് രാജകൃഷ്ണൻ അറിഞ്ഞു. കൊച്ചുബാവയുടെ ശരീരഭാഗങ്ങൾ ഒന്നൊന്നായി പണിമുടക്കുമ്പോഴും അദ്ദേഹം അതൊക്കെ ചിരിച്ചു തള്ളി. ആരോഗ്യത്തിൽ ശ്രദ്ധവേണമെന്നും കൃത്യമായി മരുന്നു കഴിക്കണമെന്നും പറയുന്നത് കൊച്ചുബാവയ്ക്ക് അത്ര ഇഷ്ടമല്ലായിരുന്നു എന്ന് രാജകൃഷ്ണൻ.

ഷാർജയിലെ മലയാളി വ്യവസായി ആയിരുന്ന മോഹൻദാസിന്റെ വീട്ടിലാണ് ഇവർക്ക് താമസം ഏർപ്പാടാക്കിയത്. ഷാർജയിൽ എത്തിയതിന്റെ പിറ്റേന്ന് രാവിലെ ആറുമണിയായപ്പോൾ കൊച്ചുബാവ രാജകൃഷ്ണനോട് പറഞ്ഞു. നമുക്ക് ഒന്നു നടന്നിട്ടു വരാം എന്ന്. കൊച്ചുബാവ രാജകൃഷ്ണനെ നേരെ കൊണ്ടുപോയത് വിശാലമായ ഒരു കബർസ്ഥാനിലാണ്. അവിടെ തളം കെട്ടിനിന്ന മൂകതയെ ഭഞ്ജിച്ചുകൊണ്ട് കൊച്ചുബാവ സ്വതസ്സിദ്ധമായ പൊട്ടിച്ചിരിയോടെ തന്റെ രോഗങ്ങളെക്കുറിച്ചാണ് അപ്പോഴും പറഞ്ഞത്. എന്തൊക്കെ പറഞ്ഞാലും നമ്മളൊക്കെ അവസാനം എത്തേണ്ടത് ഇവിടെയല്ലേ, മാഷേ എന്നും പറഞ്ഞു. എല്ലാവരും അവസാനം പോവേണ്ടിടത്തേക്ക് നമ്മൾ ആദ്യം എത്തിയത് എന്തിനാണെന്നു മാത്രം രാജകൃഷ്ണൻ ചോദിച്ചില്ല. അവർ യുഎഇയിലെ പല രാജ്യങ്ങളും സന്ദർശിച്ചു. കൊച്ചുബാവ കൂടുതൽ അസ്വസ്ഥനായി. രോഗങ്ങൾ വീണ്ടും അലട്ടി.

കാലിൽ നീരുണ്ടെന്നും നമുക്കൊന്നിച്ച് മടങ്ങാൻ പറ്റില്ലെന്നും കൊച്ചുബാവ പറഞ്ഞു. ഞാൻ വിശ്രമിച്ചിട്ട് ഒരാഴ്ച കഴിഞ്ഞ് വരാം എന്നായി അദ്ദേഹം. രാജകൃഷ്ണൻ കേരളത്തിലെത്തി ഒരാഴ്ച കഴിഞ്ഞ് കൊച്ചുബാവയും തിരികെ എത്തി.

പിന്നെ കൊച്ചുബാവ വിളിച്ചത് ഗൾഫ് വോയ്സ് വിടുകയാണെന്നു സൂചിപ്പിക്കാനാണ്. ഒരു മാസിക തുടങ്ങണമെന്നുണ്ടെന്നും പറഞ്ഞു. മൂന്നു മാസം കഴിഞ്ഞതും കൊച്ചുബാവ മരിച്ചു. മരണത്തിന്റെ മുന്നറിയിപ്പുകൾ മനസ്സിലാക്കിയാണോ കൊച്ചുബാവ കബർസ്ഥാനിലേക്ക് പോയത്?

വാർധക്യം അത്രമേൽ ഭയപ്പെടുത്തിയതു കൊണ്ടാവുമല്ലോ അൻപത്തിയഞ്ച് വയസ്സിലേ വൃദ്ധസദനത്തിൽ എത്തേണ്ടി വന്ന സിറിയക് ആന്റണിയെ കേന്ദ്രീകരിച്ച് കൊച്ചുബാവ 'വൃദ്ധസദനം' എഴുതിയത്. കൊച്ചുബാവ വൃദ്ധനാവാൻ കാത്തുനിൽക്കാതെ കടന്നുകളഞ്ഞതും അതുകൊണ്ടാവാം. വൃദ്ധസദനത്തിലെ അമ്മാമ്മ മരിച്ചാലുടനെ കാലുകൾ കൂട്ടിക്കെട്ടാൻ കീശയിൽ ചരടുമായി നടക്കുന്ന കൃശഗാത്രനെപ്പോലെ മരണം കൊച്ചുബാവയുടെ കൂടെ ഉണ്ടായിരുന്നു. ഓരോ ചുവടിലും അവൻ ഒപ്പമെത്തി. തന്റെ കബർസ്ഥാനിലിരുന്നും കൊച്ചുബാവ ചിരിക്കുകയാവും, അന്നത്തെപ്പോലെ. ■

വിജയനിലെ വെളിച്ചം

നമ്മൾ വിചാരിക്കുന്ന രീതിയിലായിരുന്നില്ല എം.എൻ.വിജയന്റെ ഒരിടത്തുനിന്നുമുള്ള യാത്ര പറയൽ. അവസാന വിടവാങ്ങലും അങ്ങനെയായതിൽ അത്ഭുതമില്ല. അതാണല്ലോ ഒരു പരിപാടിക്ക് പോയവഴിക്ക് അദ്ദേഹം സഹായിയോടും ഡ്രൈവറോടുമൊപ്പം കടയിൽ കയറി ചായയും ദോശയും കഴിച്ചിട്ടും പോവാതെ അവിടെ കുറെനേരം നിന്നത്. കൈ കഴുകി പൈസ കൊടുത്തിട്ടും അദ്ദേഹം പോവുന്നില്ല. ഒടുവിൽ പലകുറി ചോദിച്ചപ്പോഴാണ് പറഞ്ഞത്, 'നല്ല ദോശയായിരുന്നു സപ്ലയറോട് യാത്ര പറഞ്ഞിട്ടു പോവാമെന്നു കരുതി' എന്ന്. സപ്ലയർ അപ്പോഴേക്കും അടുക്കളയിൽ കയറി വേറെന്തോ ജോലിയിൽ ഏർപ്പെട്ടിരുന്നു.

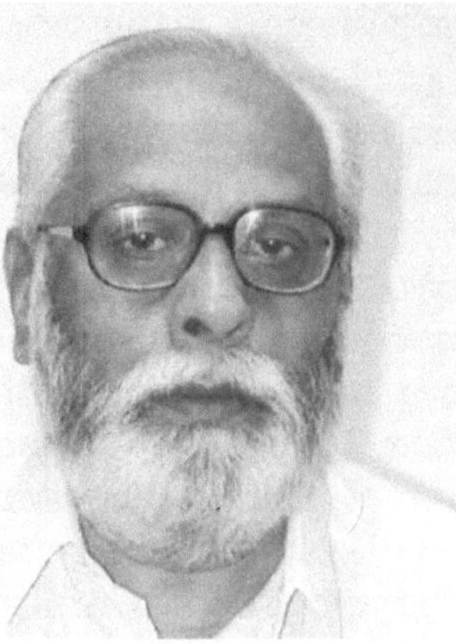

യാത്രപറയൽ മാത്രമല്ല വിജയൻ ഒരിടത്തേക്ക് വരുന്നതും നമ്മൾ പ്രതീക്ഷിക്കുന്ന രീതിയിൽ അല്ല എന്ന് എസ്. ജയചന്ദ്രൻനായർക്ക് അദ്ദേഹത്തെ ആദ്യം കണ്ടപ്പോഴേ മനസ്സിലായി. താൻ പത്രാധിപരായ വാരികയിൽ ഒരു പംക്തി തുടങ്ങണമെന്നു പറഞ്ഞ് അദ്ദേഹം വിജയന് കത്തുകൾ എഴുതിയ കാലം. മറുപടിയൊന്നും വന്നില്ല. അങ്ങനെയിരിക്കെ സമസ്ത കേരള സാഹിത്യപരിഷത്തിന്റെ യോഗത്തിന് വിജയൻ എത്തുമെന്നറിഞ്ഞ് കാണാൻ ചെന്നതായിരുന്നു ജയചന്ദ്രൻ നായർ. അവിടെ വച്ച് പംക്തിയുടെ കാര്യം ചോദിക്കാമല്ലോ. വീട്ടിൽ നിന്ന് കൊച്ചിവരെ ബസിൽ വന്നിട്ട് അവിടെ നിന്ന് ഓട്ടോ പിടിച്ചാണ് വിജയൻ വന്നത്. അതായിരുന്നു ആദ്യ കൂടിക്കാഴ്ച. സമയം തരണം, പംക്തി എഴുതാം. ഇതു വാക്കാണ് എന്നു പറഞ്ഞു വിജയൻ. അദ്ദേഹം അതു പാലിക്കുകയും ചെയ്തു എന്നു ജയചന്ദ്രൻ നായർ. വിജയനെക്കുറിച്ച് ആലോചിക്കുമ്പോഴൊക്കെ റോബർട്ട് ബ്രൗണിങ്ങിന്റെ ഗ്രമേറിയൻസ് ഫ്യൂണറൽ എന്ന കവിത ജയചന്ദ്രൻ നായരുടെ മനസ്സിലേക്ക് എത്തും. ആ കവിതയിലെ വൈയാകരണനെപ്പോലെയായിരുന്നു വിജയൻ എന്ന് ജയചന്ദ്രൻനായർക്കു തോന്നാറുണ്ട്. ജീവിച്ച കാലമത്രയും വിജ്ഞാനത്തിന്റെ അവസാന വാക്കായിരുന്നു അദ്ദേഹം.

ഒരു ദിവസം ജയചന്ദ്രൻനായരുടെ ഓഫിസിലേക്കു വന്ന് ഒരാൾ ഒരു ലേഖനം കൊടുത്തു. വിജയനെതിരായ ലേഖനമായിരുന്നു അത്. പ്രസിദ്ധീകരിക്കാനാവില്ലെന്നും ഇതിലെ വാദങ്ങളിൽ കഴമ്പില്ലെന്നും പറഞ്ഞ് ജയചന്ദ്രൻനായർ ആഗതനെ പറഞ്ഞുവിട്ടു. പിന്നീടൊരിക്കൽ വിജയൻ ജയചന്ദ്രൻനായരെ വിളിച്ചു, ഒരു ചെറുപ്പക്കാരന്റെ ജോലിക്കാര്യത്തിന്. തനിക്ക് വളരെ വേണ്ടപ്പെട്ടയാളാണെന്നും ജോലി കൊടുത്താൽ നന്നായി എന്നും പറഞ്ഞാണ് വിളിച്ചത്. വിജയൻ പറഞ്ഞു എന്ന ഒറ്റക്കാരണത്താൽ താൻ അതു ചെയ്തു കൊടുത്തെന്ന് ജയചന്ദ്രൻനായർ. പക്ഷേ ആ ചെറുപ്പക്കാരൻ വിജയനെതിരെ ലേഖനവുമായി വന്നയാളുടെ മകനായിരുന്നു എന്നു കൂടി നാം അറിയേണ്ടതുണ്ട്. ഇങ്ങനെ വിജയൻ ധാരാളം പേർക്ക് വെളിച്ചമായിട്ടുണ്ട്. 'ചിതയിലെ വെളിച്ചം' എഴുതിയ അദ്ദേഹം പലർക്കും ജീവിതത്തിലെ വെളിച്ചമായി. പല രോഗികളുടെയും മോശം ധനസ്ഥിതി അറിഞ്ഞ് മരുന്നു വാങ്ങി കൊടുത്തു വിടുന്നതായിരുന്നു

അതിലൊന്ന്. നാലു തവണ ആത്മഹത്യയ്ക്ക് ശ്രമിച്ച് പരാജയപ്പെട്ട പ്പോൾ തനിയെ ഷോക്കടിപ്പിച്ച് മരിക്കാൻ ശ്രമിച്ചയാളെ മുതൽ പഠിക്കാൻ മടിയുള്ള കുട്ടികളെ വരെ മാനസാന്തരപ്പെടുത്തി ജീവിത ത്തിലേക്ക് തിരിച്ചു കൊണ്ടുവന്നിട്ടുണ്ട് അദ്ദേഹം. അങ്ങനെ പാഠം മാസികയുടെ പത്രാധിപർ മറ്റുള്ളവർക്ക് ഒരു ഗുണപാഠം കൂടിയാ യിരുന്നു. പിന്നെ പല തവണ ജയചന്ദ്രൻനായർ വിജയനെ കൊടു ങ്ങല്ലൂരിലെ വീട്ടിൽ പോയി കണ്ടിട്ടുണ്ട്. ഒടുവിൽ പോയി കണ്ടത് ഒരു കൊടുങ്ങല്ലൂർ ഭരണിക്കാലത്തായിരുന്നു എന്ന് ജയചന്ദ്രൻ നായർ ഓർക്കുന്നു. അവസാനമായി കണ്ടപ്പോൾ വിജയൻ ജയ ചന്ദ്രൻനായരോട് പറഞ്ഞത് നമ്മുടെ സമൂഹത്തിന്റെ തകർച്ചയെ ക്കുറിച്ചാണ്. അർഥമില്ലാത്ത ഫലിതവും നാട്യങ്ങളും അരങ്ങ് വാഴുന്ന സമൂഹമായി നാം പരിണമിച്ചതിന്റെ നിരാശ ആ മുഖത്ത് കണ്ടു എന്ന് ജയചന്ദ്രൻനായർ. റോസാദലങ്ങൾക്കു പകരം കുപ്പിച്ചില്ലുകൾ കൂടിവരുന്ന ലോകത്തെക്കുറിച്ചുള്ള ആശങ്കയാണ് വിജയനിൽ റോസാദലങ്ങളുടെയും കുപ്പിച്ചില്ലുകളുടെയും എഴുത്തുകാരൻ അപ്പോൾ കണ്ടത്.

■

പിഞ്ഞിപ്പോയ പട്ടുനൂൽ

ഓട്ടോഗ്രാഫുകളുടെ ഭംഗിയായിരുന്നു ഷെൽവി അണിയിച്ചൊരുക്കിയ മൾബെറിയുടെ പുസ്തകങ്ങൾക്ക്. ഓട്ടോഗ്രാഫുകളെക്കുറിച്ച് നാം ചിന്തിക്കുന്നത് വേർപിരിയലിന്റെ പാതയിൽ വച്ചാണ്. ഷെൽവി വേർപിരിയലിന്റെ പാത നേരത്തെ തന്നെ തെരഞ്ഞെടുക്കുകയും ചെയ്തു. ഓട്ടോഗ്രാഫിൽ കുറിച്ചിട്ട തീയതി പോലെ കെ.പി. രാമനുണ്ണി കൃത്യമായി ഓർക്കുന്നുണ്ട് ആ ദിവസം. 2003 ജൂലൈ പത്ത് 'ഉണ്ണ്യേ, വൈകുന്നേരം ഒന്നു കയറിപ്പോ നമുക്ക് ചെറുങ്ങനെ ഇരിക്കാം' എന്ന ഷെൽവിയുടെ ആവശ്യം ശിരസാവഹിച്ച് കോഴിക്കോട് ആര്യഭവൻ ഹോട്ടലിലെ മൾബെറിയുടെ ഓഫിസിലെത്തിയതായിരുന്നു രാമനുണ്ണി. അതിനു രണ്ടാഴ്ച മുൻപു മലബാർ പാലസ് ഹോട്ടലിൽ വച്ചുണ്ടായ സംഭവം സംഭാഷണത്തിൽ കടന്നുവരുമെന്ന് രാമനുണ്ണിക്ക് അറിയാമായിരുന്നു. അമേരിക്കയിൽ നിന്നു വന്ന സാഹിത്യാസ്വാദകനായ ഒരു വലിയ മലയാളി ബിസിനസുകാരനും പി.കെ. പാറക്കടവും ഷെൽവിയുമാണ് രാമനുണ്ണിയോടൊപ്പം അന്ന് ഹോട്ടലിൽ ഉണ്ടായിരുന്നത്. കളിയും ചിരിയും മുറുകിയപ്പോൾ ഒരു സിനിമാനടന്റെ പേരു പറഞ്ഞിട്ട് ഷെൽവിക്ക് അയാളുടെ മട്ടും മാതിരിയുമുണ്ടെന്നു പ്രവാസി സുഹൃത്ത് തമാശ പറഞ്ഞത് ഷെൽവിക്കു രസിച്ചില്ലെന്ന് രാമനുണ്ണി. ഓർക്കാപ്പുറത്ത് ഷെൽവിക്കപ്പോൾ ദേഷ്യം വന്നത് ഇന്നലത്തെപ്പോലെ രാമനുണ്ണിയുടെ മനസ്സിലുണ്ട്. പിണക്കം മൂത്തപ്പോൾ ഇരുവരെയും രാമനുണ്ണി ഇടപെട്ട് രണ്ടു മുറികളിലാക്കി. പ്രവാസിസുഹൃത്തിന് എന്തു തോന്നിയാലും വേണ്ടില്ലെന്നു കരുതി രാമനുണ്ണി ഷെൽവിയുടെ പക്ഷത്തുതന്നെ നിന്നു. ആ സൗന്ദര്യ

പ്പിണക്കം പക്ഷേ ഇരുവർക്കും മനഃപ്രയാസമുണ്ടാക്കി.

അതിനുശേഷം മൾബെറി ഓഫീസിൽ വച്ച് ആദ്യമായി ഷെൽവിയെ കാണുകയാണ്. അപ്പോൾ രാമനുണ്ണി പറഞ്ഞു, അന്നത്തെ പിണക്കം വേണ്ടിയിരുന്നില്ലെന്ന്. അതുകേട്ട് ഷെൽവി 'ശരിയാ ഉണ്ണ്യേ കോവളത്തെ ഫൊക്കാനാ സമ്മേളനത്തിന് പോവുമ്പോൾ നീ അയാളെ കാണുമല്ലോ എന്റെ ക്ഷമാപണം അറിയിക്ക് പിന്നെ...' രാമനുണ്ണി എടുത്തുചോദിച്ചു: 'പിന്നെ?' പിന്നെ ഉടനെ ഞാൻ വിശുദ്ധനാവാൻ പോവുകയാണെന്നും പറഞ്ഞേക്ക് എന്നായി ഷെൽവി. എന്താ എന്നെ കളിയാക്കുകയാണോ എന്നാണ് രാമനുണ്ണി തിരിച്ചുചോദിച്ചത്. ഷെൽവി അപ്പോൾ സുസ്മേരവദനനായി. അല്ല ഇത്രത്തോളം നന്നാവാൻ തീരുമാനിച്ചോ എന്നുകൂടി രാമനുണ്ണി ചോദിച്ചപ്പോൾ ഷെൽവി ആവർത്തിച്ചു : 'ഞാൻ പറഞ്ഞില്ലേ ഉണ്ണ്യേ, നിങ്ങൾ കോവളത്ത് പോയി വരുമ്പോഴേക്കും ഞാൻ വിശുദ്ധനായിട്ടുണ്ടാവും. 'വിശുദ്ധൻ'. തുടർന്ന് രണ്ടരമണിക്കൂറിലേറെ അത്യന്തം മൃദുലമനോഹരമായാണ് ഷെൽവി രാമനുണ്ണിയോടു പെരുമാറിയത്. മാത്രമല്ല ആ സംഭാഷണത്തിൽ അതീവ അനുതാപത്തോടെ മനുഷ്യൻ എന്ന പദം ഷെൽവി അൻപതു തവണയെങ്കിലും ആവർത്തിക്കുകയും ചെയ്തു.

ഹർഷപുളകിതനായ ഷെൽവി പോവാൻ നേരം രാമനുണ്ണിയെ ഉമ്മവച്ചു. അടുത്തമാസം ഫോൺകോളിന്റെ രൂപത്തിൽ ആ വാർത്ത തേടിയെത്തി, ഷെൽവി ജീവിതം മതിയാക്കി എന്ന്. അപ്പോൾ തന്റെ ചെവിയിൽ ആ വാക്കുകൾ വന്നലയ്ക്കുകയായിരുന്നു എന്ന് രാമനുണ്ണി : 'ഉണ്ണ്യേ നിങ്ങൾ കോവളത്ത് പോയി വരുമ്പോഴേക്കും ഞാൻ വിശുദ്ധനായിട്ടുണ്ടാവും. വിശുദ്ധൻ'.

ഷെൽവി എഡിറ്റ് ചെയ്ത ഓർമ്മപ്പുസ്തകത്തിൽ അദ്ദേഹത്തിന്റെ കൂടി ഒരോർമ്മയുണ്ട്. സനിൽദാസ് എന്ന സുഹൃത്ത് ആത്മഹത്യ ചെയ്തതിനെക്കുറിച്ച്. മറ്റെന്തിനെക്കാളും ആഴത്തിൽ സ്വന്തം ഹൃദയത്തിൽ വേരോടിയ ആ ഓർമ്മയ്ക്ക് കൂട്ട് പോയതാവാം ഷെൽവിയും. പല നൂലുകൾക്കിടയിലെ പട്ടുനൂൽ പോലെ തോന്നും പല പുസ്തകങ്ങൾക്കിടയിൽ മൾബെറിപ്പുസ്തകങ്ങൾ ഇന്നു കാണുമ്പോഴും. മരണത്തിലും ഷെൽവിയുടെ മുഖം അതിശയകരമാം വിധം പ്രസന്നവും സുസ്മേരപൂരിതവുമായിരുന്നു എന്ന് സകലരും പറഞ്ഞെന്ന് രാമനുണ്ണി. കഷ്ടപ്പാട് സഹിച്ച് ഷെൽവി പുറത്തിറക്കിയ പുസ്തകങ്ങൾ പോലെ പ്രസന്നം. ■

മരണത്തിന്റെ കൂട്ടിലേക്ക്

എം.പി. നാരായണപിള്ള എന്തെഴുതിയാലും അതിലൊരു മൂന്നാം കണ്ണ് ഉണ്ടാവും. എല്ലാവരും നാണപ്പൻ എന്നും താൻ എം.പി. എന്നും വിളിക്കുന്ന നാരായണപിള്ളയെ ഓർക്കുമ്പോൾ എൻ.എസ്. മാധവന്റെ മനസ്സിലേക്കു മൂന്നാമതായി ഒരാൾ എത്തുന്നു. പ്രമുഖ പത്രപ്രവർത്തകനായിരുന്ന പി.സി.ജോസഫ്. മാധവനും നാരായണപിള്ളയ്ക്കുമിടയിലുള്ള സൗഹൃദത്തിന്റെ പ്രധാനകണ്ണിയാണ് ജോസഫ്. കേരള സർവകലാശാലയുടെ ഡിപ്പാർട്ട്മെന്റ് ഓഫ് ഇക്കണോമിക്സിൽ എം.എയ്ക്ക് പഠിക്കുമ്പോൾ അവിടെ മാധവന്റെ ഒരു വർഷം സീനിയറായിരുന്നു ജോസഫ്. അതൊക്കെ കഴിഞ്ഞാണ് മൂന്നുപേരും കൂടുതലടുപ്പമായത്. ഡൽഹിയിലും മുംബൈയിലും തിരുവനന്തപുരത്തുമൊക്കെ അവർ ഒത്തുകൂടുമായിരുന്നു. 1997-ൽ മാധവൻ വാഹനാപകടത്തിൽ പരുക്കേറ്റ് കിടക്കുമ്പോൾ അദ്ദേഹത്തിന് നാരായണപിള്ളയുടെ കത്തുവന്നു. നാരായണപിള്ളയുടെ ശൈലിയിൽ പറഞ്ഞാൽ കായിതം. നാലഞ്ചു പേജുള്ള ആ കായിതം അടുത്തിടെ വരെ മാധവന്റെ കയ്യിലുണ്ടായിരുന്നു. പ്ലാനിങ് കമ്മിഷനിലെ ഉദ്യോഗം രാജിവച്ചയാളാണല്ലോ പിള്ള. അവിടെ ജോലിയിലുണ്ടായിരുന്നെങ്കിൽ വിരമിക്കേണ്ട തീയതി ഞാനീ കത്തെഴുതുന്ന

ദിവസമായിരുന്നു എന്ന പ്ലാനിങ്ങിൽ തുടങ്ങി പിള്ളയുടെ സ്വതസ്സിദ്ധമായ ശൈലിയിലുള്ള പല പരാമർശങ്ങളും കത്തിലുണ്ടായിരുന്നു എന്നു മാധവൻ ഓർക്കുന്നു. ‘വളരെ നല്ല കാര്യമാണ് ദീർഘകാലം ആശുപത്രിയിൽ കിടക്കേണ്ടിവരുന്നത്, വായനയിലേക്ക് തിരിച്ചുവരാം തുടങ്ങിയ ഗുണങ്ങൾ ആശുപത്രിവാസം കൊണ്ടുണ്ട്’ എന്നൊക്കെയായിരുന്നു കത്തിലുള്ളത്. നാരായണപിള്ളയുടെ കത്തുവന്ന കാര്യം മാധവൻ ജോസഫിനോടും ഫോണിൽ പറഞ്ഞു. മാധവന് അപകടം പറ്റുന്നതിന് ഏതാണ്ട് ഒരു വർഷം മുൻപ് മാധവനും നാരായണപിള്ളയും എറണാകുളത്തു വച്ച് തമ്മിൽ കണ്ടിരുന്നു.

അങ്ങനെയിരിക്കെ ഒരു ദിവസം കാലത്ത് മാധവന് എം.പി. നാരായണപിള്ള മരിച്ചു എന്ന വിവരം ലഭിച്ചു. അതിന്റെ ആഘാതത്തിൽ മാധവൻ ആദ്യം വിളിച്ചത് തിരുവനന്തപുരത്തുള്ള ജോസഫിനെയാണ്. പക്ഷേ ആരും ഫോൺ എടുക്കാത്തതിനാൽ ജോസഫിനെ കിട്ടുന്നില്ലല്ലോ എന്നു പറയാനായി തിരുവനന്തപുരത്ത് മറ്റൊരാളെ വിളിച്ചു. അപ്പോഴാണ് മാധവൻ അറിയുന്നത് തലേന്ന് രാവിലെ ജോസഫ് മരിച്ചെന്ന്. ജോസഫ് മരിച്ച് 24 മണിക്കൂർ തികയുന്നതിന് മുൻപേ നാരായണപിള്ളയും.

ജോസഫ് പോവുമ്പോൾ നാരായണപിള്ളയ്ക്ക് എങ്ങനെ കൂടെപ്പോവാതിരിക്കാൻ കഴിയും? നാരായണപിള്ളയ്ക്ക് എന്തോ കാര്യത്തിന് പൈസ വേണമെന്ന് അറിഞ്ഞപ്പോൾ തിരുവനന്തപുരത്തു നിന്ന് അതിനു വേണ്ടി മാത്രം മുംബൈയിൽ വന്ന് പണം കൊടുത്തിട്ടുപോയ ആളാണ് ജോസഫ്. ജോസഫിന് അസുഖം കൂടിയപ്പോഴാണ് നാരായണപിള്ളയ്ക്കും സുഖമില്ലെന്നു തോന്നിയത്. ഡോക്ടറെ കാണേണ്ട എന്ന് നാരായണപിള്ള ജോസഫിനോടു പറഞ്ഞു. പക്ഷേ ജോസഫിനോട് അതു പറഞ്ഞതുകൊണ്ട് താനും ഡോക്ടറെ കാണുന്നില്ല എന്നു നാരായണപിള്ള നിശ്ചയിച്ചു.

ജോസഫ് സുഖമില്ലാതെ കിടന്ന നാളുകളിൽ നാരായണപിള്ള ഫോൺ ചെയ്യുമ്പോൾ ചോദിക്കുമായിരുന്നത്രേ നാണപ്പന് നെഞ്ചിൽ വേദനയുണ്ടോ എന്ന്. ഉണ്ടെന്ന് നാണപ്പൻ പറഞ്ഞാൽ ജോസഫും വേദനയുണ്ടെന്നു പറയും. താടിക്ക് വേദനയുണ്ടോ എന്നു ചോദിക്കും. നാരായണപിള്ള വേദനയുണ്ടന്നു പറഞ്ഞാൽ ജോസഫും വേദന യുണ്ടെന്നു പറയും. എന്നെ കൊണ്ടുപോവാൻ നോക്കുകയാണെന്ന് നാരായണപിള്ള തമാശയായി വീട്ടിൽ പറഞ്ഞു. എങ്കിലും പിറ്റേന്നു രാവിലെ നാരായണപിള്ളയും പോയി. ജോസഫ് മുംബൈയിലെ നാരായണപിള്ളയുടെ വീട്ടിൽ കടുത്ത വേനലിലും കോട്ടിട്ടാണ് വന്നിരുന്നത്. ഇതുകണ്ട് നാരായണപിള്ളയുടെ ഭാര്യ പ്രഭ ചിരിക്കും. അവസാനം വീട്ടിൽ വന്നപ്പോഴും പ്രഭ ഇതു കണ്ടു ചിരിച്ചു. അപ്പോൾ ക്ഷമാപണത്തോടെ ജോസഫ് ഇതി ഉവാചഃ 'പെട്ടിയിൽ സ്ഥലം ഇല്ലാത്തതുകൊണ്ടാണ് ദേഹത്ത് ഇട്ടില്ലെങ്കിൽ ഇതുകൊണ്ടു പോവാൻ പറ്റില്ല'. കോട്ട് പോലെ തന്റെ ജീവിതത്തിന്റെ ഭാഗമായി രുന്നു ജോസഫിന് നാരായണപിള്ളയും എന്ന് മാധവൻ തിരിച്ചറി യുന്നു.

■

വാതിൽ ചാരാതെ

പി.വൽസല കൂടുതൽ പേർക്കും വൽസലടീച്ചറാണ്. എന്നാൽ കവി എ. അയ്യപ്പൻ വൽസലയെ ചേച്ചി എന്നാണ് വിളിച്ചിരുന്നത്. എന്തുകൊണ്ടാവാം അതെന്ന് ചിന്തിക്കുമ്പോൾ വൽസലയ്ക്ക് കിട്ടുന്ന ഉത്തരം അയ്യപ്പന്റെ കവിതകളിലെ അമ്മ-പെങ്ങൾ ബോധം വളരെ ശക്തമായിരുന്നല്ലോ എന്നാണ്. ബോധം പോയ അയ്യപ്പനെ നാം പല തവണ കണ്ടിട്ടുണ്ട്. എന്നാൽ ഒരിക്കലും നഷ്ടമാവാത്ത അമ്മ പെങ്ങൾ ബോധം ആ കവിതയിൽ തെളിഞ്ഞുനിന്നു. എന്റെ പെങ്ങൾ മാത്രമേ, എനിക്കൊരു കണ്ണിയായി ലോകത്തിലുള്ളൂ എന്ന് അയ്യപ്പൻ വൽസലയോട് പറയുമായിരുന്നു. പിന്നെ നിങ്ങളൊക്കെയില്ലേ എന്നതായിരുന്നു അടുത്ത വാചകമെന്ന് വൽസല ഓർക്കുന്നു. എനിക്കൊരു കാമിനിയല്ല. ആനന്ദത്താലും ദുഃഖത്താലും കണ്ണു നിറഞ്ഞ ഒരു പെങ്ങളില വേണം എന്ന് കവി എഴുതിയത് വെറുതെയല്ല. എല്ലാവരെയും അമ്മയായും പെങ്ങളായും കണ്ട അയ്യപ്പന് ഒരു സ്ത്രീയെയും ഭാര്യയായി കാണാനായില്ല. അയ്യപ്പൻ പറഞ്ഞിട്ടുണ്ട്, മഴയാണ് എനിക്കമ്മ. കാരണം തെരുവിൽ എന്നെ കുളിപ്പിക്കുന്നത് മഴയാണ് എന്ന്.

കോഴിക്കോട്ടു വച്ചാണ് വൽസല അയ്യപ്പനെ ആദ്യമായി കണ്ടത്. അന്ന് 'ഒരേ തൂവൽകക്ഷി'യായി ജോൺഎബ്രഹാമും കവിയോടൊപ്പം

ഉണ്ടായിരുന്നു. പിന്നെ എപ്പോൾ കണ്ടാലും അയ്യപ്പൻ വൽസലയുടെ അടുത്തെത്തും. പൈസ ചോദിക്കുമ്പോഴൊക്കെ കൊടുക്കുമായിരുന്നു. ഭക്ഷണം കഴിക്കാൻ വിളിച്ചാൽ കൂടെയിരുന്ന് കഴിക്കില്ലായിരുന്നു എന്ന് വൽസല. നിർബന്ധിച്ചാൽ പിന്നെ കഴിച്ചോളാം എന്നു പറയും. ഒരിക്കൽ പ്രാതൽ കഴിക്കാൻ ക്ഷണിച്ചപ്പോൾ എന്തിനാ ചേച്ചി പ്രാതൽ? പ്രാതൽ, ഊണ്, അത്താഴം ഇതൊക്കെ എനിക്ക് എപ്പോഴാ കിട്ടുകയെന്ന് ഉറപ്പില്ല. എവിടുന്നാ കിട്ടുകയെന്നും ഉറപ്പില്ല എന്നു പറഞ്ഞു. സമയത്തെയൊക്കെ മായ്ച്ചു കളയുന്നതായിരുന്നു ആ ജീവിതം.

എഴുത്തുകാർ കൂടെക്കൂടെ കോട്ടയത്ത് പോവുന്നത് എന്തിനാണ്? അത് റോയൽറ്റി വാങ്ങാനാണെന്നായിരുന്നു അയ്യപ്പൻ കരുതിയത്. അങ്ങനെ റോയൽറ്റി ഒന്നും കിട്ടാതിരുന്ന ഒരു ദിവസമാവും ഏറ്റുമാനൂർ ബസ് സ്റ്റാൻഡിൽ ചിലർ അയ്യപ്പനെ ബാഗും ഫയലും കച്ചവടം ചെയ്യുന്ന ഒരാളുടെ രൂപത്തിൽ കണ്ടത്. തനിക്ക് ഒരു സമ്മേളനത്തിൽ പങ്കെടുത്തപ്പോൾ കിട്ടിയ ബാഗും ഫയലും ആർക്കെങ്കിലും മറിച്ചു വിറ്റു കാശാക്കാൻ നിൽക്കുകയായിരുന്നു കവി.

കൈ നീട്ടിയാൽ കിട്ടും എന്ന് അയ്യപ്പന് അറിയാമായിരുന്നു. പക്ഷേ അതൊരു മോശം കാര്യമായി അയ്യപ്പൻ കരുതിയില്ല. സമ്മാനം വാങ്ങാൻ കൈ നീട്ടുന്ന കുട്ടിയെപ്പോലെ ചിരിച്ചു കൊണ്ടാണ് ഓരോ തവണയും കവി കൈ നീട്ടിയത്. അങ്ങനെയൊരു ദിവസം കോട്ടയത്ത് സാഹിത്യപ്രവർത്തകസഹകരണസംഘത്തിന്റെ ഭരണസമിതി യോഗം കഴിഞ്ഞ് ഇറങ്ങി വരുന്ന വൽസലയുടെ മുന്നിലുണ്ട് കവി ഹാജരായി. തിരുവനന്തപുരത്ത് പോവാൻ പൈസ വേണം എന്നാണ് പറഞ്ഞത്. വൽസല കയ്യിലുള്ളത് കൊടുത്തു. അതുവാങ്ങിനോക്കിയിട്ട് ഇതു പോരാ. എനിക്ക് ഉടൻ ടാക്സി പിടിച്ച് തിരുവനന്തപുരത്ത് പോവാനാണ് എന്നൊരു കള്ളവും പറഞ്ഞത് വൽസല ഓർക്കുന്നു. അന്നാണ് അവസാനം കണ്ടത്. പണം ചോദിക്കുന്നയാളെ കണ്ടാൽ പലരും ഒഴിഞ്ഞുമാറാൻ നോക്കും. എന്നാൽ അയ്യപ്പൻ പൈസ ചോദിച്ചാലും എല്ലാവർക്കും അതൊരിഷ്ടമായിരുന്നു. പനി പിടിക്കുമെന്നറിഞ്ഞാലും മഴ നനയുന്നതുപോലെ ഒരിഷ്ടം. പക്ഷിയുടെ

മരണത്തിന് പക്ഷികൾ കൂട്ടമായി എത്തുന്നതുപോലെ അയ്യപ്പന്റെ മരണത്തിന് കവികൾ ഒറ്റയ്ക്കും തെറ്റയ്ക്കുമല്ല കാവ്യസംഘങ്ങളായാണ് വരുന്നതെന്ന് മരണമറിഞ്ഞ് ചെന്നപ്പോൾ വൽസല കണ്ടു.

എന്നിട്ട് കിളികുലം പലജാതി ശബ്ദങ്ങൾ കൊണ്ട് അവരുടെ പരേതന് ആദരാഞ്ജലി അർപ്പിക്കുന്നതു പോലെ അവർ മാറി നിന്ന് കവിതകൾ ഉറക്കെച്ചൊല്ലി. ഇവിടെ അയ്യപ്പനെ ഓർക്കാൻ നമുക്ക് അദ്ദേഹത്തിന്റെ തന്നെ കടം എന്ന കവിതയുണ്ട്. 'വാതിൽ ചാരാതെ പോവുക, വരാതിരിക്കരുത്, കടത്തിന്റെ പേരിൽ' എന്നതാണത്. തനിക്ക് വലിയ ധൃതിയുണ്ടെന്ന ഭാവത്തിൽ പോയ അയ്യപ്പനെക്കുറിച്ചുള്ള ഓർമ്മകളോടും വൽസലയ്ക്ക് പറയാനുള്ളത് ഇതു തന്നെയാണ്. വരാതിരിക്കരുത് കടത്തിന്റെ പേരിൽ. ■

പിജി എന്ന പുസ്തകം

എത്ര വലിയ വായനക്കാരനെ കണ്ടാലും നമ്മുടെ ആദ്യത്തെ ചോദ്യം എന്തായിരിക്കും? ഇപ്പോൾ ഏതു പുസ്തകമാണ് വായിക്കുന്നത് എന്നാവും. എന്നാൽ പി. ഗോവിന്ദപ്പിള്ളയോടു മാത്രം അങ്ങനെ ചോദിക്കാൻ കഴിയില്ലായിരുന്നു. ഇപ്പോൾ ഏതെല്ലാം പുസ്തകങ്ങളാണ് വായിക്കുന്നത് എന്നതാവും അദ്ദേഹത്തോടാവുമ്പോൾ ശരിയായ ചോദ്യം. ഒരേ സമയം പല പുസ്തകങ്ങൾ വായിക്കുന്നതായിരുന്നല്ലോ പിജിയുടെ ശീലം. ഒന്നിൽ നിന്ന് പലതിലേക്ക്. ഒന്നിനെക്കുറിച്ച് പറയേണ്ടി വരുമ്പോൾ തന്നെ മറ്റു പലതിലേക്ക് എന്ന രീതി. ടിജെഎസ് ജോർജ് പി.ജിയെക്കുറിച്ച് ആലോചിക്കുമ്പോഴും അദ്ദേഹത്തിന്റെ മനസ്സിലേക്കു വരുന്നവരിൽ പി.ജി. മാത്രമല്ല പുല്ലുവഴിയിലെ തറവാട്ടിലുള്ളവർ പലരുമുണ്ട്. പി.ജിയുടെ അനിയൻ എം.പി.ഗോപാലൻ, പി.കെ. വാസുദേവൻനായർ, എം.പി. നാരായണപിള്ള... അങ്ങനെ പലരും.

പി.ജിക്ക് നാൽപ്പത്തിയഞ്ചു വയസ്സിൽ കൊളസ്ട്രോൾ വന്നപ്പോൾ എം.എൻ.ഗോവിന്ദൻനായരാണത്രേ ഉപദേശിച്ചത് നാക്കിലയിൽ മുരിങ്ങയില ധാരാളമിട്ട് അതിനുമേൽ വിളമ്പുന്ന ചൂടുചോറ് കഴിക്കാൻ. ഹൃദ്രോഗിയായ താൻ ഇതിൽ വിദഗ്ധനാണെന്നായിരുന്നു എം.എന്നിന്റെ വിശദീകരണം. അങ്ങനെ ഭക്ഷണം ഔഷധമായി മാറുന്നു. സൗഹൃദം ഔഷധമായി മാറുന്നു. സൗഹൃദം ഇങ്ങനെ ഭക്ഷണവും ഔഷധവുമായി മാറുന്ന നിമിഷങ്ങളാണ് പി.ജി എന്നു പറയുമ്പോൾ ടി.ജെ.എസ്സിലും എത്തുന്നത്. ടി.ജെ.എസിന്റെ ചിന്തയ്ക്ക് ഔഷധമായി മാറിയവരിൽ പി.ജിയും ഉണ്ട്.

ഹോങ്കോങ്ങിൽ ഫാർ ഈസ്റ്റേൺ ഇക്കണോമിക് റിവ്യൂവിൽ ജോലി ചെയ്ത കാലത്ത് ടി.ജെ.എസും പി.ജിയുടെ കുടുംബാംഗങ്ങളായ എം.പി. ഗോപാലനും എം.പി. നാരായണപിള്ളയും ഒരു കെട്ടിടത്തിലാണ് താമസിച്ചിരുന്നത്. ആരുടെയെങ്കിലും ഒരാളുടെ അടുക്കള എല്ലാവരുടെയും അടുക്കളയായി മാറ്റുകയായിരുന്നു അന്ന് പതിവ്. നാട്ടിലെത്തിയപ്പോഴും ആ സൗഹൃദം കുടുംബബന്ധം പോലെ വളർന്നു. പി.ജിയും പി.കെ. വാസുദേവൻനായരും ടി.ജെ.എസിന്റെയും കുടുംബാംഗങ്ങളായി. തിരിച്ചും അതുപോലെ തന്നെ. നാട്ടിൽ പോകുമ്പോൾ ടി.ജെ.എസും ഭാര്യയും അവരുടെ തറവാടുകളിൽ പോകുന്നതിനൊപ്പം പുല്ലുവഴിയിലും പോകുക പതിവായി.

പി.ജിയുമായി ആദ്യമായി ടി.ജെ.എസ് ദീർഘനേരം സംഭാഷണത്തിലേർപ്പെട്ടത് പി.കെ.വി മരിച്ചപ്പോഴായിരുന്നു. പക്ഷേ മരണമില്ലാത്ത ഒന്നിനെക്കുറിച്ചായിരുന്നു അവരുടെ സംഭാഷണം. പുസ്തകങ്ങളെക്കുറിച്ച്. പി.കെ.വിയുടെ സംസ്കാര ദിവസമായിരുന്നു അന്ന്. ആൾക്കൂട്ടത്തിനിടെ ആ വീട്ടിലെ ഒഴിഞ്ഞ ഒരു മുറിയിലിരുന്ന് ടി.ജെ.എസ് പി.ജിയെ കുറ്റം പറഞ്ഞു. വായനയ്ക്ക് ചെലവഴിക്കുന്നതിന്റെ പകുതി സമയം എഴുത്തിനു ചെലവഴിക്കാത്തതിനെക്കുറിച്ച്. അപ്പോൾ പി.ജി. ആയുധം പുറത്തെടുത്തെന്നു ടി.ജെ.എസ്. പി.ജിക്കും അനിയൻ ഗോപാലനും കൈവശമുള്ള ആയുധം. നിഷ്കളങ്കമായ, കരളിൽ നിന്നു വരുന്ന ചിരി. അറിവായിരുന്നു അദ്ദേഹത്തിന്റെ

യഥാർഥ ആയുധം എന്നതാണ് നേരെങ്കിലും. എഴുത്തിനു ചെലവഴിക്കുന്നതിന്റെ ഇരട്ടി സമയം തനിക്ക് വായനയ്ക്ക് കിട്ടുന്നുണ്ടല്ലോ എന്നത് ഓർത്താവാം പി.ജി. അപ്പോൾ ചിരിച്ചത്.

പി.ജി. രോഗബാധിതനായപ്പോൾ ഒന്നു കാണണമെന്നു തോന്നി ടി.ജെ.എസിന്. അദ്ദേഹത്തെ കാണാൻ വേണ്ടി ടി.ജെ.എസ് ബാംഗ്ലൂരിൽ നിന്ന് തിരുവനന്തപുരത്തേക്ക് പോയി. കണ്ടു. സംസാരിച്ചു. ഹൃദയത്തിന് കുളിർമ തോന്നി എന്ന് ടി.ജെ.എസ്. കുറെ മാസങ്ങൾക്കു ശേഷം ആ യാത്ര ആവർത്തിച്ചു. പി.ജിയെ കാണാൻ വേണ്ടി. ടി.ജെ.എസ് പി.ജിയെ കണ്ടത് വി.ജെ.ടി ഹാളിൽ പ്രത്യേകം ഒരുക്കിയ ശയ്യയിൽ ആയിരുന്നുവെന്നു മാത്രം. ശാന്തികവാടത്തിൽ ജനങ്ങൾക്കൊപ്പം സഖാവ് പി.ജി. മരിക്കുന്നില്ല എന്ന മുദ്രാവാക്യം മനസ്സിൽ ഉരുവിട്ടു കൊണ്ടാണ് ടി.ജെ.എസ് മടങ്ങിയത്. ഏതാനും വർഷങ്ങൾക്കു ശേഷവും ടി.ജെ.എസ് ആ യാത്ര ആവർത്തിച്ചു. ഇക്കുറിയും പി.ജിയുടെ വീട്ടിലേക്ക് തന്നെ. പി.ജിയുടെ മകൻ എം. ജി. രാധാകൃഷ്ണന്റെ മകളുടെ വിവാഹത്തിന്. രാധാകൃഷ്ണൻ വിവാഹത്തിന്, ക്ഷണിക്കുമ്പോൾ ടി.ജെ.എസിനോട് പറഞ്ഞ ഒരേയൊരു കാര്യം ഇതായിരുന്നു: 'ഞങ്ങളുടെ കുടുംബത്തിലെ മറ്റു കാരണവന്മാർ എല്ലാവരും പോയി. ഇനി അങ്ങ് മാത്രമേയുള്ളൂ.' ആരു പറഞ്ഞു, ബന്ധങ്ങൾ ഒന്നോടെ അവസാനിക്കാനുള്ളതാണെന്ന്? ■

മീസാൻ കല്ലിലെ നോവ്

ഉറക്കത്തിൽ കാണുന്ന സ്വപ്നം പൂർത്തിയാക്കാൻ ദൈവം നമ്മെ ചിലപ്പോൾ അനുവദിക്കാറില്ല. പൂർത്തിയാവാതെ പോയ സ്വപ്നം പോലെയായിരുന്നു ടി.വി. കൊച്ചുബാവയുടെ ജീവിതം. കൊച്ചു ബാവയെ ഒരു സ്വപ്നവുമായി ബന്ധപ്പെടുത്തിയല്ലാതെ ഓർക്കാൻ ശിഹാബുദീൻ പൊയ്ത്തുംകടവിനും കഴിയില്ല. കോഴിക്കോട്ട് കൊച്ചുബാവ ഒരു അവാർഡ് ഏറ്റുവാങ്ങുന്നതറിഞ്ഞ് അവിടെ എത്തി യതായിരുന്നു ശിഹാബുദീൻ. പരിചയപ്പെട്ടതും, 'എടാ അനിയാ' എന്നു പറഞ്ഞ് ശിഹാബുദീനെ കെട്ടിപ്പിടിച്ചിട്ട് കൊച്ചുബാവ തുടർന്നു. 'ഞാൻ ഇന്നലെ നിന്നെ സ്വപ്നം കണ്ടു. എന്റെ ജീപ്പിൽ നമ്മൾ ഒന്നിച്ച് ഒരു യാത്ര പോവുന്നു വഴിക്കുവച്ച് നീ എന്റെ ജീപ്പിന്റെ ടയർ കുത്തികീറി...' പരിചയപ്പെട്ടപ്പോൾ തന്നെ കഥയിലെപ്പോലെ സംസാരിക്കുന്ന എഴുത്തുകാരനെ കണ്ട് അന്തം വിട്ടുനിൽക്കുകയാണ് ശിഹാബുദീൻ. എഴുത്തുപോലെയായിരുന്നു കൊച്ചുബാവയുടെ

സംഭാഷണവുമെന്ന് ശിഹാബുദീൻ ഓർക്കുന്നു. അച്ചടിവടിവൊത്ത കയ്യക്ഷരം. മുഴുക്കയ്യൻ ഷർട്ടിന്റെ കൈതാഴത്തെ ബട്ടൻസ് വരെയിടും. നന്നായി പോളിഷ് ചെയ്ത ഷൂസ്, സിഗരറ്റ് അറ്റം നുള്ളിക്കളഞ്ഞിട്ടേ വലിക്കൂ. പെട്ടെന്ന് ആളുകൾ ശ്രദ്ധിക്കുന്ന ഒരു വ്യക്തിത്വമായിരുന്നു കൊച്ചുബാവ.

ഒരു ദിവസം കൊച്ചുബാവയുടെ ഷാർജയിലെ താമസസ്ഥലത്ത് ശിഹാബുദീൻ തങ്ങി. ആ വർഷത്തെ കേരള സാഹിത്യഅക്കാദമി അവാർഡ് പ്രഖ്യാപിച്ചത് അന്നായിരുന്നു. അവാർഡ് വൃദ്ധസദനത്തിനായിരിക്കും എന്ന് കൊച്ചുബാവ കരുതി. പക്ഷേ കിട്ടിയത് മറ്റൊരു നോവലിന്. അന്നു രാത്രി ലൈറ്റണച്ച് കിടന്നപ്പോൾ കൊച്ചുബാവയുടെ ചോദ്യം, അവാർഡ് കിട്ടിയ നോവൽ നല്ലതാണോ എന്ന്. നല്ലതാണ് താൻ വായിച്ചിട്ടുണ്ടെന്നായി ശിഹാബുദീൻ. അപ്പോൾ കൊച്ചുബാവ, വൃദ്ധസദനത്തെക്കാൾ നല്ലതാണോ? എനിക്കങ്ങനെ തോന്നി എന്ന് ശിഹാബുദീൻ പറഞ്ഞതും നിശ്ശബ്ദത. പിന്നെ കൊച്ചുബാവ മിണ്ടിയില്ലെന്നും അങ്ങനെ പറയേണ്ടിയിരുന്നില്ലെന്ന് തോന്നിയെന്നും ശിഹാബുദീൻ പറയുന്നു.

പരിഭവങ്ങളിൽ മുങ്ങിനിവരുന്ന കൊച്ചുബാവയാണ് ശിഹാബുദീന്റെ ഓർമ്മയിൽ. കൊച്ചുബാവയോളം നിഷ്കളങ്കനാവുക എളുപ്പമല്ല. സ്നേഹത്തിന്റെ മറ്റൊരു രൂപമായിരുന്നു ഈ പരിഭവം. ഒരു ദിവസം ശിഹാബുദീന്റെയും കൊച്ചുബാവയുടെയും പ്രവാസി സുഹൃത്തായ ഹമീദ് ശിഹാബുദീനെ ഫോൺ വിളിച്ചു. അവധിക്ക് നാട്ടിലെത്തിയെന്നും കോഴിക്കോട്ടെ ഒരു ഹോട്ടലിൽ ഉണ്ടെന്നും പറഞ്ഞാണ് വിളിച്ചത്. ഹമീദിനെ ചുറ്റിപ്പറ്റി ആരെങ്കിലുമൊക്കെ കാണുമല്ലോ എന്നു പറഞ്ഞ് ശിഹാബുദീൻ പിന്നെ കാണാം എന്നു പറഞ്ഞപ്പോൾ ഇല്ല ആരുമില്ല എന്നു പറഞ്ഞ് ഹമീദ് ക്ഷണിച്ചു. ചെല്ലുമ്പോൾ അവിടെ കൊച്ചുബാവയുണ്ട്. കൊച്ചുബാവ കുറെ പരിഭവം പറഞ്ഞു. ഇടതുകയ്യുടെ മൂന്നു വിരൽ നെഞ്ചത്ത് അമർത്തി വേദനയുണ്ടെന്ന് കൊച്ചുബാവ പറയുന്നുണ്ട്. 'ഒക്കെ പ്രശ്നമാണ്, ഒക്കെ പ്രശ്നമാണ്' എന്നു പറഞ്ഞ് നെഞ്ചുതടവുന്ന ബാവ ശിഹാബുദീന്റെ മനസ്സിൽ നിന്നു മായുന്നില്ല. തനിക്ക് ധാരാളം രോഗങ്ങളുണ്ടെന്ന്

കൊച്ചുബാവ പതിവായി പറയുമായിരുന്നു. എന്നതിനാൽ ആരും അത്ര കാര്യമാക്കാറില്ലായിരുന്നു എന്നു ശിഹാബുദ്ദീൻ ഓർക്കുന്നു. അതിശയോക്തിപരതയുടെ സൗന്ദര്യം കഥയിലും സംഭാഷണത്തിലും കാത്തുസൂക്ഷിക്കുന്നതായിരുന്നു കൊച്ചുബാവയുടെ രീതി. ഇതിനിടെ കൊച്ചുബാവ താൻ പത്രാധിപരായ ഗൾഫ് വോയ്സിലേക്ക് ശിഹാബുദ്ദീനോടു കഥ ചോദിച്ചു. ഞാൻ കഥയിൽ നിന്നൊക്കെ രാജിവച്ചു. ഇപ്പോൾ കവിതയിലാണ് എന്നു ശിഹാബുദ്ദീൻ തമാശ പറഞ്ഞത് കൊച്ചുബാവയ്ക്ക് ഇഷ്ടമായില്ല. ജീവിതത്തിൽ നിന്നു തന്നെ കൊച്ചുബാവ രാജിവച്ചു എന്ന വിവരമാണ് ഒരു മാസം കഴിഞ്ഞ് ശിഹാബുദ്ദീന്റെ കാതിൽ വന്നലച്ചത്. ഒന്നരവർഷം മുൻപ് ശിഹാബുദ്ദീൻ കൊച്ചുബാവയുടെ കബർ കാണാൻ അദ്ദേഹത്തിന്റെ അടുത്ത ബന്ധുവിനൊപ്പം പോയി. പുസ്തകങ്ങളുടെ പുറംചട്ടയിൽ മാത്രം കണ്ടിട്ടുള്ള ടി.വി.കൊച്ചുബാവ എന്ന പേര് കബറിടത്തിലെ മീസാൻകല്ലിൽ കണ്ടപ്പോൾ അതുൾക്കൊള്ളാനാവാതെ ശിഹാബുദ്ദീൻ നിശ്ശബ്ദനായി. ആദ്യം തമ്മിൽ കണ്ടത് സ്വപ്നത്തിലാണെന്ന് കൊച്ചുബാവ പറഞ്ഞതുപോലെ മീസാൻകല്ലിൽ ആ പേര് കണ്ടതും സ്വപ്നമാണെന്ന് വിശ്വസിക്കാനാണ് ശിഹാബുദ്ദീന് ഇഷ്ടം. ■

മറുവിളി കേൾക്കാതെ

കാക്കനാടൻ പലരുടെയും ബേബിച്ചായൻ ആയിരുന്നു. എന്നാൽ കെ.എൽ. മോഹനവർമ്മയ്ക്ക് അദ്ദേഹം കാക്കനാടനാണ്. അതെന്താണെന്ന് ചോദിച്ചാൽ മോഹനവർമ്മ പറയും. ഓ അതൊക്കെ വെറും ജാഡയല്ലേ, എഴുത്തുകാരനുമായി കൂടുതൽ അടുപ്പമുണ്ടെന്നു സ്ഥാപിക്കാനുള്ള ചിലരുടെ ജാഡ എന്ന്. ഒരിക്കൽ കൊല്ലത്തു പോയപ്പോൾ മോഹനവർമ്മ കാക്കനാടനെ കാണാൻ വീട്ടിൽ ചെന്നു. വർത്തമാനം പറഞ്ഞിരുന്ന കൂട്ടത്തിൽ മോഹനവർമ്മ മുറിയിലാകെ ഒന്നു കണ്ണോടിച്ചപ്പോഴാണ് ടിവി സെറ്റ് ശ്രദ്ധയിൽപ്പെട്ടത്. ഇത് നമ്മുടെ ആ പഴയ ടിവി തന്നെയാണോ എന്നു മോഹനവർമ്മ ചോദിച്ചപ്പോൾ അല്ല ഇതു വേറെ, പിന്നീട് വാങ്ങിയതാണ് എന്നായിരുന്നു കാക്കനാടന്റെ മറുപടി. പക്ഷേ ആ ചോദ്യം അവരെ ഒരു പഴയകാല ഓർമ്മയിലേക്ക് കൂട്ടിക്കൊണ്ടുപോയി.

എൺപതുകളുടെ തുടക്കത്തിൽ മോഹനവർമ്മ പൈക്കോ ഗ്രൂപ്പ് പ്രസിദ്ധീകരണങ്ങളുടെ ചീഫ് എഡിറ്ററായിരുന്ന കാലം. ലബ്ധപ്രതിഷ്ഠരായ എഴുത്തുകാരുടെ ഓരോ നോവൽ എല്ലാമാസവും ആദ്യ ആഴ്ച നോവൽടുഡേ എന്നൊരു പദ്ധതിപ്രകാരം പൈക്കോ പ്രസിദ്ധീകരിക്കും. അച്ചടിച്ചു വരുമ്പോൾ ഏകദേശം ഇരുന്നൂറ്റി മുപ്പത് പേജ് ഉള്ള പുസ്തകങ്ങൾ. വില അഞ്ചു രൂപ. നോവൽ കിട്ടിയാലുടൻ പൈക്കോയിൽ നിന്ന് പതിനായിരം രൂപ എഴുത്തുകാരന് അയച്ചുകൊടുക്കും. മോഹനവർമ്മ തിരുവനന്തപുരത്ത് പോവുന്ന വഴിക്ക് കാക്കനാടനെ ചെന്നുകണ്ടു കാര്യം പറഞ്ഞു. തന്റെ ജർമൻ അനുഭവങ്ങൾ വച്ചുകൊണ്ട് ഒരു നോവൽ എഴുതിത്തരാമെന്നായി കാക്കനാടൻ. സംഗതിയൊക്കെ ശരി. പക്ഷേ നോവൽ കൃത്യസമയത്ത് കിട്ടുന്നതിന് വഴിയെന്തെന്നായിരുന്നു അപ്പോൾ മോഹനവർമ്മയുടെ ചിന്ത. അടുത്തുനിന്ന കാക്കനാടന്റെ ഭാര്യ അമ്മിണിയെ കണ്ടപ്പോൾ തന്നെ അതിനുള്ള ഉത്തരവും കിട്ടി. മുറിയിലൊന്നു കണ്ണോടിച്ചിട്ട് മോഹനവർമ്മ അമ്മിണിയോടു ചോദിച്ചു, അല്ല ഇവിടെ ടിവിയൊന്നും ഇല്ലല്ലോ എന്ന്. അന്ന് ടിവി ഒരപൂർവ വസ്തുവാണ്. നമുക്കൊരു ടിവിയൊക്കെ വേണ്ടേ എന്നു ചോദിച്ചപ്പോൾ കാക്കനാടന്റെ ഭാര്യയ്ക്കും താൽപ്പര്യം. കാക്കനാടനും ഭാര്യയും കൂടി അടുത്ത ദിവസം തന്നെ കടയിൽ ചെന്ന് ഒരു ടിവിയുടെ വില ചോദിച്ചുവയ്ക്കണമെന്നും വില എത്രയായാലും നോവൽ കിട്ടുന്ന ദിവസം ടിവിയുടെ വിലയ്ക്കുള്ള ചെക്ക് എത്തിച്ചു തരുന്നതാണെന്നുമായിരുന്നു മോഹനവർമ്മയുടെ വാഗ്ദാനം. തന്നെയുമല്ല കിട്ടുന്ന കാശു പല വഴിക്ക് പാഴായിപ്പോവാതെ വീട്ടിൽ കൃത്യമായി ഒരു കാര്യസാധ്യത്തിന് ഉപകരിക്കുകയും ചെയ്യുമല്ലോ. ടിവിയുടെ വില 13500 രൂപായാണെന്ന് അറിയിച്ചതും ആ തുകയ്ക്കുള്ള ചെക്ക് മോഹനവർമ്മ കാക്കനാടന് അയച്ചുകൊടുത്തു.

പക്ഷേ പിന്നീടൊരിക്കൽ കാക്കനാടൻ കൊച്ചിയിൽ വന്നപ്പോൾ മോഹനവർമ്മയോടു പറഞ്ഞു. എടോ, ഇത്തിരി വെള്ളം കുടിക്കാൻ ഒരു കാശുപോലും എനിക്കു കിട്ടിയില്ലല്ലോ എന്ന് അതിനെന്താ ഇവിടെ ലോട്ടസ് ക്ലബിൽ മൂന്നുനാലു ദിവസം താമസിച്ചോ, ഞാനതിനുള്ള ഏർപ്പാടാക്കാം എന്നു പറഞ്ഞപ്പോഴാണ് കാക്കനാടൻ സന്തുഷ്ടനായതെന്നത് മോഹനവർമ്മ ഓർക്കുന്നു. ആ ടിവിയുടെ

കാര്യമാണ് പിന്നീട് കണ്ടപ്പോൾ മോഹനവർമ്മ ചോദിച്ചത്. അതായിരുന്നു ഇവരുടെ അവസാനകൂടിക്കാഴ്ച. രചനകൾ അവയുടെ രചയിതാക്കളെക്കാൾ ബുദ്ധിശാലികളാണെന്ന് ഉംബെർട്ടോ എക്കോ എഴുതിയിട്ടുണ്ട്. എഴുത്തുകാരുടെ ഭാര്യമാർ അവരുടെ ഭർത്താക്കന്മാരെക്കാൾ ബുദ്ധിശാലികളാണെന്നു മനസ്സിലാക്കിയാവാം മോഹനവർമ്മ നോവലിനു പകരം ടിവി എന്ന ആശയം കാക്കനാടന്റെ ഭാര്യയുടെ മുന്നിൽവച്ചത്. എഴുത്തുകാരന്റെ ഭാര്യയോട് ടിവി വാങ്ങാമെന്നു പറഞ്ഞാൽ വേഗം നോവൽ കിട്ടുമെന്ന് കരുതിയത് വെറുതെയായില്ല. ചിലിയിൽ ജനിച്ചുവലർന്ന നെഫ്താലി റിക്കാഡോ റെയ്സ് ബസാൾട്ടോ എന്ന ചെറുപ്പക്കാരൻ അച്ഛനെ പേടിച്ച് സ്വീകരിച്ച തൂലികാനാമമാണ് പാബ്ലോ നെരൂദ എന്നതു പോലെ വീട്ടിൽ ടിവി വന്നില്ലെങ്കിൽ ഭാര്യ പരിഭവിച്ചാലോ എന്നു കരുതി കാക്കനാടൻ എഴുതിയ നോവലാണ് 'കാവേരിയുടെ വിളി' എന്നു പറഞ്ഞാൽ തെറ്റില്ല. 'കാവേരിയുടെ വിളി'ഓർക്കുമ്പോഴൊക്കെ കാക്കനാടനെ വിളിക്കാൻ തോന്നും മോഹനവർമ്മയ്ക്ക്. മറുവിളി കേൾക്കാൻ കഴിയാത്തത്ര ദൂരത്താണ് ഇപ്പോൾ കാക്കനാടൻ എന്നു മാത്രം.

■

നാലു പ്രഭാതം

മാട്ടുപ്പെട്ടി ശർക്കര, കൂടൽമാണിക്യം മുക്കുടി, രാമശേരി ഇഡ്ഡലി. വയനാടൻ മഞ്ഞൾ ഇവയൊക്കെ പ്രസിദ്ധം. അതുപോല കുന്നംകുളത്തിന്റെ ചിഹ്നമാണ് അച്ചടിശാലകൾ. ഡ്യൂപ്ലിക്കേറ്റ് സാധനങ്ങൾക്ക് പേരുകേട്ട കുന്നംകുളത്ത് വ്യാജനില്ലാത്തത് ഒന്നിനു മാത്രം. സി.വി. ശ്രീരാമന്റെ കഥകൾക്ക്. അതിനു മാത്രം തങ്ങളെക്കൊണ്ടു കഴിയാത്തതിൽ കുന്നംകുളത്തുകാർ നിർവ്യാജം ഖേദിക്കുന്നു. വ്യാജ ഉൽപ്പന്നങ്ങളുടെ നാട്ടുകാരനായതുകൊണ്ടാണോ എന്തോ വ്യാജ ആത്മീയതയെയും വ്യാജസന്യാസിമാരെയും ശ്രീരാമന്റെ കഥകൾ പരിഹസിച്ചത്. രണ്ടുപേർ ഒരു വർഷം കൂടെ നടന്ന് നാട്ടുവിശേഷങ്ങളെല്ലാം വിസ്തരിച്ച് പങ്കുവച്ചു. എന്നിട്ട് ഒരാൾക്ക് തീരെ സുഖമില്ലാതിരിക്കുമ്പോൾ കാണണമെന്നു പറഞ്ഞ് വിളിപ്പിക്കുന്നു. ചെന്നപ്പോൾ വാക്കുകൾ അവ്യക്തം. രോഗം ഭേദമായിട്ട് സംസാരിക്കാമല്ലോ എന്നായി വന്നയാൾ. അല്ലെടോ എനിക്ക് ഇപ്പോൾ തന്നെ ചിലത് പറയാനുണ്ട് എന്നായി രോഗി. പക്ഷേ വാക്കുകൾ പുറത്തേക്ക്

വരുന്നില്ല. എന്തായിരിക്കാം പറയാൻ കഴിയാഞ്ഞ വാക്കുകൾ? ഒരു വർഷം കൂടെ നടന്നിട്ടും ഒരാൾ മറ്റൊരാളെ അഭിമുഖം നടത്തിയതു മാത്രമായി ഒരു പുസ്തകത്തിനുള്ളത്ര ഉണ്ടായിട്ടും വെളിപ്പെടാതെ പോയ ആ വാക്ക് എന്തായിരിക്കാം? സി.വി. ശ്രീരാമനെക്കുറിച്ചുള്ള ഓർമ്മകൾ ടി.ഡി.രാമകൃഷ്ണന്റെ മനസ്സിലേക്ക് ഇങ്ങനെയൊക്കെയാണ് ചൂളം വിളിച്ചെത്തുന്നത്. ശ്രീരാമനും രാമകൃഷ്ണനും കുന്നംകുളത്തുകാർ. പക്ഷേ ആദ്യം തമ്മിൽ കാണുന്നത് കോഴിക്കോട് റെയിൽവേ സ്റ്റേഷനിൽ വച്ച്. കമ്മ്യൂണിസ്റ്റ് പാർട്ടി അംഗം കൂടിയായ തന്റെ അച്ഛന് ബഹുമാനമുള്ള ഒരാളായി കുട്ടിക്കാലത്തേ താൻ ശ്രീരാമനെ മനസ്സിലാക്കിയിട്ടുണ്ടെന്ന് രാമകൃഷ്ണൻ. ആൽഫ എന്ന നോവൽ എഴുതിയപ്പോൾ ഡി.ടി.പി കോപ്പി വായിക്കാൻ കൊടുത്തു പിന്നെ കൂടെക്കൂടെ കാണാൻ തുടങ്ങി. അക്കാലത്ത് കരുണാനിധി, തമിഴ് എഴുത്തുകാരൻ മനുഷ്യപുത്രൻ, ഗദ്ദർ, കോവിലൻ... അങ്ങനെ പലരുമായും രാമകൃഷ്ണൻ അഭിമുഖം നടത്തി. ശ്രീരാമനുമായി അഭിമുഖ സംഭാഷണ പരമ്പര നടത്തിയത് ഏതാണ്ട് ഒരു വർഷത്തിലേറെക്കാലം പലപ്പോഴായി സംസാരിച്ചാണ്. പല കാരണങ്ങളാൽ അഭിമുഖം നീണ്ടുപോയി. അക്കാലത്ത് ഒന്നോ രണ്ടോ തവണ ശ്രീരാമന് സുഖമില്ലാതെയുമായി. അതിനിടെ ഒരിക്കൽ ശ്രീരാമൻ ആശുപത്രിയിലായപ്പോൾ അദ്ദേഹം തന്റെ മകനോടു പറഞ്ഞ് രാമകൃഷ്ണനെ വിളിപ്പിച്ചു. ചെന്നപ്പോൾ ടേപ്പ് റെക്കോർഡർ ഉണ്ടോ, എനിക്കു പറയാനുണ്ട് എന്നായി ശ്രീരാമൻ. ആശുപത്രിയിലെ വരാന്തയിലിരുന്ന് സംസാരിക്കാൻ ശ്രമിച്ചു. വാക്കുകൾ അവ്യക്തം. പിന്നീട് പറഞ്ഞാൽ മതി, വീട്ടിൽ എത്തിയിട്ട് നമുക്ക് തുടരാം എന്നു രാമകൃഷ്ണൻ പറയുമ്പോഴേക്കും ശ്രീരാമൻ പറഞ്ഞു. 'ഇല്ലെടോ എനിക്കു കുഴപ്പമില്ല, പറയാം' എന്ന്. തിരികെപ്പോയി കിടന്നു. നിർമലമായ പ്രഭാതം എന്ന കഥയെഴുതിയ ശ്രീരാമൻ പിന്നെ നാലു പ്രഭാതം തികച്ചു കണ്ടില്ല.

ഇത്ര ദീർഘമായ അഭിമുഖം നടത്തിയിട്ടും ഒട്ടേറെ ദാർശനിക പ്രത്യയശാസ്ത്ര പ്രതിസന്ധികൾ ചർച്ച ചെയ്തിട്ടും ആ സംഭാഷണ പരമ്പരയിലെ അവസാനവാക്യമായി ചേർത്തിരിക്കുന്നത് ശവപ്പെട്ടിയെക്കുറിച്ചുള്ള ശ്രീരാമന്റെ പരാമർശമാണ് എന്നത് സ്തോഭകരം. പക്ഷേ അവിടെയും ആത്മീയതയുടെ മറുവശവും കപടസദാചാരവും തന്റെ കഥകളിലെപ്പോലെ ശ്രീരാമന് വിഷയമായി. കുന്നംകുളത്ത്

ഒരിടത്ത് ഒരു മുറിയിൽ ശവപ്പെട്ടിയും അടുത്ത മുറിയിൽ കഞ്ചാവും വിൽക്കുന്നതിനെക്കുറിച്ചാണ് ശ്രീരാമൻ പറഞ്ഞുനിർത്തിയത്. എന്താണ് ആത്മീയത എന്ന ചോദ്യത്തിന് ഉത്തരം തേടുന്ന കഥകളാണ് ശ്രീരാമന്റേത്. ആ കഥകളിൽ നിന്ന് നമുക്ക് കിട്ടുന്ന ഉത്തരമാവട്ടെ എന്തല്ല ആത്മീയത എന്നാണ്. ഉത്തരം പറയേണ്ടയാളാണ് യഥാർഥ ചോദ്യം അവശേഷിപ്പിച്ച് കടന്നുപോയത് എന്നതും ഇതുപോലെ ഒരു വൈരുധ്യമാണ്. ഉത്തരങ്ങൾ കൈവശമുള്ളയാൾ ഒരു മജീഷ്യനെപ്പോലെയാവും പെരുമാറുക എന്ന ഓഷോ പറഞ്ഞത് വെറുതെയല്ല. ഏതായാലും ഇനി ഒരെഴുത്തുകാരനെയും അഭിമുഖസംഭാഷണം നടത്താൻ പോവരുതെന്ന് രാമകൃഷ്ണൻ തീരുമാനിച്ചു. അതിന് രാമകൃഷ്ണന് നിമിത്തമായത് എന്തായിരിക്കാം? എത്രകാലം സംസാരിച്ചെന്നു പറഞ്ഞിട്ടെന്ത്, പറയേണ്ട കാര്യം ഒടുവിൽ പറയാൻ കഴിഞ്ഞില്ല എന്ന തോന്നലാവാം.

■

സന്മനസ്സുള്ള കാക്കനാടൻ

എഴുതുക എന്നതിന്റെ ഇംഗ്ലീഷ് വാക്കായ റൈറ്റ് എന്ന അർഥം കണക്കിലെടുത്താൽ റൈറ്റ് സഹോദരന്മാരാണ് കാക്കനാടന്മാർ. കാക്കനാടന്മാർ എന്നാൽ ചിത്രകാരനും എഴുത്തുകാരനുമായ രാജൻ കാക്കനാടനും തമ്പി കാക്കനാടനും ഇഗ്നേഷ്യസ് കാക്കനാടനും പിന്നെ ജോർജ് വർഗീസ് കാക്കനാടൻ എന്ന സാക്ഷാൽ കാക്കനാടനും. ഇവരിൽ തമ്പി കാക്കനാടനും ഇഗ്നേഷ്യസ് കാക്കനാടനും എഴുത്തുകാരല്ലെങ്കിലും അവർ ജീവിതത്തിൽ എഴുത്തുകാർക്ക് പ്രാധാന്യം കൊടുത്തു. വിമാനം പറത്തിയില്ലെങ്കിലും ഈ റൈറ്റ് സഹോദരന്മാർക്ക് സാഹിത്യത്തിൽ ഉയർന്ന സ്ഥാനമാണുള്ളത്. അത് സാഹിത്യത്തിലൂടെ മാത്രം അവർ നേടിയതല്ല. മറ്റുള്ളവരോടുള്ള സ്നേഹത്തിൽ നിന്നു കൂടി അവർ സമ്പാദിച്ചതാണ്.

കാക്കനാടനൊപ്പം ചെലവഴിച്ച ദിവസങ്ങളെക്കുറിച്ച് ആലോചിക്കുമ്പോൾ ബെന്യാമിന്റെ മനസ്സിലെത്തുന്നതും അദ്ദേഹത്തിന് മറ്റുള്ളവരോടുണ്ടായിരുന്ന സ്നേഹമാണ്. ഒരു മനുഷ്യന്റെയുള്ളിൽ ഇത്രയധികം സ്നേഹം സൂക്ഷിക്കാൻ കഴിയുമോ എന്നാണ് കാക്കനാടനെക്കുറിച്ച് ബെന്യാമിൻ ചിന്തിക്കുന്നത്.

ബെന്യാമിൻ ബഹ്റൈൻ കേരളീയസമാജത്തിന്റെ സാഹിത്യവിഭാഗം സെക്രട്ടറിയായിരിക്കെ സംഘടനയുടെ സാഹിത്യപുരസ്കാരം

കാക്കനാടനായിരുന്നു. കാക്കനാടന് ആരോഗ്യപ്രശ്നം മൂലം ബഹ്റൈനിൽ വന്ന് പുരസ്കാരം വാങ്ങാനാവില്ല എന്ന് അറിയിച്ചു. പിന്നീട് കാക്കനാടൻ വിളിച്ചു പറഞ്ഞു, ഞാൻ വരും എന്നു മാത്രമല്ല ബഹ്റൈനിൽ വന്ന് നിങ്ങൾക്കൊപ്പം കുറെ ദിവസം തങ്ങിയിട്ടേ പോവു എന്ന്. കാക്കനാടൻ പിന്നെ ബെന്യാമിനെ ബഹ്റൈനിൽ വച്ചു കണ്ടപ്പോൾ പലതും പറഞ്ഞു. 'എന്റെ ആയുസ്സ് ഇപ്പോഴൊന്നും തീരില്ല. എൺപത്തിരണ്ട് വയസ്സു വരെ ജീവിക്കാൻ എനിക്ക് യോഗമുണ്ട്. ഞാൻ ക്ഷത്രിയനാണ്. ക്ഷത്രിയർക്ക് ആയുസ്സ് കൂടുതലാണ്' എന്നൊക്കെ. ക്ഷത്രിയൻ എന്ന നോവൽ എഴുതണമെന്ന ആഗ്രഹവും അദ്ദേഹം പങ്കുവച്ചു. ബഹ്റൈനിൽ വന്ന കാക്കനാടനും ഭാര്യ അമ്മിണിയും നാലഞ്ച് ദിവസം ബെന്യാമിനോടും കുടുംബത്തോടുമൊപ്പം കഴിഞ്ഞു. ആ ദിവസങ്ങളിലാണ് അമ്മിണിച്ചേച്ചിയും കാക്കനാടനും തമ്മിലുള്ള സ്നേഹം തനിക്ക് അനുഭവിച്ചറിയാനായത് എന്ന് ബെന്യാമിൻ. ബഹ്റൈനിൽ നിന്ന് സൗദിയിലേക്കുള്ള ക്രോസ് വേ പാലം, മരുഭൂമിയുടെ നടുവിലെ ജീവന്റെ വൃക്ഷം അഥവാ ട്രീ ഓഫ് ലൈഫ് തുടങ്ങിയവ കാണിക്കാനും കാക്കനാടനെ ബെന്യാമിൻ കൊണ്ടുപോയി.

ആ ദിവസങ്ങളിൽ ബെന്യാമിന്റെയും കാക്കനാടന്റെയും ഭാര്യമാർ തമ്മിലും വലിയ അടുപ്പമായി. അതിനുള്ള കാരണം രണ്ടു പേരുടെയും ഭർത്താക്കന്മാർ എഴുത്തുകാരാണ് എന്നതു മാത്രമല്ല. രണ്ടു പേരും വിദേശത്ത് നഴ്സുമാരായിരുന്നു എന്നതു കൂടിയാണ്. കാക്കനാടന്റെ എഴുത്തിനു വേണ്ടി വിദേശത്ത് വലിയ ശമ്പളമുള്ള ജോലി ഉപേക്ഷിച്ചതാണ് അദ്ദേഹത്തിന്റെ ഭാര്യ. ബെന്യാമിന്റെ എഴുത്തിനുവേണ്ടി വിദേശത്ത് ജോലി ചെയ്യുന്നയാളാണ് അദ്ദേഹത്തിന്റെ ഭാര്യ. ഭാര്യ അവിടെ ജോലി ചെയ്യുന്നതുകൊണ്ടാണ് തനിക്കിവിടെ സാഹിത്യകാരനായി ജീവിക്കാൻ കഴിയുന്നതെന്ന് ബെന്യാമിന്റെ സാക്ഷ്യം. നാട്ടിൽ എത്തുമ്പോൾ കൊല്ലത്ത് വരണം, ഞാൻ ഉണ്ടാവും എന്നു ഓർമ്മപ്പെടുത്തിയിട്ടാണ് കാക്കനാടൻ ബെന്യാമിനോട് യാത്ര

പറഞ്ഞത്. പക്ഷേ അടുത്ത അവധിക്ക് ബെന്യാമിൻ നാട്ടിൽ എത്തുന്നതിനു മുൻപ് കാക്കനാടൻ വിട വാങ്ങിയിരുന്നു. ബഹ്റൈനിൽ വന്നപ്പോഴുള്ള കാക്കനാടന്റെ ഊർജ്ജസ്വലത കണ്ടപ്പോൾ പത്തു വർഷം കൂടിയെങ്കിലും അദ്ദേഹം ജീവിക്കുമെന്ന് ബെന്യാമിൻ കരുതി. ഇപ്പോഴും ബെന്യാമിന്റെ മക്കൾ ഇടയ്ക്കിടെ അദ്ദേഹത്തോടു ചോദിക്കാറുണ്ട്, ആ മുടിയുള്ള അപ്പച്ചൻ എവിടെയാ എന്ന്.

കൊല്ലത്തെ വീട്ടിൽ ഏതു നേരത്ത് കയറിച്ചെല്ലുന്നവരോടും കാക്കനാടൻ പറയുമായിരുന്നു, 'ഇരിക്ക്, പതുക്കെ പോയാൽ മതി. ഫ്രിഡ്ജിൽ ചിക്കനും മട്ടനുമിരിപ്പുണ്ട്. അതൊക്കെ കഴിക്കാം' എന്ന്. അപ്പോൾ അമ്മിണിച്ചേച്ചി ഇടപെടും, 'ഫ്രിഡ്ജ് കാലിയാ, വേണേൽ തുറന്നു നോക്കിക്കോ' എന്നു പറഞ്ഞുകൊണ്ട്. ഇതുപോലെയായിരുന്നു ആയുസ്സിന്റെ കാര്യത്തിലും കാക്കനാടൻ. അത് ആവശ്യം പോലെയുണ്ടെന്ന് അദ്ദേഹം കരുതി. പക്ഷേ.

ഗുരുക്ഷേത്രം

തന്നെക്കുറിച്ചോർത്ത് ആരും വേദനിക്കുന്നത് ഡോ : കെ. അയ്യപ്പപ്പണിക്കർക്ക് ഇഷ്ടമാവാൻ വഴിയില്ല. വേണമെങ്കിൽ തന്നെയോർത്ത് അൽപ്പം ചിരിക്കുന്നതും ചിന്തിക്കുന്നതും അദ്ദേഹത്തിന് ഇഷ്ടമായേക്കാം. അതിനു പറ്റിയ എത്രയോ സംഭവങ്ങൾ അദ്ദേഹം നമുക്ക് നൽകി. ചന്ദ്രമതിക്കും ഓർക്കാനുണ്ട് അങ്ങനെയൊന്ന്. കോളേജ് അധ്യാപികയായിരിക്കേ ചന്ദ്രമതി ഇൻസ്റ്റിറ്റ്യൂട്ട് ഓഫ് ഇംഗ്ലീഷിലെ എഫ്.ഐ.പി. സ്കോളർ ആയിരുന്ന കാലം. അന്നൊരിക്കൽ ചന്ദ്രമതി ഇൻസ്റ്റിറ്റ്യൂട്ടിൽ പോകവേ, ഒപ്പം വരണം എന്നു കുട്ടിയായിരുന്ന മകൾക്ക് വാശി. മകളെ കൂട്ടി റിസർച്ച് സ്കോളർമാർക്കുള്ള മുറിയിലെത്തിയപ്പോൾ പ്യൂൺ ചന്ദ്രമതിയോടു പറഞ്ഞു, സാർ വിളിക്കുന്നു. മകൾ കൂടെ ഉള്ളത് സാറിന് ഇഷ്ടമാവില്ലെങ്കിലോ എന്നു കരുതി ചന്ദ്രമതി മകളെ അവിടെയിരുത്തിയിട്ട് പണിക്കർ സാറിന്റെ മുറിയിലെത്തി. പണിക്കരുടെ മുറിക്കുള്ളത് മുറിവാതിലാണ് അഥവാ അരവാതിലാണ്. അതിനിടെ മകൾ ഓടിവന്ന് എത്തിനോക്കി. ചന്ദ്രമതിയാവട്ടെ കുട്ടിയുമായി ഒരു ബന്ധവുമില്ല എന്ന മട്ടിലിരിപ്പാണ്. മകൾ വിട്ടുകൊടുക്കാൻ ഭാവമില്ലാതെ അമ്മേ എന്ന് ഉറക്കെ വിളിച്ചു. ചന്ദ്രികയുടെ മകളാണോ എന്നായി പണിക്കർ. ചന്ദ്രമതി പരുങ്ങിക്കൊണ്ട്, അത് സാർ.. ഒരബദ്ധം പറ്റിയതാണ് എന്നു പറഞ്ഞൊപ്പിച്ചു. ഉടൻ വന്നു പണിക്കരുടെ മറുപടി : 'എല്ലാവർക്കും അബദ്ധം

പറ്റുന്നതാണ്. ചന്ദ്രികയെപ്പോലെ ആരുമത് പറയാറില്ല എന്നേയുള്ളു.' അല്ലെങ്കിലും ഞാൻ ഒരബദ്ധമാണെന്നാണല്ലോ അമ്മ പണ്ടേ എന്നെക്കുറിച്ച് പറഞ്ഞത് എന്ന് പറഞ്ഞ് മകൾ എന്നും ചിരിക്കാറുണ്ടെന്ന് ചന്ദ്രമതി. ചന്ദ്രമതിയുടെ മനസ്സിൽ പണിക്കർ ഗുരു എന്ന നിലയിൽ ചിരപ്രതിഷ്ഠ മാത്രമല്ല ഇങ്ങനെ ചിരിപ്രതിഷ്ഠയും നേടിയിട്ടുണ്ട്.

ചന്ദ്രമതി പണിക്കരുടെ കീഴിൽ പി.എച്ച്.ഡി എടുത്തപ്പോഴാണ് ഇവരുടെ ബന്ധം ദൃഢമായത്. ഇന്ത്യയ്ക്കകത്തും പുറത്തുമൊക്കെ പല സെമിനാറുകൾക്കും കൂടെപ്പോയി. പണിക്കരെ കേന്ദ്രസാഹിത്യ അക്കാദമി മധ്യകാല ഇന്ത്യൻ സാഹിത്യത്തെക്കുറിച്ചുള്ള ഒരു ബ്രഹദ് പദ്ധതി ഏൽപ്പിച്ചപ്പോൾ ചന്ദ്രമതി ഡെപ്യൂട്ടേഷനിൽ ഒപ്പമുണ്ടായിരുന്നു. പിന്നെ ഇടയ്ക്കിടെ കാണും. ഒരിക്കൽ ചന്ദ്രമതി ഫോൺ ചെയ്തപ്പോൾ പണിക്കർക്ക് ശ്വാസതടസ്സം ഉണ്ടെന്നു തോന്നി.

പിന്നീട് പണിക്കരുടെ സ്ഥിതി വഷളാണെന്നറിഞ്ഞ് ചന്ദ്രമതി മൊബൈലിൽ വിളിച്ചപ്പോൾ മകളാണ് ഫോൺ എടുത്തത്. സംസാരിക്കാൻ ബുദ്ധിമുട്ട്. ഓക്സിജൻ സിലിണ്ടർ വീട്ടിലുണ്ട്. അങ്ങോട്ട് വരുന്നു എന്നു പറഞ്ഞപ്പോൾ ആരെയും കാണേണ്ട എന്നു പറഞ്ഞെന്ന് മറുപടി. കുറേ ദിവസം കഴിഞ്ഞ് ചന്ദ്രമതിക്ക് പണിക്കരുടെ ഫോൺ : ഞാനിഷ്ടപ്പെടുന്നവർ എന്നെ ആ അവസ്ഥയിൽ കാണുന്നത് എനിക്ക് ഇഷ്ടമല്ല എന്നു പറഞ്ഞുകൊണ്ട്. പിന്നെ കാണാൻ പറ്റിയത് തിരുവനന്തപുരത്ത് ഒരു പുസ്തകപ്രകാശനച്ചടങ്ങിനാണ്. വേദി മുകളിലാണെന്ന് അറിഞ്ഞിരുന്നെങ്കിൽ വരില്ലായിരുന്നു എന്നു പറഞ്ഞ് വിഷമിച്ച് നിൽക്കുന്നു അദ്ദേഹം. പടി കയറാൻ ആരോഗ്യമില്ല. മെലിഞ്ഞ് അസ്ഥികൂടം പോലെയായ ഗുരുവിനെക്കണ്ട് ചന്ദ്രമതിക്ക് വാക്കുകൾ ഇടറി. ഒട്ടും വയ്യ അല്ലേ എന്നു ചോദിച്ചപ്പോൾ പണിക്കർ, എന്തു ചെയ്യാനാ, കാലം മാറി മാറി വരും എന്നു പറഞ്ഞു. പിന്നെ വിളിക്കുമ്പോൾ അറിഞ്ഞു വെന്റിലേറ്ററിലാണെന്ന്. കൂടെ ഒരു നഴ്സ് മാത്രം. ആശുപത്രിയിൽ സന്ദർശകരെ അനുവദിക്കുന്നുമില്ല.

ഒരു ദിവസം കോളേജിൽ ഉച്ചയ്ക്ക് ഊണ് പാത്രം തുറന്നപ്പോൾ ചന്ദ്രമതിക്ക് പണിക്കരെ കണ്ടേ തീരു എന്നു ആഗ്രഹം. ഉടനെ ആശു പത്രിയിൽ എത്തിയപ്പോൾ കാണാൻ കഴിയില്ല എന്നു അറിഞ്ഞു. എങ്കിലും നഴ്സിനെ കണ്ടുനോക്കി. ഒരു മിനിറ്റ് കാണാം എന്നു പറഞ്ഞ് നഴ്സ് അകത്തുകയറ്റി. കമ്പിളികൊണ്ട് ദേഹമാകെ മൂടി അദ്ദേഹത്തെ കിടത്തിയിരിക്കുന്നു. ബോധമില്ല. കാൽ തൊട്ടു വന്ദി ച്ചോട്ടെ എന്നു ചോദിച്ചപ്പോൾ നഴ്സ് പറഞ്ഞു, കയ്യിൽ തൊട്ടോളൂ. കാലിൽ കമ്പിളിയൊക്കെ ക്ലിപ്പിട്ട് വച്ചിരിക്കുകയാണ്. അത് അഴി ക്കാൻ പ്രയാസമായിരിക്കുമെന്ന്. ചന്ദ്രമതി ആ കയ്യിലേക്ക് തന്റെ തല കുനിച്ചു കൊടുത്തു. മൂന്നു പേർ മാത്രമായ മുറി. അവിടേക്കുള്ള ആ നാലാമന്റെ വരവിന് പിന്നെ അധികം നാളില്ലായിരുന്നു എന്ന് അഞ്ചാമന്റെ വരവിന്റെ കഥാകാരി ഓർക്കുന്നു. കുരുക്ഷേത്രം എഴു തിയ കവിയുടെ ഗുരുക്ഷേത്രത്തിൽ നിന്ന് ഒരു വാക്ക് പോലും കേൾക്കാൻ പിന്നെ ചന്ദ്രമതിക്കു കഴിഞ്ഞിട്ടില്ല.

■

ദക്ഷിണായനം

ആറ് എന്ന അക്കത്തിന് ഇത്രയും ശക്തിയുണ്ടെന്ന് സംസ്കൃത ചിത്തന്മാർക്ക് തോന്നുന്നത് ആറു കോടി രൂപ കാണുമ്പോഴല്ല. പൂമുള്ളി ആറാം തമ്പുരാന്റെ രൂപം മനസ്സിൽ തെളിഞ്ഞുവരുമ്പോഴാണ്. മാടമ്പ് കുഞ്ഞുക്കുട്ടനും അത് അങ്ങനെ തന്നെ. വെളിച്ചത്തെക്കുറിച്ച് സൂര്യനിൽ നിന്നു മാത്രമേ ഞാൻ പഠിക്കു, ഭാഷയെക്കുറിച്ച് എഴുത്തച്ഛനിൽ നിന്ന്, കോൺഗ്രസിനെക്കുറിച്ച് ഗാന്ധിജിയിൽ നിന്ന് എന്ന് ഒരാൾ തീരുമാനിച്ചാൽ എന്നതു പോലെയായിരുന്നു ആനകളെക്കുറിച്ച് പഠിക്കുന്നത് ആറാം തമ്പുരാനിൽ നിന്നാവണം എന്ന മാടമ്പിന്റെ ആഗ്രഹം. തമ്പുരാന്റെ മനസ്സിൽ കയറി സ്ഥാനമുറപ്പിച്ച ഒരാൾക്ക് പിന്നെ തിരിച്ചുവരാനാവില്ല. അത് കാര്യസ്ഥനായിരുന്ന കരുമത്തിൽ ശ്രീധരൻനായർക്കായാലും മാടമ്പിനായാലും. ശ്രീധരൻനായർ തൃശൂർ കേരളവർമ്മ കോളേജിൽ വിദ്യാർത്ഥിയായിരിക്കെ എന്തോ കാര്യത്തിന് തമ്പുരാൻ കോളേജിൽ ചെന്നപ്പോൾ അദ്ദേഹത്തിന്റെ കൂടെ ഇറങ്ങിപ്പോന്നതാണ്. പിന്നെ തിരിച്ചു കയറിയിട്ടില്ല.

ആന എന്നു പറഞ്ഞാൽ പൂരത്തിന് എഴുന്നള്ളിക്കുന്ന ആനകളുടെ രൂപമാവും ആരുടെയും മനസ്സിൽ എത്തുക. കാലുകൾ നഷ്ടമായ ഒരാനയുടെ ജീവിതം അത്ര പെട്ടെന്ന് നാം സങ്കൽപ്പിച്ചു എന്നു വരില്ല. ആറാം തമ്പുരാൻ അതുവരെ ചിന്തിക്കും എന്നു മാടമ്പിന് നേരിട്ടറിയാനായത് മാതംഗ ലീല പഠിക്കാൻ ഒപ്പം കഴിഞ്ഞ നാളുകളിലാണ്. തന്റെ ആന ചങ്ങലയഴിഞ്ഞ് പോയി എന്ന സങ്കടത്തോടെ തമ്പുരാന്റെ അടുത്ത് എത്തിയതാണ് ഒരാൾ. ആനയുടെ മർമശാസ്ത്രം അറിയാവുന്ന തമ്പുരാനോട് ആനയെ കുന്തം കൊണ്ട് എറിയാമോ എന്നു അയാൾ ചോദിച്ചു. 'ഞാൻ എറിഞ്ഞാൽ കുന്തം ആനയുടെ കാലു തുളഞ്ഞ് അപ്പുറത്തെ കാലിലും കയറും. പിന്നെ അതിന് രണ്ടു കാലും നഷ്ടപ്പെടും. അതുകൊണ്ട് മയക്കുവെടി മതി' എന്നായിരുന്നു തമ്പുരാന്റെ കൽപ്പന. വെടി വച്ചാൽ തമ്പുരാന്റെ ഏറിനോളം ദോഷം വരില്ല എന്നു ചുരുക്കം.

പീലിവാലിൽ തമ്പുരാൻ വിരൽ കൊണ്ട് ഒന്നമർത്തിയാൽ ഏത് ആനയും അവിടെ ഇരുന്നുപോവും എന്നു മാടമ്പ്. അങ്ങനെയുള്ള തമ്പുരാന്റെ ബലിഷ്ഠവും സുദൃഢവുമായ ശരീരത്തിൽ മൃതുവിന്റെ ദൂതനായ രോഗം കടന്നുവരുമെന്ന് മാടമ്പിന് സങ്കൽപ്പിക്കാൻ കൂടി പ്രയാസം. അദ്ദേഹത്തിന്റെ അറിവിന്റെ അളവു മാതിരി തന്നെയായിരുന്നു ആ ശരീരത്തിന്റെ ശക്തിയും. തമ്പുരാൻ തൃശൂരിൽ ആശുപത്രിയിൽ കിടക്കുകയാണെന്നറിഞ്ഞ് കാണാനെത്തിയതായിരുന്നു മാടമ്പ്. തിരുവനന്തപുരത്തേക്കുള്ള യാത്രാമധ്യേയാണ് മാടമ്പ് അവിടെ എത്തിയത്. അദ്ദേഹം സ്വന്തം അന്ത്യം മനസ്സിലാക്കിയിരുന്നു എന്ന് മാടമ്പ് മുഖഭാവത്തിൽ നിന്നറിഞ്ഞു. ഒക്കെ കഴിഞ്ഞു എന്ന മട്ടിൽ കൈ കൊണ്ട് തമ്പുരാൻ ആംഗ്യം കാട്ടി. ആംഗ്യം വ്യക്തമായെങ്കിലും തമ്പുരാനായതു കാരണം മാടമ്പ് അത് വിശ്വസിച്ചില്ല. അസ്തമയം അടുത്തുവരുമ്പോൾ സൂര്യൻ ഒരാംഗ്യം കാണിക്കും. നിഴലുകളുടെ നീളം കൂട്ടിക്കൊണ്ട്, 'ഒക്കെ കഴിഞ്ഞു, പോവുകയാണ്' എന്ന മട്ടിൽ. അറിവിന്റെ സൂര്യനായ ആറാം തമ്പുരാനും കാണിച്ചത്

അതുപോലെ ഒരാംഗ്യം തന്നെ. വെറുതെയല്ല അദ്ദേഹം ആറാം തമ്പുരാനായത്. ആറാമിന്ദ്രിയം കൊണ്ട് എല്ലാമറിയുന്ന അറിവിന്റെ തമ്പുരാനായത്. സുഖമില്ലാതെകിടക്കുമ്പോൾ ഒരാൾ വന്ന് അദ്ദേഹത്തെ നമസ്കരിച്ചു. 'ഇനി ഇങ്ങടല്ല തെക്കോട്ട് നമസ്കരിച്ചോളൂ' എന്നാണ് സ്വന്തം അന്ത്യമറിഞ്ഞ് അപ്പോൾ തമ്പുരാൻ പറഞ്ഞത്. മാടമ്പിനെ കണ്ടപ്പോൾ തമ്പുരാൻ പറഞ്ഞില്ലെന്നേയുള്ളു, ഞാനാണ് ഉടൻ തെക്കോട്ട് പോവുന്നത് എന്ന്. മാടമ്പ് തിരുവനന്തപുരത്തേക്ക് പോയശേഷം അസുഖം കൂടി തമ്പുരാനെ മറ്റൊരു ആശുപത്രിയിലേക്ക് മാറ്റി. അവിടെ വച്ചായിരുന്നു അന്ത്യം.

ഏറ്റവുമധികം ആനക്കാര്യങ്ങൾ അറിയുന്ന തമ്പുരാൻ ഒന്നും ആനക്കാര്യമായെടുത്തില്ല. സമൂഹത്തിൽ വളരെ ഉയരത്തിലായിരുന്നു ആറാം തമ്പുരാന്റെ സ്ഥാനം. വളരെ ആഴത്തിലുള്ള അറിവ് അദ്ദേഹം നേടിയിരുന്നു താനും. ആയുർവേദം, ടെന്നിസ്, ഹോക്കി, സംഗീതം, കുതിരസവാരി, നായാട്ട്, വിഷവൈദ്യം, കളരി, തർക്കം, വേദം, മീമാംസ എന്നിങ്ങനെ ഏതിലും. ആറാം തമ്പുരാൻ എത്ര ചെറുപ്പത്തിലാണ് വിടവാങ്ങിയതെന്ന് തമ്പുരാൻ മരിച്ച പ്രായം കടക്കുമ്പോഴാണ് താൻ മനസ്സിലാക്കുന്നതെന്ന് മാടമ്പ്. ■

മറ്റൊരു ശങ്കരാഭരണം

കെ.പി. ശങ്കരൻ പലരുടെയും കവിതകൾ നിരൂപണം ചെയ്തിട്ടുണ്ടെങ്കിലും വൈലോപ്പിള്ളിക്കവിതയെക്കുറിച്ച് എഴുതുമ്പോഴാണ് അതിനൊരു സവിശേഷ ഭംഗി. അപ്പോൾ അത് വിശിഷ്ടമായ ഒരാഭരണം പോലെ തിളങ്ങുന്നു. ശങ്കരന്റെ നിരൂപണം വൈലോപ്പിള്ളിക്കവിത എന്ന ആഭരണം എടുത്തണിയുമ്പോൾ മറ്റൊരു ശങ്കരാഭരണമാവുന്നു. വൈലോപ്പിള്ളിക്ക് ശങ്കരനോട് വല്ലാത്ത വാൽസല്യമായിരുന്നു. വെള്ളം ചേർക്കാത്ത വാൽസല്യം. എന്നു പറഞ്ഞാൽ ശങ്കരന് പണ്ട് കവിയുടെ കലൂരിലെ തറവാട്ടിൽ പോയത് ഓർമ്മ വരും. മൂന്നു പേർ ഊണിന് ഉണ്ടാവുമെന്നു പറഞ്ഞിട്ട് ആറു പേർ ചെന്നപ്പോൾ കവിയുടെ പെങ്ങൾക്ക് തൈരിൽ ഇത്തിരി വെള്ളം ചേർക്കേണ്ടി വന്നു. അതിന് പെങ്ങളെ കവി ശകാരിച്ചത് ശങ്കരൻ എഴുതിയിട്ടുണ്ട്. കാച്ചിക്കുറുക്കിയ കവിതയുടെ ആളാണ് സഹോദരനെന്ന് വെള്ളം ചേർക്കുമ്പോൾ ഓർക്കണമെന്നില്ലല്ലോ.

കേരളവർമ്മ കോളേജിൽ ജോലി ചെയ്യുമ്പോൾ ശങ്കരൻ ശനിയും ഞായറും കവിയുടെ താമസസ്ഥലത്തെ സന്ദർശകനായിരുന്നു. വർത്തമാനം നീളുമ്പോൾ താൻ ഇടയ്ക്ക് വാച്ചിലേക്ക് നോക്കിയാൽ അത് കവിക്ക് ഇഷ്ടമല്ലായിരുന്നു എന്നു ശങ്കരൻ ഓർക്കുന്നു. 'പോവാൻ തിടുക്കായയോ? ബാക്കിള്ളോരിവിടെ ഒറ്റയ്ക്കാ'എന്നാവും

പരിഭവം. ചാറ്റൽമഴ പോലെയുള്ള വർത്തമാനം. ഒറ്റയ്ക്കാവുമ്പോഴാണല്ലോ കവി കാക്കകളോടും പൂച്ചയോടും പലതും പറഞ്ഞിരുന്നത്. ഇനി അവറ്റകൾ അവിടെയെങ്ങുമില്ലെങ്കിൽ അദ്ദേഹം ആത്മഭാഷണം തുടങ്ങുകയായി. വീട്ടിൽ വരുന്നവർക്ക് പലപ്പോഴും പുറത്തുനിന്നുതന്നെ കവിയുടെ പിറുപിറുപ്പ് കേൾക്കാമായിരുന്നു.

അതിനിടയിലാണ് ശങ്കരൻ കേരളവർമ്മ കോളേജിലെ ജോലി രാജിവച്ച് മൈസൂറിൽ അധ്യാപകനായി പോയത്. വടകരയിൽ ഒരു സംഘടന 'എഴുത്തുകാരനുമൊത്ത് ഒരു സായാഹ്നം' എന്ന പരിപാടി നടത്താറുണ്ടായിരുന്നു. വൈലോപ്പിള്ളിയെ അതിനു കൊണ്ടുവരണമെന്ന ആഗ്രഹം സംഘാടകർ ശങ്കരനോട് പറഞ്ഞു. വടകരയിൽ പോയാൽ തെയ്യം കാണാം, ഒതേനന്റെ കളരിയിൽ പോവാം എന്നൊക്കെ ശങ്കരൻ പറഞ്ഞപ്പോൾ കവിക്ക് സന്തോഷമായി. താനും മൈസൂറിൽ നിന്ന് തലേന്ന് തന്നെ വരാമെന്നു പറഞ്ഞതോടെ സമ്മതം. പറഞ്ഞതുപോലെ ശങ്കരൻ സ്റ്റേഷനിൽ എത്തി. കവി തീവണ്ടിയിൽ നിന്ന് കാലെടുത്ത് വച്ചിടത്തുതന്നെ നിൽപ്പാണ്. സ്റ്റേഷനിൽ കാണാം എന്നാണല്ലോ പറഞ്ഞത്. ഇങ്ങോട്ടുവരട്ടെ എന്ന മട്ടിൽ കുടയുടെ കാൽ നിലത്തു കുത്തിയിട്ടുണ്ട്. തീവണ്ടി പാളത്തിൽനിന്നു മാറില്ല എന്ന പോലെ താനും ഇവിടെ നിന്ന് മാറാൻ പാടില്ല എന്ന മട്ട്. ശങ്കരൻ അദ്ദേഹത്തെ താമസസ്ഥലത്തേക്ക് കൊണ്ടുപോയി.

വീട്ടിൽ നിന്നു വരുമ്പോൾ തൂവാല എടുക്കാൻ മറന്നെന്നു പരിപാടിക്ക് പോവാൻ നേരം കവി പറഞ്ഞു. 'എന്റെ കയ്യിൽ ഒരു വെള്ളത്തുണി പോലുമില്ല' എന്നായിരുന്നു സങ്കടം. അതിനെന്താ മാഷേ, ഇത് വച്ചോളു എന്നു പറഞ്ഞ് അലക്കിവച്ചിരുന്ന തൂവാല ശങ്കരൻ കൊടുത്തു. 'അയ്യോ എത്ര വെടിപ്പാക്കി വച്ചിരിക്കുന്നു' എന്നു പറഞ്ഞ് വലിയ ഇഷ്ടത്തോടെ വാങ്ങി. പരിപാടി കഴിഞ്ഞു മൈസൂറിൽ എത്തേണ്ടതിനാൽ പിറ്റേന്ന് അതിരാവിലെ പോവാൻ ശങ്കരൻ തയാറായി. 'അയ്യോ ഞാനതു കഴുകിയിടാൻ മറന്നു' എന്നു പറഞ്ഞ് തൂവാലയുടെ കാര്യം കവി ഓർമ്മിപ്പിച്ചു. അതൊന്നും സാരമില്ലെന്നും മാഷ് എടുത്തോളൂ എന്നും പറഞ്ഞപ്പോൾ കവി പറഞ്ഞത് ശങ്കരന് മറക്കാനാവില്ല. 'എനിക്ക് നിങ്ങളെ വലിയ ഇഷ്ടമാണ്.

പക്ഷേ ഞാനാർക്കും ഒന്നും കടം വയ്ക്കില്ല' എന്നായിരുന്നു അത്. 'മാഷേ ഇതൊരു കടമായി കൂട്ടേണ്ട. മാഷിനോട് ഞങ്ങളൊക്കെ എത്ര കടപ്പെട്ടിരിക്കുന്നു' എന്നായിരുന്നു ശങ്കരന്റെ മറുപടി. ഇനി എന്നാ കാണുക എന്നു ചോദിച്ച അദ്ദേഹം ശങ്കരൻ പോവുന്നത് ലോഡ്ജ് മുറിയുടെ ജനാലയിലൂടെ നോക്കി നിൽപ്പായി. പിന്നീട് ഇവർ തമ്മിൽ കണ്ടിട്ടില്ല. രണ്ടു ദിവസത്തിനകം കവി വിട വാങ്ങി. ഞാനാർക്കും ഒന്നും കടം വയ്ക്കില്ല എന്നു പറഞ്ഞത് കവി ദീർഘ ദർശനം ചെയ്യും ദൈവജ്ഞനായതുകൊണ്ടാണോ?

കന്നിക്കൊയത്ത് മകരത്തിലേക്ക് മാറ്റാറില്ല. മകരക്കൊയ്ത്ത് തിരിച്ചും. ഋതു കടം വയ്ക്കാറില്ല എന്ന പോലെ കവിയും. ശങ്കരൻ കവിയെ ആദ്യം കണ്ടത് തൃശൂരിൽ ഒരു അക്ഷരശ്ലോക സദസ്സിൽ വച്ചായിരുന്നു എങ്കിൽ അവസാനത്തേത് ഒരു അക്ഷരശോകസദ സ്സായിരുന്നു. ■

ഈണമിട്ട കാപ്പി

ഏതാനും വർഷം മുൻപ് കോഴിക്കോട് മലബാർ ക്രിസ്ത്യൻ കോളേജിൽ കാപ്പിയും കർണാടകസംഗീതവും വരുന്നവർക്ക് നെറ്റിയിൽ തൊടാൻ ചന്ദനവുമായി ഒരു പരിപാടി നടന്നു. കവി ആർ. രാമചന്ദ്രൻ അനുസ്മരണം. രാമചന്ദ്രന് ഈണമിട്ട കാപ്പി വളരെ ഇഷ്ടമായിരുന്നു. എന്നു വച്ചാൽ കർണാടകസംഗീതം കേട്ടുകൊണ്ട് കാപ്പി കുടിക്കുന്നത്. ചന്ദനക്കുറിയും ഇഷ്ടം. ഒരിക്കലും കാപ്പി കുടിക്കാത്തവർ പോലും അവിടെ വന്ന് കാപ്പി കുടിച്ചു. ആ ഓർമ്മയ്ക്ക് ഒരു കാപ്പി. ആർക്കും ചായ കൊടുത്തില്ല. എം.എൻ. കാരശ്ശേരി ഒരു നിവൃത്തിയുണ്ടെങ്കിൽ കാപ്പി കുടിക്കാറില്ല. അദ്ദേഹം പോലും അവിടെ വന്നപ്പോൾ കാപ്പി കുടിച്ചു.

കാരശ്ശേരി പ്രീഡിഗ്രി വിദ്യാർത്ഥിയായിരിക്കെ എൻ.പി. മുഹമ്മദിന്റെ അയൽക്കാരനായിരുന്നു. രാമചന്ദ്രൻ കോഴിക്കോട്ടെ തളിയിലെ സന്ധ്യ എന്ന തന്റെ വീടിന്റെ കോലായയിൽ തുടങ്ങി വച്ച 'കോലായ' ചർച്ചകൾ ഇടയ്ക്ക് എൻ.പിയുടെ വീട്ടിൽ നടക്കുമ്പോൾ കാരശ്ശേരി അവിടെ ഉണ്ടാവും. 'കോലായ' യ്ക്ക് രൂപം കൊടുത്തവരിൽ ഒരാളായ 'കോലായ' രൂപത്തോടു കൂടിയ ഈ മനുഷ്യനെ കാരശ്ശേരി ആദ്യം കാണുന്നത് അവിടെ വച്ചാണ്. അന്നാണ് കാരശ്ശേരി അറിഞ്ഞത്

രാമചന്ദ്രൻ മലയാളം പ്രൊഫസ റാണെങ്കിലും ഇംഗ്ലിഷ് എം.എ യ്ക്ക് ട്യൂഷൻ എടുക്കുന്നുണ്ടെന്ന്. പൂക്കൾ പാട്ടുപാടുക കൂടി ചെയ്താൽ അല്ലെങ്കിൽ കുയിൽ വീണ വായിച്ചാൽ എന്ന പോലെ സുന്ദരമായിരിക്കുമല്ലോ അതെന്ന് അദ്ദേഹം ഓർത്തു. എം.എ. മലയാളം കഴിഞ്ഞ് കാരശേരി ആദ്യം ചെയ്തത് രാമചന്ദ്രന്റെ വീട്ടിൽ ഇംഗ്ലീഷ് എം.എയ്ക്ക് ട്യൂഷന് ചേർന്നതാണ്. കാരശ്ശേരി രാമചന്ദ്രന്റെ കവിതകളുമായി അടുത്ത പരിചയം സ്ഥാപിച്ചു. പിന്നീട് രാമചന്ദ്രനുമായും അദ്ദേഹത്തിന് മകനെപ്പോലെ വാൽസല്യമായിരുന്ന അനുജൻ കാലിക്കറ്റ് യൂണിവേഴ്സിറ്റിയിലെ ഇംഗ്ലീഷ് അധ്യാപകനായിരുന്ന ആർ. വിശ്വനാഥനുമായും അടുപ്പമായി. വിശ്വനാഥൻ ക്ലാസെടുക്കുന്ന സമയം ഒഴികെ എപ്പോഴും തന്റെ കൂടെ മലയാള വിഭാഗത്തിൽ ഉണ്ടാവുമായിരുന്നെന്ന് കാരശ്ശേരി. ആയിടയ്ക്കാണ് രാമചന്ദ്രന് ഹൃദ്രോഗം വന്നതും ചെറിയ യാത്രകൾ പോലും ഡോക്ടർ വിലക്കിയതും. പിന്നാലെ കാരശ്ശേരിക്ക് ഒരു വാഹനാപകടത്തിൽ സാരമായി പരുക്കേറ്റു. രാമചന്ദ്രൻ തന്റെ അപകട വിവരം അറിയല്ലേ എന്നായിരുന്നു ആശുപത്രിയിൽ കിടക്കുമ്പോഴും കാരശ്ശേരി ആഗ്രഹിച്ചത്. അറിഞ്ഞാൽ അദ്ദേഹം എത്തുമെന്ന് കാരശ്ശേരിക്ക് അറിയാം. ഒരു ദിവസം വാതിലിൽ മുട്ട്. തുറന്നപ്പോഴുണ്ട് രാമചന്ദ്രനാണ്. തന്റെ രോഗം വകവയ്ക്കാതെ ആശുപത്രിയുടെ മുകൾ നിലയിൽ അദ്ദേഹം എത്തിയിരിക്കുന്നു. ബാലചന്ദ്രൻ ചുള്ളിക്കാട് മുറിയിലുണ്ട്. മൂന്നു മണിക്കൂറോളം രാമചന്ദ്രൻ അവിടെ ഇരുന്നു. പ്രാർത്ഥന പോലെ കാരശ്ശേരിയുടെ നെറ്റിയിൽ കൈ വച്ചിട്ട് അദ്ദേഹം പോയി. മകളുടെ കല്യാണമായപ്പോൾ കാരശ്ശേരി വിശ്വനാഥനോട് പറഞ്ഞു. ഞാൻ മാഷിനെ വിളിക്കുന്നില്ല. വിളിച്ചാൽ അദ്ദേഹം എത്തും. യാത്ര തീരെ പാടില്ല എന്ന് ഡോക്ടർ നിർദേശിച്ചതിനാൽ മാഷിനെ ബുദ്ധിമുട്ടിക്കുന്നില്ല എന്ന്. പക്ഷേ കല്യാണദിവസം രാവിലെ രാമചന്ദ്രനുണ്ട് അതാ കാരശ്ശേരിയുടെ വീട്ടിൽ.

മകന്റെ സ്ഥാനത്തുള്ള വിശ്വനാഥന്റെ മരണം രാമചന്ദ്രനെ തളർത്തി. അതുകൊണ്ടുതന്നെ രാമചന്ദ്രന്റെ മരണം രണ്ടു പേരുടെ മരണത്തെയാണ് സൂചിപ്പിക്കുന്നത്. അനുജന്റെ മരണശേഷം രാമചന്ദ്രൻ ജീവിച്ചത് വെറും മൂന്നു മാസം. അഴൽ, നിഴൽ എന്നിവ രാമചന്ദ്രന്റെ കവിതയിൽ ആവർത്തിച്ചുവരുന്ന വാക്കുകളാണ്.

ജീവിതത്തിന്റെ നിഴലായി എപ്പോഴും അഴൽ ഉണ്ടാവും. കവിയുടെ നിഴലായിരുന്നു വിശ്വനാഥൻ. പിന്നെ അഴൽ മാത്രമായി.

വിശ്വനാഥൻ മരിച്ച് മൂന്നു ദിവസം കഴിഞ്ഞായിരുന്നു കാരശ്ശേരി രാമചന്ദ്രനെ അവസാനം കണ്ടത്. അപ്പോഴേക്കും അദ്ദേഹം മരുന്ന് കഴിക്കുന്നത് നിർത്തിയിരുന്നു. പിന്നാലെ കാപ്പി ഉപേക്ഷിച്ചു. ഭക്ഷണം ഉപേക്ഷിച്ചു. വെള്ളം കുടിക്കുന്നതും ഉപേക്ഷിച്ചു. ഇതിനെല്ലാം മുൻപേ കവിത ഉപേക്ഷിച്ചു. സാക്ഷാൽ ശ്രീരാമചന്ദ്രൻ രാജ്യം ഉപേക്ഷിച്ചു എന്നതുപോലെ ആർ. രാമചന്ദ്രൻ പതുക്കെപ്പതുക്കെ എല്ലാം ഉപേക്ഷിക്കുകയായിരുന്നു. അങ്ങനെയുള്ള കവിക്കു വേണ്ടിയാണ് കാരശ്ശേരി ഉൾപ്പെടെയുള്ളവർ ഒരു നേരം ചായ ഉപേക്ഷിച്ചത്. ■

ഒറ്റമരക്കാട്

സാവിത്രി രാജീവന് ബി. രാജീവൻ എന്ന വീട്ടിലേക്കുള്ള വഴിയിൽ തുണയായി നിന്നത് ഡി. വിനയചന്ദ്രനാണ്. ആ ഹൃദയബന്ധം കൊണ്ടാണ് സാവിത്രിയുടെ ആത്മകഥ വായിച്ചിട്ട് വിനയചന്ദ്രൻ പറഞ്ഞത്, ഇതു വളരെ ചുരുക്കി എഴുതിയതാണ്. ഇതിനെക്കാൾ വിശദമായി സാവിത്രിയുടെ വേറെ ആത്മകഥ ഞാനെഴുതിത്തരാമായിരുന്നല്ലോ എന്ന്. നിങ്ങളെ നിങ്ങൾക്കറിയാവുന്നതിനെക്കാൾ കൂടുതൽ എനിക്കറിയാം എന്നല്ലേ അതിനർഥം? രാജീവന്റെ പ്രണയത്തിന്റെ വാക്കുകളും വസ്തുക്കളും സാവിത്രിക്ക് എത്തിച്ചുകൊടുത്ത ഹംസമായിരുന്നു വിനയചന്ദ്രൻ.

സാവിത്രി മലപ്പുറം ഗവ. കോളേജിൽ രണ്ടാം വർഷ പ്രീഡിഗ്രി വിദ്യാർത്ഥിനിയായിരുന്ന കാലം. അവിടുത്തെ അധ്യാപകനായ രാജീവനുമായുള്ള പ്രണയം വീട്ടിലറിഞ്ഞതോടെ സാവിത്രി ക്ലാസിൽ പോകേണ്ട എന്നായി വീട്ടുകാർ. പരീക്ഷയെഴുതാൻ മാത്രം അനുവദിച്ചു. രണ്ടുപേരും പരസ്പരം കാണാതിരിക്കാൻ മഞ്ചേരി എൻ.

എസ്.എസ്. കോളേജിലേക്ക് പരീക്ഷാകേന്ദ്രം മാറ്റുകയും ചെയ്തു. അങ്ങനെ മഞ്ചേരി കോളേജിൽ രാജീവന്റെ പ്രണയലേഖനവുമായി ഒരാൾ സാവിത്രിയെ കാത്ത് പരീക്ഷാ ഹാളിനു വെളിയിൽ നിന്നു. അന്നാണ് വിനയചന്ദ്രനെ സാവിത്രി ആദ്യമായി കാണുന്നത്. മലപ്പുറം ഗവ. കോളേജിൽ അധ്യാപകനായി എത്തിയതേ ഉണ്ടായിരുന്നുള്ളൂ അദ്ദേഹം.

പട്ടാമ്പിയിലെ രജിസ്ട്രാർ ഓഫീസിൽ രാജീവനും സാവിത്രിയും വിവാഹിതരാവുമ്പോൾ കെ.ജി.ശങ്കരപ്പിള്ളയും വിനയചന്ദ്രനും ഇവർക്കൊപ്പമുണ്ടായിരുന്നു. പിന്നീട് കാലങ്ങളോളം ജീവിതയാത്രയിലെ ഓരോ നിർണായകസന്ദർഭത്തിലും വിനയചന്ദ്രൻ കൂടെ നിന്നെന്ന് സാവിത്രി. കുടുംബമില്ലാത്ത ഒരാൾ മറ്റൊരാളുടെ കുടുംബത്തിന്റെ ഭാഗമായി.

സാവിത്രിയുടെയും രാജീവന്റെയും വീട്ടിൽ ഒന്നോ രണ്ടോ മാസം കൂടുമ്പോൾ സുഹൃത്തുക്കൾ ഒത്തുകൂടാറുണ്ട്. തിരുവനന്തപുരത്ത് സ്ഥിരതാമസത്തിന് എത്തിയതോടെ വിനയചന്ദ്രനും അവരിൽ ഒരാളായി. സക്കറിയയും നീലനും ഉണ്ടാവും. തിരുവനന്തപുരത്ത് ഉണ്ടെങ്കിൽ സച്ചിദാനന്ദനും എത്തും. ഒരു ഒറ്റമരക്കാട് വേരോടെ ഇളകി വന്നാലെന്നതുപോലെയാണ് വിനയചന്ദ്രന്റെ വരവ്. അദ്ദേഹം കവിത ചൊല്ലുന്നത് കേട്ടാൽ നമ്മെ ആരോ കുളിപ്പിക്കുന്നതു പോലെ തോന്നും എന്ന് 'അമ്മയെ കുളിപ്പിക്കുമ്പോൾ' എന്ന കവിത എഴുതിയ സാവിത്രി. ഒരു ദിവസം കവിയരങ്ങിന് പോയിട്ട് വരും വഴി വിനയചന്ദ്രൻ സാവിത്രിയെയും രാജീവനെയും കാണാൻ വീട്ടിലെത്തി. തിരുവനന്തപുരത്ത് രണ്ടായിരം കവികൾ ഉണ്ടെന്ന് തനിക്ക് ഇന്നാണ് മനസ്സിലായതെന്നു പറഞ്ഞ വിനയചന്ദ്രൻ അവരുടെ പേരുകൾ എണ്ണിയെണ്ണിപ്പറയാൻ തുടങ്ങി. കവിയരങ്ങിൽ ധാരാളം കവികൾ പങ്കെടുത്തതിന്റെ ക്ഷീണം അദ്ദേഹത്തിന്റെ മുഖത്തുണ്ടായിരുന്നു എന്നു സാവിത്രി. ആ കവിയരങ്ങിൽ വച്ച് കിട്ടിയ ഒരു പൊന്നാട വിനയചന്ദ്രൻ സാവിത്രിക്ക് സമ്മാനിച്ചു. ഇത് സാവിത്രിക്ക് ചുരിദാറിന്റെ കൂടെ ഇടാം എന്നു പറഞ്ഞായിരുന്നു കൊടുത്തത്. കാഷായവും ഓറഞ്ചും ചേർന്ന നിറമുള്ള ആ പൊന്നാട സാവിത്രി സൂക്ഷിച്ചിട്ടുണ്ട്. വീട്ടിൽ വന്ന് ഒരു മാസത്തിനകം വിനയചന്ദ്രന്

സുഖമില്ലെന്നറിഞ്ഞു. ആശുപത്രിയിൽ ചെന്നെങ്കിലും കാണാൻ കഴിഞ്ഞില്ല. ദിവസങ്ങൾക്കകം കവി വിട പറഞ്ഞു. കവി സാവിത്രിക്ക് ആദ്യം കൊടുത്തത് രാജീവന്റെ കത്തായിരുന്നു എങ്കിൽ അവസാനം കണ്ടപ്പോൾ അത് ഒരു പൊന്നാട ആയിരുന്നു. പക്ഷേ രണ്ടിലും ഒരു സന്ദേശമുണ്ടായിരുന്നു. സന്ധ്യയുടെ നിറമുള്ള ആ പൊന്നാട വിനയചന്ദ്രൻ കൊടുത്തത് തന്റെ ജീവിതത്തിന്റെ സന്ധ്യ വന്നു എന്ന സന്ദേശം ഓർമ്മിപ്പിക്കാനായിരുന്നോ?... ■

കൂടൊഴിയും നേരം

കാണുന്നതിനും മുൻപേ കണ്ടു തുടങ്ങിയതാണ് അഷിത മാധവിക്കുട്ടിയെ. കൗമാരത്തിൽ അഷിത എഴുതുന്നതൊക്കെ അച്ഛനമ്മമാർ നശിപ്പിച്ചു കളയുമ്പോൾ പറഞ്ഞുകേട്ട പേരാണത്. മകൾ എഴുത്തുകാരിയാവുന്നത് ഇഷ്ടമല്ലാത്ത അവരുടെ എപ്പോഴത്തെയും ശാസന. നീ ഒരിക്കലും മാധവിക്കുട്ടിയെപ്പോലെ ആകരുത് എന്നായിരുന്നു. 'എന്റെ കഥ' സൃഷ്ടിച്ച ഒച്ചപ്പാടുകൾ മൂലം വീട്ടിൽ ആ എഴുത്തുകാരിയെക്കുറിച്ചുണ്ടായ തെറ്റിദ്ധാരണ. അന്നൊന്നും അഷിത മാധവിക്കുട്ടിയെ വായിച്ചിട്ടേ ഇല്ലെങ്കിലും ആ രൂപം കൗമാരമനസ്സിൽ ശക്തമായി.

വർഷങ്ങൾ കഴിഞ്ഞ് തിരുവനന്തപുരത്ത് അഷിതയും മാധവിക്കുട്ടിയും ഒരേ റോഡിന്റെ രണ്ടു വശങ്ങളിലായി താമസം. കുട്ടിക്കാലത്തു കിട്ടിയ തെറ്റായ ഉപദേശം മനസ്സിലുള്ളതിനാലാവാം അഷിത

അങ്ങോട്ടു ചെന്ന് കണ്ടില്ല. ഒരു ദിവസം മാധവിക്കുട്ടി അഷിതയുടെ വീട്ടിലേക്ക് ആളെ അയച്ചു, കാണണമെന്നുണ്ട് വീട്ടിലേക്ക് വരൂ എന്നു പറഞ്ഞ്. എന്തിനാണ് കാണണമെന്ന് പറഞ്ഞതെന്നു ചോദിച്ച് അഷിത മാധവിക്കുട്ടിയെ ഫോൺ ചെയ്തു 'അയ്യേ ഫോൺ ചെയ്യുകയാ ചെയ്യുക. നേരെ ഇങ്ങട് ഓടി വരല്ലേ വേണ്ടത്' എന്നു പറഞ്ഞ് നീർമാതളപ്പൂവ് മറുതലയ്ക്കൽ തലയാട്ടിച്ചിരിച്ചു. അതോടെ താൻ നിരായുധയായെന്ന് അഷിത.

കാണാനും മാത്രം ഒന്നുമില്ല എന്ന് സ്നേഹം കലർന്ന അനുസരണക്കേട് പറഞ്ഞ് അഷിത മാധവിക്കുട്ടിയെ വീട്ടിൽ പോയി കണ്ടു. അഷിതയുടെ കഥകളോടുള്ള ഇഷ്ടം ആദ്യ കൂടിക്കാഴ്ചയിൽ തന്നെ അവർ പുറത്തുകാട്ടി. മാധവിക്കുട്ടി എന്നു വിളിച്ചപ്പോൾ പറഞ്ഞു: 'നിന്റെ അമ്മേടെ പ്രായം ഇല്ലേ എനിക്ക്? പക്ഷേ അമ്മ എന്നു വിളിക്കേണ്ട. എനിക്ക് ഒരു പാട് പ്രായം തോന്നും. അടുപ്പമുള്ളവർ ആമിയോപ്പു എന്നാണ് വിളിക്കാറ്. നീയും അങ്ങനെ വിളിച്ചോ' എന്ന്. മാധവിക്കുട്ടിയുടെ നിർബന്ധത്തിലാണ് അഷിത മൂക്കുത്തിയിട്ടത്. മൂക്കുത്തി കൊടുത്തതും മാധവിക്കുട്ടി. അതണിഞ്ഞ് കണ്ടപ്പോൾ അവർ അഷിതയെ നോക്കി നിർത്താതെ ചിരിച്ചു. ലേശം ശുണ്ഠിയോടെ, 'എന്താ ചിരിക്കുന്നത്' എന്നായി അഷിത. 'പിൻകാലുയർത്തിച്ചവിട്ടുന്ന പശുക്കൾക്ക് മൂക്കുകയർ ഇടാറുണ്ട്. നിന്റെ ലഹള കുറയ്ക്കാനാണ് ഈ മൂക്കുത്തി' എന്നായിരുന്നു മറുപടി. ഭർത്താവ് മരിച്ചതിനെ തുടർന്ന് കൊച്ചിയിലേക്ക് താമസം മാറ്റുന്ന കാര്യം പറയാൻ മാധവിക്കുട്ടി അഷിതയെ വിളിച്ചു. 'നാലപ്പാട്ടു നിന്നു കൊണ്ടുവന്ന ലക്ഷ്മീദേവിയുടെ ഫോട്ടോ അഷിതയ്ക്ക് തരാം. അതെടുക്കാൻ വെള്ളിയാഴ്ച തന്നെ വരണം' എന്നും പറഞ്ഞു. ചെന്നപ്പോൾ ഒരു ഏകമുഖീരുദ്രാക്ഷം കയ്യിൽ വച്ചുകൊടുത്തു. അതു കെട്ടിച്ച് കഴുത്തിലിടണം എന്ന മുഖവുരയോടെ. പിന്നെ കൊടുത്തത് മാധവിക്കുട്ടിയുടെ എഴുത്തുമേശയാണ്. മുംബൈയിലായിരുന്നപ്പോൾ മകൻ ജയസൂര്യ പഠിച്ചിരുന്ന മേശ. നീ അതിലിരുന്ന് കഥയെഴുതണമെന്ന ആഗ്രഹവും മാധവിക്കുട്ടി അറിയിച്ചു. അന്നു

വരെ വീട്ടിൽ വിളക്കു കൊളുത്താതിരുന്ന അഷിത ലക്ഷ്മീദേവി യുടെ ഫോട്ടോ കിട്ടിയ ശേഷം പതിവായി വിളക്കു കൊളുത്താൻ തുടങ്ങി. അത് മാധവിക്കുട്ടിയെ ഓർത്താണോ ദൈവത്തിനാണോ എന്നറിയില്ലെന്ന് അഷിത.

മതം മാറാൻ നിശ്ചയിച്ച ശേഷം മാധവിക്കുട്ടി തിരുവനന്ത പുരത്ത് വന്നപ്പോൾ അഷിതയെ വിളിച്ചു, പിണക്കമാണോ എന്ന ചോദ്യത്തോടെ. മതം മാറുമ്പോൾ ഒരാളോട് നമുക്കുള്ള സൗഹൃദ ത്തിന്റെ മനം മാറുമോ എന്നാണ് അഷിത അപ്പോൾ ചോദിച്ചത്. ഫോണിൽ നിശ്ശബ്ദത. നീ ഒരു മരം പോലെയാണ് എന്നായി അഷി തയോട് മാധവിക്കുട്ടി. എന്തേ എന്നതിനു കിട്ടിയ മറുപടി, 'ഒരാൾ എത്ര ദൂരം പോയി തിരിച്ചുവന്നാലും ആ മരം അങ്ങനെ തന്നെ നിൽക്കുന്നുണ്ടാവും' എന്നാണ്. പിന്നീട് ഇവർ തമ്മിൽ ഒന്നും സംസാ രിച്ചിട്ടില്ല.

തിരുവനന്തപുരത്ത് നിന്ന് താമസം മാറുകയാണെന്നറിഞ്ഞ് ചെന്നപ്പോഴായിരുന്നു ഇവരുടെ അവസാന കൂടിക്കാഴ്ച. അന്ന് മാധ വിക്കുട്ടി അഷിതയ്ക്കൊപ്പം ഗേറ്റ് വരെ വന്നു. അഷിത തിരിഞ്ഞു നോക്കാതെ നടന്നു. അവർ വീടൊഴിഞ്ഞ് പോവുകയാണെങ്കിൽ താൻ കൂടൊഴിഞ്ഞ് പോന്നതാണെന്ന് അഷിത. കൂടൊഴിഞ്ഞ് പറ ക്കുമ്പോൾ പക്ഷികൾ തിരിഞ്ഞുനോക്കാറില്ല. ആ കൂട്ടിലേക്ക് പിന്നീട് വരാറുമില്ല. അഷിതയ്ക്ക് മാധവിക്കുട്ടി ഒരു കൂടായിരുന്നു. അഭയസ്ഥാനം.. ■

ഹൃദയബന്ധം

മറ്റുള്ളവരെ കാണുമ്പോൾ നാം പുഞ്ചിരിക്കുന്നത് സാധാരണം. എന്നാൽ ഒരാളെ കണ്ടിട്ട് തിരിച്ച് പോവുമ്പോഴാണ് പുഞ്ചിരിക്കുന്ന തെങ്കിലോ? അങ്ങനെയൊരു ഹൃദയബന്ധമാണ് ഹൃദയകുമാരിയും കെ. ജയകുമാറും തമ്മിലുണ്ടായിരുന്നത്. ഹൃദയകുമാരിയെ കണ്ടിട്ട് ആ വീട്ടിൽ നിന്നിറങ്ങുമ്പോഴൊക്കെ താൻ എന്തിനെന്നില്ലാതെ പുഞ്ചിരിക്കുകയും ഹൃദയത്തിനൊരു ലാഘവത്വം തോന്നുകയും ചെയ്തിരുന്നു എന്ന് ജയകുമാർ. ഹൃദയകുമാരിയുടെ ആത്മാവിന്റെ വലിപ്പം കൊണ്ട് തനിക്കങ്ങനെ തോന്നുന്നതാവാം എന്നു വിശ്വസി ക്കാനാണ് ജയകുമാറിന് ഇഷ്ടം. അതുപോലെ ഡോ. ശാസ്ത്രിയെ വീട്ടിൽ ചെന്നു കണ്ടിട്ട് തിരിച്ചുപോവുമ്പോഴും ജയകുമാർ അറി യാതെ മന്ദഹസിച്ചിരുന്നു. ജയകുമാർ നാഗ്പൂർ സർവകലാശാല യിൽ എം.എയ്ക്ക് പഠിക്കുമ്പോൾ അദ്ദേഹത്തിന്റെ ഇംഗ്ലിഷ് പ്രൊഫസർ ആയിരുന്നു ശാസ്ത്രി. സംസ്കൃതപണ്ഡിതൻ, ജ്യോതിഷത്തിൽ അവഗാഹം... അങ്ങനെ പല വിശേഷണങ്ങളും ശാസ്ത്രിക്ക് ഇണങ്ങും.

ഇഷ്ടകവി കോൾറിജ്. ചില ദിവസങ്ങളിൽ അദ്ദേഹവുമായി സംഭാഷണം കഴിഞ്ഞിറങ്ങുമ്പോൾ ജയകുമാറിന്റെ മനസ്സിൽ വല്ലാത്ത ഒരു നിറവ്.. മുഖത്ത് മന്ദസ്മിതം. 'അന്തമറ്റ സുകൃതഹാരങ്ങൾ നിന്നന്തരാത്മാവിലർപ്പിക്കുന്നുണ്ടാവാം' എന്ന് ആശാൻ 'ചണ്ഡാലഭിക്ഷുകി' യിൽ എഴുതിയതുപോലെ ഒരനുഭൂതി. ഹൃദയകുമാരിയായാലും ശാസ്ത്രിയായും ഇങ്ങനെയാണ് ചില മനുഷ്യർ നമ്മിലേക്ക് പ്രവേശിക്കുന്നതെന്നു ജയകുമാർ.

തിരുവനന്തപുരത്ത് എത്തുമ്പോൾ ജയകുമാർ ഹൃദയകുമാരിയെ കാണാൻ പോവുമായിരുന്നു. മൂന്നോ നാലോ മാസം കൂടുമ്പോൾ ജയകുമാറിന് ഹൃദയകുമാരിയുടെ കത്ത് വരും. പത്രത്തിൽ പ്രസംഗം വായിച്ചു. നന്നായിരുന്നു. പടം കണ്ടു. ക്ഷീണിച്ചല്ലോ. അല്ലെങ്കിൽ ഇപ്പോൾ നന്നായിരിക്കുന്നു എന്നൊക്കെയാവും കത്തിൽ. ഒരു കാരണവുമില്ലാതെയുള്ള കത്തുകൾ. തന്നോട് പുത്രനിർവിശേഷമായ വാൽസല്യമായിരുന്നു ഹൃദയകുമാരിക്കെന്ന് ജയകുമാർ. മലയാളം സർവകാശാലയുടെ വൈസ് ചാൻസലറായി ചുമതലയേറ്റപ്പോൾ ജയകുമാറിന് രണ്ടു ഇംഗ്ലിഷ് പുസ്തകങ്ങൾ ഹൃദയകുമാരി കൊടുത്തയച്ചു. ജവഹർലാൽ നെഹ്റു യൂണിവേഴ്സിറ്റിയുടെയും കേംബ്രിഡ്ജ് യൂണിവേഴ്സിറ്റിയുടെയും ചരിത്ര ഗ്രന്ഥങ്ങൾ.

മലയാളം സർവകലാശാലയിൽ വള്ളത്തോൾ അനുസ്മരണ പ്രഭാഷണം നടത്താൻ ആറുമാസം മുൻപേ ജയകുമാർ ഹൃദയകുമാരിയെ ക്ഷണിച്ചു. ആരോഗ്യം പോരാ എന്നു പറഞ്ഞപ്പോൾ വേദി തിരുവനന്തപുരത്താക്കി. ഹൃദയകുമാരി പ്രിൻസിപ്പലായിരുന്ന വിമൻസ് കോളേജിൽ. സുഗതകുമാരിയോടും സുജാതാദേവിയോടുമൊപ്പം സകല സന്നാഹങ്ങളുമായാണ് ഹൃദയകുമാരി വന്നത്. മരുന്നുകൾ, ഫ്ളാസ്കിൽ വെള്ളം തുടങ്ങിയവയുമായി. അനാരോഗ്യം വകവയ്ക്കാതെ മൂന്നുമണിക്കൂർ പ്രഭാഷണം. തുടർച്ചയായി ആറു മാസമാണ് ഈ പ്രഭാഷണത്തിനായി ഹൃദയകുമാരി അധ്വാനിച്ചത്. പ്രഭാഷണം കഴിഞ്ഞതിന്റെ പിറ്റേന്ന് രാവിലെ ജയകുമാർ ഹൃദയകുമാരിയുടെ വീട്ടിലെത്തി. തന്നെ ഉടനെ ആശുപത്രിയിൽ പ്രവേശിപ്പിക്കുമെന്നും വയറ്റിലെന്തോ അസുഖമുണ്ടെന്നാണ് ഡോക്ടർ

പറയുന്നതെന്നും പറഞ്ഞു. 'ഇവരുടെയൊക്കെ മുഖം കാണുമ്പോൾ ഭയം ഉള്ളതായി തോന്നുന്നു. എനിക്ക് പക്ഷേ ഭയം തോന്നുന്നില്ല' എന്നാണ് ജയകുമാറിനോട് പറഞ്ഞത്. ദിവസങ്ങൾക്കകം ആശുപത്രിയിലേക്ക്. പിന്നെ മടങ്ങിവന്നില്ല. തന്റെ ജീവിതത്തോട് അത്രയും ചേർന്നു നിന്ന കലാലയം അവസാന ചടങ്ങിനു വേദിയാവുക. അതിനു ജയകുമാർ നിമിത്തമാവുക. ഇതൊക്കെ വിധി നിശ്ചയമായിരിക്കാം.

■

ഓർമ്മത്തുമ്പി

സി.വി. ശ്രീരാമനെക്കുറിച്ചുള്ള ഓർമ്മകൾ തുമ്പികളായി പറന്നു നടക്കുകയാണ് എൻ. പ്രഭാകരനു ചുറ്റും. താഴ്ന്നു പറക്കുന്ന തുമ്പികളെപ്പോലെ വർഷങ്ങൾ പലതു കഴിഞ്ഞിട്ടും കൂടുതൽ അടുത്തേക്കു വരുന്ന ഓർമ്മകൾ. ശ്രീരാമൻ തലശേരി ബ്രണ്ണൻ കോളേജിൽ ഒരു ചടങ്ങിന് എത്തിയപ്പോഴാണ് അദ്ദേഹത്തെ അവിടുത്തെ അധ്യാപകനായ പ്രഭാകരൻ പരിചയപ്പെട്ടത്. പിന്നീട് കേരള സാഹിത്യ അക്കാദമിയിൽ എം.ടി പ്രസിഡന്റും ശ്രീരാമൻ വൈസ് പ്രസിഡന്റുമായിരിക്കെ പ്രഭാകരൻ ഭരണസമിതിയിലുണ്ടായിരുന്നു. അക്കാദമി ഓഫിസിൽ ശ്രീരാമൻ തങ്ങുമ്പോൾ പലപ്പോഴും പ്രഭാകരനും ഒപ്പമുണ്ടാവും. കഥ എഴുതുന്ന ശ്രീരാമനെയാണ് നമുക്ക് അറിയാവുന്നത്. എന്നാൽ കഥ പറയുന്ന ശ്രീരാമനെയാണ് അക്കാലത്ത് പ്രഭാകരൻ കണ്ടത്. ശ്രീരാമന്റെ കഥാലോകം പോലെ തന്നെ ആന്തമാൻ ദ്വീപുകളിലെയും ശ്രീലങ്കയിലെയുമൊക്കെ അനുഭവങ്ങൾ അദ്ദേഹം

പറയും. അല്ലെങ്കിൽ മൂകാംബിക യിലും ഉഡുപ്പിയിലും മറ്റും പോയപ്പോഴുണ്ടായ സംഭവങ്ങൾ. വിചിത്രമായ അനുഭവങ്ങളും വിചിത്ര ജീവിതപശ്ചാത്തലവും ഉള്ളവരുടെ കാര്യം സ്വന്തം കഥ പോലെ പറഞ്ഞുകേൾപ്പിക്കുന്ന തായിരുന്നു രീതി. ഒരിക്കൽ അക്കാദമിയിലെ മുറിയിൽ വച്ച് പ്രഭാകരൻ കാണുമ്പോൾ ശ്രീരാ മൻ എന്തോ എഴുതുകയാണ്. ഓണപ്പതിപ്പിനുള്ള കഥയാണെ ന്നു പറഞ്ഞു. പലരും ആ മുറി

യിൽ വന്നുപോകുന്നതൊന്നും ശ്രീരാമന് പ്രശ്നമല്ല. അവരോട് സംസാരിച്ചുകൊണ്ടുതന്നെ സാമാന്യം വേഗത്തിൽ എഴുതുകയും ചെയ്തു. അദ്ദേഹത്തിന് കഥയെക്കുറിച്ച് ആദ്യമേ മനസ്സിൽ പൂർണ ചിത്രം ഉള്ളതിനാലാണ് ഇങ്ങനെ എഴുതാൻ കഴിഞ്ഞതെന്നും തനിക്ക് പക്ഷേ കഥയെഴുതാൻ ഏകാന്തത വേണമെന്നും പ്രഭാകരൻ. 2005-ൽ ഇ.എം.എസ് സ്മാരക ട്രസ്റ്റിന്റെ പ്രഥമ അവാർഡ് പ്രഭാകരന്റെ 'തിയ്യൂർ രേഖകൾ' ക്ക് ലഭിച്ചപ്പോൾ അവാർഡ് സമ്മാനിച്ചത് ശ്രീരാ മനായിരുന്നു. കാസർക്കോട്ടെ മുന്നാട് എന്ന ഉൾഗ്രാമത്തിലായിരുന്നു അവാർഡ് ദാനം. സംഘാടകർ തലേന്നു തന്നെ ശ്രീരാമനും പ്രഭാ കരനും വേണ്ടി നീലേശ്വരത്തെ ഒരു ഹോട്ടലിൽ താമസം ഏർപ്പാ ടാക്കി. അടുത്തടുത്ത മുറികളിലായിരുന്നു ഇവർ താമസം. ശ്രീരാമൻ പിറ്റേന്നു വായിക്കാൻ തിയ്യൂർ രേഖകളെക്കുറിച്ച് ഒരു കുറിപ്പ് തയ്യാ റാക്കിയത് ഹോട്ടലിൽ വച്ച് പ്രഭാകരനെ കാണിച്ചു. തിയ്യൂർരേഖക ളിലെ കഥാപാത്രങ്ങൾ സിംഗപ്പൂരിലും ബർമ്മയിലുമൊക്കെ എത്തു ന്നതായി നോവലിൽ ഉണ്ട്. കഥാപാത്രങ്ങൾ ഒരുപാട് സ്ഥലങ്ങളിലൂടെ സഞ്ചരിക്കുന്നതാണ് തനിക്ക് ഇഷ്ടമെന്നും തന്റെ കഥാപാത്രങ്ങളും അത്തരക്കാരാണെന്നും ശ്രീരാമൻ പറഞ്ഞത് പ്രഭാകരന്റെ ഓർമ്മ യിലുണ്ട്. ചടങ്ങിനുശേഷം മുന്നാട് തങ്ങി പിറ്റേന്നാണ് ഇവർ മട ങ്ങിയത്.

കുറച്ച് നാൾ കഴിഞ്ഞ് ശ്രീരാമന്റെ മരണമറിഞ്ഞ് പ്രഭാകരൻ അദ്ദേഹത്തിന്റെ വീട്ടിലെത്തി. ആളുകൾ വന്നുതുടങ്ങുന്നതേയുള്ളു. ഇളവെയിലും ചാറ്റൽമഴയും. ചിതയ്ക്കായി നിലമൊരുക്കുന്നവർ മണ്ണു കിളച്ച് വിറക് അടുക്കുന്നു. തുമ്പികളുടെ വലിയൊരു കൂട്ടം അതിനു മുകളിൽ വന്ന് ഏറെ നേരം നൃത്തം വച്ചു. ആ പ്രത്യേക സ്ഥലത്ത് മാത്രം. സംഗീതസംവിധായകൻ കെ. രാഘവന്റെ ചിത

ഒരുങ്ങുമ്പോഴാണ് അതിനുമുകളിലായി തുമ്പികളുടെ ഈ നൃത്തം പിന്നീട് താൻ കണ്ടതെന്നു പ്രഭാകരൻ. വെയിലും മഴയും ഇടകലരുമ്പോഴുള്ള പുതുമണ്ണിന്റെ ഗന്ധമാണോ തുമ്പിക്കൂട്ടത്തെ ഇവിടേക്ക് ആകർഷിക്കുന്നതെന്ന് നിശ്ചയമില്ല. മഴ പെയ്യുമ്പോൾ പ്രകൃതിയിലുണ്ടാവുന്ന ഭൗതികമാറ്റത്തിന്റെ ഭാഗമാണതെന്നു വേണമെങ്കിൽ കരുതാം. എങ്കിലും മരണത്തിനു പോലും അലൗകികസൗന്ദര്യമുണ്ടെന്ന് താൻ അന്നേരം ചിന്തിച്ചു പോയെന്നു പ്രഭാകരൻ. ആത്മാക്കൾ തുമ്പികളായി പാറിനടക്കുന്നത് ഖസാക്കിന്റെ ഇതിഹാസത്തിലും മയ്യഴിപ്പുഴയുടെ തീരങ്ങളിലും മാത്രമല്ല എന്ന് പ്രഭാകരൻ അന്ന് അറിഞ്ഞു.

ആത്മീയതയും ലൗകികതയും തമ്മിൽ ഇടകലരുന്നത് ശ്രീരാമന്റെ എത്രയോ കഥകളിൽ നാം വായിച്ചു. അതുപോലെയായിരുന്നു വെയിലും മഴയും കൂടിച്ചേരുമ്പോഴുള്ള ശ്രീരാമന്റെ ആ വിടവാങ്ങൽ. മരണത്തിലും നമുക്കു പിടികിട്ടാത്തതായി പലതും ഉണ്ടെന്നു പറയാനാണ് ആ തുമ്പിക്കൂട്ടവും വന്നത് എന്നു പ്രഭാകരനു തോന്നി.

■

കണ്ണുനീർമാതളം

ഭക്തമീര ദിവസവും ഏറ്റവും കൂടുതൽ പറയുന്ന കാര്യം കൃഷ്ണാ, കൃഷ്ണാ എന്നായിരിക്കും. മാധവിക്കുട്ടി എന്നും അതിനെക്കാൾ കൂടുതൽ തവണ പറഞ്ഞുകാണും. സ്നേഹം സ്നേഹം എന്ന്. അങ്ങനെ സ്നേഹം കൊണ്ട് വീർപ്പുമുട്ടിയ ഒരവസരത്തിൽ മാധവിക്കുട്ടി സാറാജോസഫിനോടു പറഞ്ഞു. 'ഞാൻ ഒരാണായിരുന്നെങ്കിൽ നിന്നെ കല്യാണം കഴിച്ചേനെ' എന്ന്. എങ്കിൽ ഞാൻ നിന്നെ സമരത്തിനൊന്നും വിടില്ലായിരുന്നു. വെയിൽ തീരെ കൊള്ളിക്കില്ലായിരുന്നു എന്നു കൂടി പറഞ്ഞിട്ട് മലയാളകഥയിലെ നിലാവ് ചിരി വിരിച്ചത് ഓർത്ത് സാറാജോസഫും ചിരിച്ചു.

മരത്തിൽ വന്നിരിക്കുന്ന കിളിയോടു വരെ മാധവിക്കുട്ടി ചോദിച്ചു കാണും, ഇങ്ങു വന്നെ ചോദിക്കട്ടെ. കല്യാണമൊക്കെ ആയോ? ഭർത്താവ് സുന്ദരനാണോ? അവന്റെ ശരീരത്തിൽ എത്ര തൂവൽ. അവ മിനുമിനുത്തതാണോ എന്ന്? മാധവിക്കുട്ടി സാറാജോസഫിനോട് പലപ്പോഴും തന്റെ പ്രണയത്തിന്റെ പാരമ്യത്തെക്കുറിച്ച് പറഞ്ഞിരുന്നു. സ്വകാര്യങ്ങൾ പങ്കുവച്ചിരുന്നു. ആദ്യമായി മാധവി

ക്കുട്ടിയെ കാണാൻ സാറാ ജോസഫ് പോയപ്പോൾ എഴുത്തുകാരിയെ കാണണമെന്നാഗ്രഹിച്ച കുറേപ്പേരെയും ഒപ്പം കൂട്ടി. പിന്നെ മകളോടൊപ്പം പോയപ്പോൾ മാധവിക്കുട്ടി ഉച്ചഭക്ഷണം തയാറാക്കി ഒപ്പമിരുന്നു കഴിപ്പിച്ചു. അങ്ങനെയൊരു ദിവസം ചെന്നപ്പോഴാണ് സാറാജോസഫിന്റെ ചണനൂലുകൾകൊണ്ടുള്ള ഓപ്പൺ ഷൂസ് അവർക്ക് വളരെ ഇഷ്ടമായത്. പോണ്ടിച്ചേരിയിൽ നിന്നു വാങ്ങിയതായിരുന്നു അത്. സാറാജോസഫ് മാധവിക്കുട്ടിയുടെ പാദത്തിന്റെ അളവെടുത്തുകൊണ്ടുപോയി. അടുത്ത തവണ ചെന്നപ്പോൾ പോണ്ടിച്ചേരിയിൽ നിന്ന് അതേ തരം ഷൂസ് അവർക്കായി കൊണ്ടുവന്നിരുന്നു. പക്ഷേ അത് മാധവിക്കുട്ടിക്കു പാകമായില്ല. കാലിൽ നീരുണ്ടായിരുന്നതിനാൽ. മാധവിക്കുട്ടിയുടെ പ്രതിഭയെ അളക്കാൻ നമുക്കാവില്ല. മാധവിക്കുട്ടിക്കുമാത്രം കിട്ടുന്ന കയ്യടികൾപോലെ മാധവിക്കുട്ടിയുടേതുമാത്രമായ ആ കാലടികളും. നീരുണ്ടായിരുന്നെങ്കിലും അവർ വാക്കുകളിൽ പാദസരമിട്ടു കിലുക്കി കഥയുടെ മുറ്റത്ത് ഓടി നടന്നു. അവരുടെ പദസരങ്ങൾക്ക് പാദസ്വരങ്ങളെക്കാൾ ഭംഗിയുണ്ടായിരുന്നു. ഒരിക്കൽ എറണാകുളത്ത് ഒരു സിനിമയുടെ ചർച്ച നടക്കുന്നു. മാധവിക്കുട്ടിയും സാറാജോസഫും ഉണ്ട്. അന്ന് താൻ സാരിയുടുത്താണ് ചെന്നതെന്ന് സാറാജോസഫ്. മാധവിക്കുട്ടി സാറാജോസഫിനോടു പറഞ്ഞു. 'നിനക്ക് സാരി നന്നായി ചേരും. നിനക്ക് പഞ്ചാബി വേഷവും ചേരും' എന്ന്. പെൺകുട്ടികൾ എത്ര അലങ്കാരത്തിൽ നടക്കാമോ അത്ര അലങ്കാരത്തിൽ നടക്കണമെന്ന് മാധവിക്കുട്ടി ആഗ്രഹിച്ചു. പെൺകുട്ടികളെ കാണുമ്പോഴൊക്കെ അക്കാര്യം ഓർമ്മിപ്പിക്കുകയും ചെയ്തു.

മറ്റൊരിക്കൽ സാറാജോസഫിനെ കണ്ടപ്പോൾ പറഞ്ഞതാവട്ടെ തനിക്കൊരു കളിമൺവീട്ടിൽ കഴിയണമെന്ന്. 'നല്ല മുറ്റമുള്ള വീടായിരിക്കണം മുറ്റത്ത്മാവും മാവിനു തണലും വേണം. ആ തണലത്ത് എനിക്കങ്ങനെ എത്രനേരം വേണമെങ്കിലും ഇരിക്കണം' സാറാജോസഫിന്റെ മകളുടെ ഭർത്താവ് കളിമണ്ണിൽ വീടുകൾ നിർമ്മിക്കുന്ന എൻജിനീയറായ പി.കെ. ശ്രീനിവാസനെക്കൊണ്ടു വീടു വയ്പ്പിക്കണമെന്നും പറഞ്ഞു. തൃശൂരിൽ സാറാജോസഫിന്റെ വീടിനടുത്ത്

മുളങ്കുന്നത്തുകാവിൽ തന്നെ സ്ഥലം നോക്കിക്കോളൂ എന്നും പറഞ്ഞെന്ന് സാറാജോസഫ്. പക്ഷേ അടുത്ത തവണ കാണുമ്പോൾ അക്കാര്യം ചോദിച്ചാൽ മാധവിക്കുട്ടി ഓർക്കണമെന്നു തന്നെയില്ലായിരുന്നു. കാരണം അവർ ജീവിതത്തെ ഒരു മുഴുനീള സ്വപ്നമായാണ് കണ്ടത്. മാധവിക്കുട്ടി ഉറക്കത്തിൽ സ്വപ്നം കാണുകയായിരുന്നില്ല. സ്വപ്നം കാണുന്നതിനിടെ ഇത്തിരിനേരം ഉറങ്ങിയെന്നു മാത്രം. മാധവിക്കുട്ടി ചിരിക്കുന്നത് കണ്ടാൽ തോന്നുക ഒരാൾ ശരിക്കു ചിരിക്കുന്നതായല്ല സ്വപ്നത്തിൽ ചിരിക്കുന്നതായാണ്. പൂണെയ്ക്കു പോവാൻ മനസ്സുകൊണ്ട് തയാറായ മാധവിക്കുട്ടിയെ ചെന്നു കണ്ടപ്പോൾ അവർ ക്ഷീണിതയായിരുന്നു. എല്ലാംകൊണ്ടും കണ്ണുനീർ മാതളമായിരുന്നു. എന്നു കാണാൻ ചെന്നാലും ഉറങ്ങണമെന്നു മാധവിക്കുട്ടിക്ക് തോന്നുമ്പോൾ മാത്രമേ സാറാജോസഫ് അവിടെ നിന്നിറങ്ങിയിരുന്നുള്ളു. ഒടുവിൽ കണ്ടപ്പോഴും അതങ്ങനെ തന്നെയായിരുന്നു.

■

കവിത എന്ന സത്യം

മുതിർന്ന തലമുറയിലെ കവികൾ കവിത കൊള്ളാമെന്നു പറയുമ്പോൾ ഇളംതലമുറക്കവികൾക്ക് അതൊരു അംഗീകാരമാണ്. എന്നാൽ ഇളയ തലമുറയിലെ ഒരു കവി മുതിർന്ന കവിയുടെ കവിതയെപ്പറ്റി നല്ലത് പറഞ്ഞാൽ എന്തെന്നില്ലാത്ത സന്തോഷം പ്രകടിപ്പിക്കുന്നവർ കുറവായിരിക്കും. ഏറ്റുമാനൂർ സോമദാസനും പി.രാമനും തമ്മിൽ അത്തരത്തിലൊരു ബന്ധമാണ് ഉണ്ടായിരുന്നത്. മാഷിന്റെ ഇല പൊഴിയും കാലം എന്ന സമാഹാരം വായിച്ചെന്നും അതിലെ പ്രഭാവലയം എന്ന കവിത ഏറെ ഇഷ്ടമായെന്നും പറഞ്ഞ് ഒരു രാത്രി രാമൻ സോമദാസനെ ഫോൺ വിളിച്ചു. സോമദാസൻ മരിക്കുന്നതിന് രണ്ടുവർഷം മുൻപ്. ഞാൻ ആ കവിത മാഷിന് ഒന്നു ഫോണിൽ ചൊല്ലിത്തരട്ടെ എന്നു രാമൻ ചോദിച്ചതും സോമദാസന് സന്തോഷമായി. രാമന്റെ ചൊല്ലൽ അദ്ദേഹത്തിന് ഹൃദ്യമായിത്തോന്നി. ചൊല്ലൽ കഴിഞ്ഞതോടെ സോമദാസൻ ചോദിച്ചു. എന്താ പേര്? അതുവരെ ഒരു വായനക്കാരനാണ് വിളിക്കുന്നത് എന്നേ പറഞ്ഞിരുന്നുള്ളു. രാമൻ, പട്ടാമ്പിയിൽ നിന്നാണ് എന്നു പറഞ്ഞതും അടുത്ത ചോദ്യം, കവിതയെഴുതുന്ന രാമനാണോ? അതെ ഞാൻ പി. രാമനാണ്

മാഷേ എന്നു പറഞ്ഞപ്പോൾ മറുതലയ്ക്കൽ നിന്നു കേട്ടു: നിങ്ങൾക്കൊക്കെ എന്റെ കവിത ഇഷ്ടമാണെന്നത് പുതിയ അറിവാണ്. കവിതയിൽ താൻ തമസ്കരിക്കപ്പെട്ടതിന്റെ കയ്പ് അദ്ദേഹത്തിന്റെ വാക്കുകളിൽ രാമൻ അറിഞ്ഞു. അത് കുറെയൊക്കെ മാറാനും പുതിയ കവികളെക്കുറിച്ച് അദ്ദേഹത്തിന് കൂടുതലറിയാനും താനുമായുള്ള ബന്ധം കാരണമായിട്ടുണ്ടെന്ന് രാമൻ കരുതുന്നു.

സോമദാസന്റെ ക്ഷണം സ്വീകരിച്ച് ചങ്ങനാശേരിയിൽ ഒരു സ്കൂളിലെ സാഹിത്യ സമ്മേളനത്തിന് രാമൻ പോയി. ഒരു പകലും ഒരു രാത്രിയും രാമൻ അദ്ദേഹത്തോടൊപ്പം ചെലവഴിച്ചു. രാമനുമായുള്ള ആദ്യ കൂടിക്കാഴ്ചയിൽ അദ്ദേഹം സന്തുഷ്ടനായി. രാത്രി പരിപാടി കഴിഞ്ഞ് രാമൻ പട്ടാമ്പിയിലേക്ക് പോരുമ്പോൾ സ്കൂളിൽ പടയണി നടക്കുകയായിരുന്നു. ഇത് ഏതു പടയണിയാണ് എന്ന് ചോദിച്ചപ്പോഴാണ് കാലൻകോലമാണത് എന്ന് രാമൻ അറിഞ്ഞത്. രാത്രി പന്ത്രണ്ട് മണിക്ക് രാമനെ ബസ് കയറ്റിവിടാൻ സോമദാസനും വന്നു. ഒരു മണിക്കൂർ കാത്തുനിന്നിട്ടേ രാമന് ബസ് കിട്ടിയുള്ളു. അത്രയും സമയം മാഷ് അവിടെത്തന്നെ നിന്നു. രാമൻ പട്ടാമ്പിയിലെത്തി രണ്ടു ദിവസം കഴിഞ്ഞപ്പോൾ സോമദാസൻ വിളിച്ചു പറഞ്ഞു, തന്റെ കവിതകളുടെ സമ്പൂർണ്ണസമാഹാരം അയച്ചുതരുന്നുണ്ടെന്ന്. പുസ്തകം കിട്ടി എന്നു പറഞ്ഞ് രാമൻ അദ്ദേഹത്തെ വിളിച്ചു. നാലഞ്ച് ദിവസം കഴിഞ്ഞപ്പോഴേക്കും സ്കൂൾ യുവജനോൽസവങ്ങളുടെ കാലമായി. ഉപജില്ലാ കലോൽസവത്തിന് ചൊല്ലാൻ നല്ലൊരു കവിത ചോദിച്ച് തന്റെ ഒരു വിദ്യാർത്ഥി രാമന്റെ അടുത്തെത്തി. പിറ്റേന്ന് രാമൻ സോമദാസന്റെ സമ്പൂർണസമാഹാരവുമായാണ് സ്കൂളിൽ എത്തിയത്. കുട്ടിയെ സ്റ്റാഫ് റൂമിൽ വിളിപ്പിച്ചു. അതിലെ 'കണ്ണനാമുണ്ണി' എന്ന കവിത രാമൻ ആ കുട്ടിക്ക് ചൊല്ലിക്കൊടുക്കുന്നു. അപ്പോഴുണ്ട് ഒരു ഫോൺ. ചങ്ങനാശേരിയിൽ നിന്ന് സോമദാസന്റെ സുഹൃത്തും അധ്യാപകനുമായ ലത്തീഫ് ആണ് വിളിച്ചത്. സോമദാസൻ മാഷ് മരിച്ചു എന്നു പറയാനായിരുന്നു അത്.

പി. പത്മരാജൻ മരിച്ചപ്പോൾ, കോളേജിലായിരുന്ന പത്മരാജന്റെ മകളെ കൂട്ടിക്കൊണ്ടുവരാൻ പോയത് സംഗീതസംവിധായകനായ

എം.ജി.രാധാകൃഷ്ണനൻ ആയിരുന്നു. രാധാകൃഷ്ണനൻ ചെല്ലുമ്പോൾ പത്മരാജന്റെ മകൾ കോളേജിൽ ഒരു മത്സരത്തിന് വയലാറിന്റെ 'അച്ഛനുറങ്ങിക്കിടക്കുന്നു നിശ്ചലം' എന്നു തുടങ്ങുന്ന 'ആത്മാവിൽ ഒരു ചിത' എന്ന കവിത ചൊല്ലുകയായിരുന്നു. അപ്പോൾ പത്മരാജനും അന്ത്യനിദ്രയിലായിരുന്നു. ചില നിമിത്തങ്ങൾ അങ്ങനെയാണ്. വെറുതെയല്ല മഹാകവി അക്കിത്തം എഴുതിയത്, കവിത ഒരു വലിയ സത്യമാണെന്ന്. ഒരു കവിക്ക് കിട്ടാവുന്ന ഏറ്റവും വലിയ ആദരവ് തന്റെ മരണവാർത്ത ഒരാളുടെ ചെവിയിലെത്തുമ്പോൾ അയാൾ ഇതൊന്നുമറിയാതെ ചൊല്ലിക്കൊണ്ടിരുന്നത് തന്റെ കവിതയാണ് എന്നതു തന്നെ. രാമന്റെ തലമുറ തന്നെ വായിക്കുന്നുണ്ടല്ലോ എന്ന തായിരുന്നു സോമദാസന്റെ ചാരിതാർഥ്യം. എന്നാൽ കവിയുടെ മരണമെത്തുന്ന നേരത്ത് രാമൻ അടുത്ത തലമുറയിലേക്കും ആ കവിത പകർന്നുകൊടുക്കുകയായിരുന്നു എന്നതാണ് അതിലേറെ ചാരിതാർത്ഥ്യജനകം.

■

കക്കാടിക്കാനാവാത്ത വേദന

രോഗം ബാധിച്ച് ചാർലി ചാപ്ലിനെ ആശുപത്രിയിൽ പ്രവേശിപ്പിച്ചപ്പോൾ അമ്മ കാണാൻ ചെന്നു. അമ്മയുടെ സാന്നിധ്യം ഒരു പൂച്ചെണ്ട് കാണുന്നതുപോലെ സന്തോഷകരമായിരുന്നു എന്ന് അതിനെക്കുറിച്ച് ചാപ്ലിൻ എഴുതിയിട്ടുണ്ട്. പ്രിയജനങ്ങളുടെ സാന്നിധ്യം രോഗാവസ്ഥയിലും നമ്മെ സന്തോഷിപ്പിക്കും എന്നതിനാലാവാം ശസ്ത്രക്രിയയ്ക്ക് തൊട്ടുമുൻപുള്ള ദിവസങ്ങളിലൊന്നിൽ എൻ.എൻ. കക്കാടിനെ കാണാൻ ആലങ്കോട് ലീലാകൃഷ്ണൻ ചെന്നപ്പോൾ അദ്ദേഹം സന്തോഷവാനായി കാണപ്പെട്ടത്. എന്നാൽ അതിനും എത്രയോ വർഷം മുൻപ് ആദ്യമായി കക്കാടിനെ കാണാൻ പ്രീഡിഗ്രി വിദ്യാർഥിയായിരുന്ന ആലങ്കോട് ചെന്നത് തനിക്കു കിട്ടിയ ഒരു പൂച്ചെണ്ടും ഉയർത്തിപ്പിടിച്ചായിരുന്നു. സ്വന്തം കവിത അച്ചടിച്ചുവന്ന വാരിക തനിക്കു കിട്ടിയ പൂച്ചെണ്ടുപോലെ അഭിമാനപുരസ്സരം കയ്യിലേന്തി ആ വിദ്യാർത്ഥി ഒരു സുഹൃത്തിനൊപ്പം തിരൂർ തുഞ്ചൻ പറമ്പിലെത്തി. അന്നവിടെ തുഞ്ചൻ ഉത്സവത്തിന്റെ ഭാഗമായി ആകാശവാണി കവി സമ്മേളനം നടക്കുകയായിരുന്നു. ആലങ്കോട് എസ്.കെ. പൊറ്റെക്കാട്ടിനെ ചെന്നുകണ്ട് കവിത ചൊല്ലാൻ അവസരം കിട്ടിയാൽ

നന്നായിരുന്നു എന്നും പറഞ്ഞു. 'ഞാനല്ല അതിന്റെ ആള്. കക്കാടിനെ കണ്ടോളൂ' എന്നായി എസ്. കെ. വാരികയുമായി കക്കാടിനെ ചെന്നു കണ്ടപ്പോഴാണ് അറിഞ്ഞത്, ആകാശവാണി ക്ഷണിച്ചു വരുത്തിയ കവികൾക്കു വേണ്ടിയുള്ളതാണ് സമ്മേളനമെന്ന്. അന്ന് നിരാശനായി മടങ്ങിയ ആലങ്കോടിന് വർഷങ്ങൾക്കു ശേഷം ഒരു കാർഡ് കിട്ടി. തുഞ്ചൻപറമ്പിൽ കവികളുടെ വിദ്യാരംഭം തുടങ്ങുന്നുണ്ടെന്നും അതിൽ കവിത ചൊല്ലാൻ വരണമെന്നും ഉള്ള അറിയിപ്പായിരുന്നു അത്. അവിടെ വച്ച് വീണ്ടും കക്കാടിനെ ആലങ്കോട് കണ്ടു. അന്നു തൊട്ടിന്നുവരെ ആലങ്കോട് തന്റെ അച്ഛൻ മരിച്ച വർഷമല്ലാതെ ഒരിക്കലും തുഞ്ചൻ പറമ്പിൽ കവിത ചൊല്ലാതിരുന്നിട്ടില്ല.

ഏതാനും വർഷങ്ങൾ കഴിഞ്ഞ് ആലങ്കോട് കവി പി.എം. പള്ളിപ്പാടുമൊത്ത് കക്കാടിനെ രോഗാവസ്ഥയിൽ വീട്ടിൽ ചെന്നു കണ്ടു. കക്കാടിന് അർബുദത്തിനുള്ള ശസ്ത്രക്രിയയുടെ രണ്ടോ മൂന്നോ ദിവസം മുൻപ്. ആഹ്ലാദം നിറഞ്ഞ കുറേ വർത്തമാനങ്ങൾ അന്ന് കവി പറഞ്ഞത് ആലങ്കോട് ഓർക്കുന്നു. കവിത നീട്ടരുത്, ചെറുതാക്കണം എന്ന കക്കാടിന്റെ സ്ഥിരം പല്ലവി അന്നും കേട്ടു. അക്കാലത്ത് കക്കാടിക്കുക എന്നൊരു ശൈലി തന്നെ കവികൾക്കിടയിൽ ഉണ്ടായിരുന്നു. അഞ്ചുപേജ് കവിത കിട്ടിയാൽ കക്കാട് അതിനെ അരപ്പേജാക്കി ചുരുക്കുമായിരുന്നു. ഇതിനെയാണ് കക്കാടിക്കുക എന്നു പറഞ്ഞിരുന്നത്. 'നിങ്ങൾ പൊന്നാനിക്കാർ പരത്തലിന്റെ ആൾക്കാരാ. കവിത പരത്തരുത്, ചെറുതാക്കണം,' കവി വീണ്ടും പറഞ്ഞു. രോഗത്തെക്കുറിച്ച് കക്കാട് പറഞ്ഞതാവട്ടെ വളരെക്കുറച്ച്. 'കാൻസറിന്റെ വേദനയാടോ വേദന' എന്ന്. അത്രമാത്രം. കവിക്ക് ഈ വേദനയെക്കൂടി കക്കാടിക്കാൻ കഴിഞ്ഞിരുന്നെങ്കിൽ എന്ന് ആരും പ്രാർഥിച്ചുപോവുമായിരുന്ന വാക്കുകൾ. രാത്രിയാണ് കക്കാടിന്റെ വീട്ടിൽ നിന്ന് ആലങ്കോട് മടങ്ങിയത്. ആ സന്ദർശനത്തിന്റെ ഓർമ്മയിൽ ആലങ്കോട് എഴുതിയ കവിതയാണ് ഹിന്ദോളം. രാത്രിയുടെ മധ്യയാമത്തിന്റെ രാഗമാണല്ലോ ഹിന്ദോളം. കക്കാടിനുള്ള ആലങ്കോടിന്റെ സമർപ്പണമാണ് ആ കവിതയെങ്കിലും കക്കാടിനെക്കുറിച്ചാണെന്ന് കവിതയിൽ ഒരിടത്തും ഇല്ല. തന്റെ ഇഷ്ടരാഗത്തിന്റെ പേരാണ് ആലങ്കോട് കവിതയ്ക്ക് നൽകിയത്. പിന്നെ ഇവർ

തമ്മിൽ കണ്ടിട്ടില്ല. കുറേക്കാലം കഴിഞ്ഞ് ഒളപ്പമണ്ണ മനയിൽ ഒരു കവിതാക്യാംപ് നടക്കുമ്പോൾ ആലങ്കോട് ഹിന്ദോളം എന്ന കവിത ചൊല്ലുന്നതു കേട്ട് ആത്മാരാമൻ ചോദിച്ചു, കക്കാടിന്റെ ഇഷ്ടരാഗ മായിരുന്നു ഹിന്ദോളം. അത് ആലങ്കോട് എങ്ങനെ മനസ്സിലാക്കി എന്ന്. അപ്പോഴാണ് ആലങ്കോട് അറിയുന്നത് കക്കാടിനും തനിക്കും ഒരേ രാഗാനുരാഗമായിരുന്നു എന്ന്. വാഹനാപകടം കണ്ട് വീട്ടിൽ വന്നിട്ടും ആ ഓർമ്മ വിട്ടുമാറാത്തതിനെക്കുറിച്ച് ആറ്റൂർ രവിവർമ്മ എഴുതി, ഉണ്ണുമ്പോഴുരുളയിൽച്ചോര എന്ന്. വീട്ടിൽ മടങ്ങിവന്നിട്ടും കക്കാടിന്റെ വേദന തന്നെ അലട്ടിയപ്പോൾ ആലങ്കോട് എഴുതി, നാളെ ക്കീറുകയാണീ കണ്ഠം എന്ന്. അതു വായിക്കുമ്പോൾ ആരാണ് സ്വന്തം കഴുത്തിൽ സ്വയം അറിയാതെ ഒന്നു തടവിപ്പോവാത്തത്?

■

പാടാൻ മറന്ന നീലക്കുയിൽ

കസ്തുരിമുല്ലയുടെ തണ്ടിൽ ഒരു ഏഴിലംപാല പൂത്താൽ എന്ന പോലെ പി. ഭാസ്കരന്റെ ചുണ്ടിൽ ഒരു ശ്രീകുമാരൻതമ്പി. അടൂർഭാസിയാണ് അക്കാര്യം തമ്പിയോടു പറഞ്ഞത്. തമ്പി അന്ന് നാലഞ്ചു സിനിമകൾക്ക് പാട്ടെഴുതി മദ്രാസിൽ താമസിക്കുന്ന തുടക്കകാലം.. ഭാസിയും സുഹൃത്തുക്കളും വൈകുന്നേരങ്ങളിൽ പാട്ടും കവിതയുമൊക്കെയായി അവിടെ ഒത്തുകൂടുന്ന പതിവുണ്ട്. പി. ഭാസ്കരനും രാമുകാര്യാട്ടും ശോഭന പരമേശ്വരൻനായരുമൊക്കെ ഉണ്ടാകും. ഇന്നലെ എല്ലാവരും പാടി. ഭാസ്കരൻ മാഷ് പാടിയത് തമ്പിയുടെ പാട്ടാണ്. തമ്പി എഴുതിയ 'അശ്വതി നക്ഷത്രമേ..' എന്ന പാട്ട്. ഈ പാട്ടെഴുതിയ തമ്പി നാളെ വലിയ ആളാവുമെന്ന് എനിക്കുറപ്പുണ്ട് എന്ന മുഖവുരയോടെയാണ് അദ്ദേഹം പാടിയതെന്നു ഭാസി പറഞ്ഞപ്പോൾ

തമ്പിക്ക് സന്തോഷം അടക്കാനായില്ല. അന്നു വരെ ഭാസ്കരനും തമ്പിയും തമ്മിൽ പരിചയം പോലുമില്ല.

വൈകാതെ തമ്പിയുടെ ആദ്യനോവലായ കാക്കത്തമ്പുരാട്ടി ഭാസ്കരൻ സംവിധാനം ചെയ്തു. അതിന്റെ തിരക്കഥയും മൂന്നു ഗാനങ്ങളും തമ്പി എഴുതി. പിന്നീട് ഭാസ്കരൻ നിർമ്മാണവും സംവിധാനവും നിർവഹിച്ച 'വിലയ്ക്കു വാങ്ങിയ വീണ'യുടേത് ഉൾപ്പെടെ കുറെ ചലച്ചിത്രങ്ങൾക്ക് തിരക്കഥ എഴുതിയത് തമ്പിയാണ്. ഭാസ്കരനുവേണ്ടി തമ്പി എഴുതുക മാത്രമല്ല വരയ്ക്കുകയും ചെയ്തു. ഭാസ്കരൻ ചെന്നൈ എഗ്മൂറിൽ നിർമ്മിച്ച വീടിന്റെ എൻജിനീയർ തമ്പിയാണ്.

കാലമേറെക്കഴിഞ്ഞ് തിരുവനന്തപുരത്ത് ടാഗോർ തിയറ്ററിൽ ഒരു പരിപാടി നടക്കുന്നു. ഭാസ്കരനും തമ്പിയും വേദിയിൽ. കറുത്ത ടീഷർട്ടിട്ട ഒരാൾ മുന്നിലൂടെ വന്ന് ഇവരെ വണങ്ങിയിട്ട് വേദിയിലെ കസേരയിൽ പോയി ഇരുന്നു. ഭാസ്കരൻ തമ്പിയോടു ചോദിച്ചു. ''നമ്മളെ തൊഴുതിട്ടു പോയതാരാ?'' ''അതു നമ്മുടെ പാട്ടുകാരൻ ജയചന്ദ്രനല്ലേ മാഷേ'' എന്ന് തമ്പി പറഞ്ഞപ്പോൾ ഭാസ്കരൻ: ''അ, അയ്യോ, നമ്മുടെ ജയചന്ദ്രൻ.'' അദ്ദേഹത്തിന് മറവിരോഗത്തിന്റെ തുടക്കകാലമായിരുന്നു അത്. ജയചന്ദ്രൻ പ്രസംഗിക്കാൻ തുടങ്ങി. അപ്പോൾ വീണ്ടും ഭാസ്കരന്റെ ചോദ്യം, ''തമ്പീ, ആരാ പ്രസംഗിക്കുന്നത്?'' കൊച്ചിയിൽ മാക്ടയുടെ ഒരു ചടങ്ങിന് പ്രസംഗിക്കാൻ തുടങ്ങിയപ്പോൾ വേദിയിലുള്ള സുഹൃത്തുക്കളുടെ പേരെടുത്തു പറയുമ്പോൾ ഭാസ്കരൻ ശോഭന പരമേശ്വരൻ നായരുടെ മുഖത്തേക്ക് നോക്കുന്നതല്ലാതെ പേര് ഓർമ്മ വരുന്നില്ലായിരുന്നു. പിന്നീട് ഭാസ്കരൻ തിരുവനന്തപുരത്തേക്ക് താമസം മാറ്റി. ഒരു ദിവസം തമ്പി ഭാസ്കരന്റെ വീട്ടിൽ ചെന്നു. തമ്പി എപ്പോൾ ഭാസ്കരനെ കണ്ടാലും ചെയ്യുന്നതു പോലെ അദ്ദേഹത്തിന്റെ കാൽ തൊട്ടു തൊഴുതു. പക്ഷേ തമ്പിക്ക് തടയാൻ കഴിയും മുൻപ് ഭാസ്കരൻ തമ്പിയുടെ കാലിൽ തൊട്ടുതൊഴുതു. താൻ കരഞ്ഞുപോയെന്ന് തമ്പി. മാഷ് എന്താ ഈ കാണിക്കുന്നത്, ഞാൻ മാഷിന്റെ ശിഷ്യനല്ലേ

എന്നു ചോദിച്ചു. അതിനെന്താ തെറ്റ് എന്നായി മാഷ്. മാഷേ, അതു തെറ്റാണ്. അങ്ങനെ ചെയ്യാൻ പാടില്ല എന്നു പറഞ്ഞപ്പോൾ ഭാസ്കരൻ പാടാൻ മറന്ന നീലക്കുയിലിനെപ്പോലെ മിണ്ടാതെ നിന്നു. ഭാര്യ ഇന്ദിരയുടെ പേരാകട്ടെ ഒരിക്കലും മറന്നില്ല.

ആകാശവാണിയിലെ പാട്ടുകൾ കേട്ട് ഭാസ്കരൻ കൃത്യമായി താളമടിക്കുന്നത് തമ്പി ശ്രദ്ധിച്ചു. ഗിരീഷ് പുത്തഞ്ചേരി എഴുതിയ ഒരു പാട്ടാണ് അപ്പോൾ കേട്ടത്. ഭാസ്കരൻ പറഞ്ഞു, രസികൻ പാട്ട്. അപ്പോൾ തമ്പി : ''അതെ, നല്ല പാട്ടാണ്.. മാഷ് എത്രയോ നല്ല പാട്ടുകൾ എഴുതി. മാഷല്ലേ പാട്ടെഴുത്തിൽ ഞങ്ങളുടെ ഗുരു.'' ഉടൻ വന്നു ഭാസ്കരന്റെ ചോദ്യം, ഞാൻ പാട്ടെഴുതുമോ? അങ്ങ് പി.ഭാസ്കരനാണ് എന്നു തമ്പി പറഞ്ഞപ്പോൾ ഞാനാണോ പി. ഭാസ്കരൻ എന്നായി മാഷ്.

ഭാസ്കരന്റെ പാട്ടായ 'എങ്ങനെ നീ മറക്കും കുയിലേ' തമ്പി പാടി. ഭാസ്കരൻ കൂടെപ്പാടി. പക്ഷേ അടുത്തനിമിഷം ചോദിച്ചതാവട്ടെ ഏതാണ് സിനിമ എന്ന്. തമ്പി പറഞ്ഞു: നീലക്കുയിൽ. ഓർക്കുക വല്ലപ്പോഴും എന്നെഴുതിയ കവിമനസ്സ് മറക്കുക വല്ലപ്പോഴും എന്നായപ്പോൾ തമ്പിക്ക് നൊന്തു. പിന്നെ വെറും ഒരാഴ്ച കഴിഞ്ഞ് തമ്പി കേട്ടത് ഭാസ്കരന്റെ മരണവാർത്ത.

ഓർമ്മയുള്ളപ്പോഴും, താൻ പി.ഭാസ്കരനാണ് എന്ന ഭാവം അദ്ദേഹത്തിന് ഇല്ലായിരുന്നു. അതാണല്ലോ തുടക്കക്കാരനായ തമ്പിയുടെ പാട്ട് അദ്ദേഹം സുഹൃദ്സദസ്സിൽ പാടിയത്. ഓർമ്മയില്ലാത്തപ്പോഴും, താൻ പി.ഭാസ്കരനാണ് എന്ന വിചാരം അദ്ദേഹത്തിന് ഇല്ലായിരുന്നു. അതാണ് ഗിരീഷ് പുത്തഞ്ചേരിയുടെ പാട്ട് രസികനാണ് എന്നു പറഞ്ഞത്.

■

'വിവാഹക്ഷണ' പ്രഭാചഞ്ചലം

എം. ഗോവിന്ദനുമായി ബന്ധപ്പെട്ട ഒന്നിനും തലമുറഭേദം ഇല്ലായിരുന്നു. തന്റെ ആദ്യകാല മാർഗദർശിയായ എം.എൻ. റോയിയുടെ പേരാണ് ഗോവിന്ദൻ മകന് ഇട്ടത്. മാനവേന്ദ്രനാഥ് എന്ന്. എം. ഗോവിന്ദന്റെ പേരമകന്റെ പേരും ഗോവിന്ദൻ എന്നു തന്നെ. ഏതു പ്രായക്കാരുമായും ഗോവിന്ദൻ സംവാദത്തിൽ ഏർപ്പെടുമായിരുന്നു. മിറ്റായിൽ ഗോവിന്ദമേനോൻ ശങ്കരനാരായണനും അവരിൽ ഒരാളായിരുന്നു. പേര് വലുതാണെങ്കിലും എം.ജി.എസ്. നാരായണന് അന്ന് പ്രായം കുറവായിരുന്നു. മദ്രാസ് ക്രിസ്ത്യൻ കോളേജിൽ എം.എ. വിദ്യാർഥി. അങ്ങനെ വിദ്യാർത്ഥികാലത്തേ ഗോവിന്ദന്റെ ഇഷ്ടക്കാരനായ എം.ജി.എസിന് മദ്രാസിലെ ഹാരിസ് റോഡിലെ 77 ബി എന്ന ഗോവിന്ദന്റെ വസതിയിൽ ചെല്ലാൻ വേറെയും കാരണങ്ങൾ ഉണ്ടായിരുന്നു. കെ.സി.എസ്. പണിക്കരുടെ മരുമകളായ ഗോവിന്ദന്റെ ഭാര്യ ഡോ. പത്മാവതി എം.ജി.എസ്സിന്റെ ചെറിയമ്മയുടെ കളിക്കൂട്ടുകാരിയാണ്. പോരാത്തതിന് ഗോവിന്ദനും എം.ജി.എസും പൊന്നാനിക്കളരിക്കാർ. പിൽക്കാലത്ത് അവിടെ ചെല്ലുമ്പോൾ എം.ജി. എസിന്റെ ഒപ്പം അമ്മാവൻ ഡോ. എം. ഗംഗാധരനും ഉണ്ടാവും. അന്നൊക്കെ എന്തെങ്കിലും കാര്യത്തിന് എം.ജി.എസിന് ഡൽഹിയിൽ പോവണമെങ്കിൽ മദ്രാസിൽ നിന്നാവും രാത്രി ഡൽഹിക്ക്

വിമാനം. എം.ജി.എസ്. രാവിലെ ചെന്ന് പകൽ മുഴുവൻ ഗോവിന്ദനൊപ്പം ചെലവഴിക്കും. അതായിരുന്നു പതിവ്.

അങ്ങനെയിരിക്കെ ഇടയ്ക്കിടെ ഗോവിന്ദന്റെ കാർഡ് എം.ജി.എസിനുവരും. കോഴിക്കോട്ട് വരുന്നുണ്ടെന്നും മറ്റുമുള്ള വിവരങ്ങളുമായി. ഇടയ്ക്ക് ഗോവിന്ദൻ കവിത എഴുതി അയച്ചു കൊടുക്കും. കവിതയെക്കുറിച്ച് ചർച്ച ചെയ്യാൻ പിന്നീട് ഗോവിന്ദൻ വരുമ്പോൾ സുഹൃത്തുക്കൾ ഒത്തുകൂടും. അക്കിത്തം, സി.ജെ. തോമസ്, അരവിന്ദൻ, എം.വി. ദേവൻ തുടങ്ങിയവരൊക്കെ അതിനുണ്ടാവും. ഗോവിന്ദന്റെ വായനയെക്കുറിച്ച് കെ.സി.എസ്. പണിക്കർ പറഞ്ഞിട്ടുണ്ട്, ഗോവിന്ദൻ ഇല്ലായിരുന്നെങ്കിൽ മദ്രാസിലെ കണ്ണിമാര ലൈബ്രറി മാറാല പിടിച്ചു പോയേനെ എന്ന്. ഗോവിന്ദൻ ഇല്ലായിരുന്നെങ്കിൽ മലയാളികളുടെ മസ്തിഷ്കത്തിനകത്താവും മാറാല പിടിക്കുമായിരുന്നത്. മലയാളികളെ ചിന്തിക്കാൻ പഠിപ്പിച്ചത് ഗോവിന്ദൻ ആയിരുന്നല്ലോ.

ഒരു നാൾ ഗോവിന്ദന്റെ കത്ത് വീണ്ടും എം.ജി.എസിനെ തേടി വന്നു. മകന്റെ വിവാഹം ഗുരുവായൂരിൽ വച്ചു നടത്തുന്നു. വളരെ നേരത്തെ തന്നെ എത്തണമെന്നുള്ള അറിയിപ്പായിരുന്നു അത്. വിവാഹശേഷം നമുക്ക് അവിടെത്തന്നെ ചർച്ചകൾക്കായി ഒത്തുകൂടണമെന്നുമുള്ള വിവരവും കത്തിലുണ്ടായിരുന്നു. ഒരാഴ്ച മുൻപേ ഗുരുവായൂരിൽ എത്തി ഗോവിന്ദൻ സുഹൃത്തുക്കൾക്കും മറ്റുമായി ധാരാളം ഹോട്ടൽ മുറികളും ബുക്ക് ചെയ്തു. പറഞ്ഞപ്രകാരം എം.ജി.എസ് ദിവസങ്ങൾക്കു മുൻപേ ഗുരുവായൂരിൽ എത്തി. ഗോവിന്ദനുമായി ദിവസം മുഴുവൻ വളരെയേറെ കാര്യങ്ങൾ എം.ജി.എസ് സംസാരിച്ചിരുന്നു. പക്ഷേ പിറ്റേന്നു രാവിലെ എം.ജി.എസ് കേൾക്കുന്നത് ഗോവിന്ദന്റെ മരണവിവരമാണ്. ആശുപത്രിയിൽ എത്തിച്ചെങ്കിലും രക്ഷിക്കാനായില്ല. കല്യാണത്തിന് നാലു ദിവസം മുൻപായിരുന്നു അത്. അങ്ങനെ ഗോവിന്ദന്റെ മകന്റെ വിവാഹത്തിൽ പങ്കെടുക്കാൻ ചെന്ന എം.ജി.എസ് കുരടയിൽ ഗോവിന്ദന്റെ ശവസംസ്കാരത്തിൽ പങ്കെടുത്തിട്ടാണ് പോയത്. ലളിതമായ ചടങ്ങുകളോടെ വിവാഹം

നടന്നു. മകന് വരണമാല്യം എടുത്തുകൊടുക്കേണ്ടയാൾ സ്വന്തം 'മരണമാല്യം' അണിഞ്ഞു.

എസ്റ്റോണിയൻ എഴുത്തുകാരനായ ആർവോ വാൾട്ടണിന്റെ ഒരു കഥയുണ്ട്. രാത്രി വിശപ്പകറ്റാൻ വാങ്ങിയ റൊട്ടി കയ്യിലിരുന്ന് ബോംബായി മാറുന്നതാണ് ആ കഥയിൽ ചിത്രീകരിച്ചിട്ടുള്ളത്. പഴയ സോവിയറ്റ് യൂണിയനിലെ പട്ടിണിയെക്കുറിച്ചുള്ള ധ്വന്യാത്മക വിവരണമായിരുന്നു അത്. ഗോവിന്ദന്റെ മരണമറിഞ്ഞ സുഹൃത്തുക്കൾക്ക് വിവാഹ ക്ഷണക്കത്ത് കയ്യിലിരുന്നു പൊട്ടിത്തെറിച്ചതു പോലെ തോന്നിയിരിക്കണം. ആൾക്കൂട്ടത്തിന് ഗോവിന്ദന്റെ ജീവിതത്തിൽ എന്നും പ്രാധാന്യം ഉണ്ടായിരുന്നു. ആനന്ദിന്റെ 'ആൾക്കൂട്ടം' പുറത്തുവരാൻ നിമിത്തമായതും ഗോവിന്ദനാണല്ലോ. എന്റെ കുഞ്ഞിന്റെ തൊട്ടിലും അമ്മയുടെ ശവപ്പെട്ടിയും ഒരേ മരത്തിന്റേതാണ് എന്ന് കവി എഴുതിയതു പോലെ ഘോഷയാത്രയ്ക്കും വിലാപയാത്രയ്ക്കും ഒരേ ആൾക്കൂട്ടം.

■

ധിഷണയുടെ കവചകുണ്ഡലങ്ങൾ

ഒരു ശരീരത്തിൽ രണ്ടു തരം നിശ്വാസങ്ങൾ. മനസ്സിൽ അത്ര കണ്ട് ചേർച്ചയുള്ളവർക്കു മാത്രം പറഞ്ഞിട്ടുള്ള കാര്യമാണത്. അടുത്ത സുഹൃത്തുക്കളാവുമ്പോൾ ഒരാളുടെ ശരീരത്തിൽ മറ്റേയാളുടെ നിശ്വാസവും ഉണ്ടാവും. എം.കെ. സാനുവിന് പി.കെ. ബാലകൃഷ്ണന്റെ മനസ്സിൽ അവസാനം വരെ ഉണ്ടായിരുന്ന സ്ഥാനം പോലെ. അവസാനത്തിൽ നിന്ന് തുടങ്ങുക എന്നതായിരുന്നു ബാലകൃഷ്ണന്റെ രീതി. കുരുക്ഷേത്രഭൂമിയിൽ ആസന്നമരണനായിക്കിടക്കുന്ന ദുര്യോധനനെയാണ് ഇനി ഞാനുറങ്ങട്ടെ എന്ന കൃതിയുടെ ഒന്നാമധ്യായത്തിൽ ബാലകൃഷ്ണൻ ചിത്രീകരിച്ചത്. ബാലകൃഷ്ണനെക്കുറിച്ചുള്ള സാനുവിന്റെ ഓർമ്മകളും അവസാനത്തിൽ നിന്നാണ് തുടങ്ങിയത്. പക്ഷേ അവസാനിക്കാത്ത സ്നേഹബന്ധത്തിന്റെ ആദ്യവും അറിയണമല്ലോ.

രണ്ടുപേരും കണ്ടുമുട്ടുമ്പോൾ അവരെ കൂട്ടിയോജിപ്പിക്കാൻ ഒരദൃശ്യസാന്നിധ്യമുണ്ടായിരുന്നു. സഹോദരൻ അയ്യപ്പന്റെ ചിന്താധാരയോടുള്ള ആഭിമുഖ്യമായിരുന്നു അത്. പിന്നീട് ഇവരെ ആദ്യവസാനം അടുപ്പിച്ചു നിർത്തിയത് സഹോദരൻ അയ്യപ്പപ്പണിക്കരായിരുന്നു എന്നു പറയാം. അതെ, ഡോ. കെ. അയ്യപ്പപ്പണിക്കർ. സാനു എം.എൽ.എ ആയിരുന്നപ്പോൾ അദ്ദേഹം ബാലകൃഷ്ണനോടൊപ്പം തിരുവനന്തപുരത്ത് സായാഹ്നങ്ങളിൽ നടക്കാനിറങ്ങുമായിരുന്നു. പലപ്പോഴും അയ്യപ്പപ്പണിക്കരും ഉണ്ടാവും. പക്ഷേ അതിന് വിഘ്നം വന്നുചേർന്നു. ബാലകൃഷ്ണന് കലശലായ കാലുവേദന വന്നതായിരുന്നു കാരണം. ചില സത്യങ്ങളിലേക്ക് നടന്നെത്താനുള്ള വഴി കൂടിയാവാറുണ്ട് എഴുത്തുകാരുടെ നടത്തം. സി.ജെ. തോമസ് എൻ.പി. മുഹമ്മദിനും സുഹൃത്തുക്കൾക്കുമൊപ്പം കോഴിക്കോട് മിഠായിത്തെരുവിലൂടെ നടന്നപ്പോൾ സംഭവിച്ചതും അതുതന്നെ. നടക്കുന്നതിനിടെ സി.ജെ. സുഹൃത്തുക്കളോടു പറഞ്ഞു: 'എന്താണെന്നറിയില്ല, ഈയിടെയായി മൂക്കിൽ കായം മണക്കുന്നതു പോലെ തോന്നുന്നു' എന്ന്. കായം ചേർന്ന എന്തെങ്കിലും കഴിച്ചിട്ടോ കായം പോക്കറ്റിലോ കയ്യിലോ ഉണ്ടായിട്ടോ ഒന്നുമല്ല. എന്നാലത് പരിശോധിക്കണമല്ലോ എന്നു പറഞ്ഞ് എൻ.പിയും സുഹൃത്തുക്കളും ഉടൻ സി.ജെയെ മിഠായിത്തെരുവിലെ ഒരു ക്ലിനിക്കിൽ കൊണ്ടുപോയി. അപ്പോൾ ഡോക്ടറാണ് പറഞ്ഞത്. ഇത് സി.ജെയെ ബാധിക്കാൻ പോകുന്ന രോഗത്തിന്റെ സൂചനയാണ് എന്ന്. പിന്നെ സി.ജെയെ അവസാനം വരെ വിടാതെ പിടികൂടിയ സ്മൃതിഭ്രംശത്തിന്റെ ലക്ഷണമായിരുന്നത്രേ അത്.

നടക്കാൻ വരാതായ ബാലകൃഷ്ണനെ സാനുവും പണിക്കരും കൂടി അദ്ദേഹത്തിന്റെ വീട്ടിൽ പോയിക്കണ്ടു. നേരത്തെ പറഞ്ഞുറപ്പിച്ചതുപ്രകാരം പണിക്കർ അവരെ 'ഗോത്രയാനം' വായിച്ചു കേൾപ്പിച്ചു. സാനുവും ബാലകൃഷ്ണനും അതിൽ ലയിച്ചിരുന്നുപോയി. സാനു തിരികെപ്പോയ ദിവസം രാത്രി ബാലകൃഷ്ണൻ

സാനുവിനെ ഫോണിൽ വിളിച്ചു. ഒരു ദിവസം വീണ്ടും വീട്ടിലേക്ക് വരണം. സ്വാതന്ത്ര്യത്തോടെ കുറച്ച് സംസാരിക്കാനുണ്ട് എന്നു പറയാനാണ് വിളിച്ചത്. സാനു വരാമെന്നു പറഞ്ഞ ദിവസം ബാല കൃഷ്ണനും സമ്മതം. പറഞ്ഞുറപ്പിച്ച ദിവസം അസൗകര്യം വല്ല തുമുണ്ടോ എന്നറിയാൻ വീണ്ടും ബാലകൃഷ്ണൻ സാനുവിനെ വിളിച്ചു. സമ്മതിച്ച ദിവസത്തിൽ മാറ്റമില്ലെന്നു സാനു പറഞ്ഞു. ഇതാ വരുന്നു എന്നറിയിക്കാൻ, നിശ്ചയിച്ച ദിവസം രാവിലെ ഏഴിനു തന്നെ ബാലകൃഷ്ണന്റെ വീട്ടിലേക്ക് സാനു ഫോൺ വിളിച്ചു. ആരും എടുക്കുന്നില്ല. അൽപ്പം കഴിഞ്ഞ് സാനു വീണ്ടും വിളിച്ചപ്പോൾ മകൾ പറഞ്ഞത് ഇത്രമാത്രം : 'മരിച്ചു പോയി, ഇപ്പോൾ'. സാനു നിയമസഭാ സെക്രട്ടറിയായിരുന്ന ആർ. പ്രസന്നനോടൊപ്പം ബാലകൃഷ്ണന്റെ വീട്ടിൽ ചെന്നപ്പോൾ അയ്യപ്പപ്പണിക്കർ പറഞ്ഞു, 'ഇനി ഞാൻ ഉറ ങ്ങട്ടെ.' അതു പറഞ്ഞുകൊണ്ടാണ് അദ്ദേഹം കിടക്കുന്നതെന്നു സാനുവിനും തോന്നി. 'ഇനി ഞാൻ ഉറങ്ങട്ടെ'യിൽ കർണ്ണനെ കേന്ദ്ര കഥാപാത്രമാക്കിയ ബാലകൃഷ്ണനും ഉണ്ടായിരുന്നു കവചകുണ്ഡ ലങ്ങൾ. ധിഷണയുടെ കവചകുണ്ഡലങ്ങൾ. എഴുത്തുകാർ നമുക്ക് ധാരാളമുണ്ട്. എന്നാൽ എഴുത്തുകാരിൽ വളരെക്കുറച്ചു പേർ മാത്രമേ ചിന്തകരായുള്ളു എന്നു തിരിച്ചറിയുമ്പോഴാണ് ബാലകൃഷ്ണൻ ആരായിരുന്നു എന്നു നാം ചിന്തിക്കുന്നത്. ഏതായാലും അന്ന് മറ്റൊ രാളെയും കാണാമെന്ന് ബാലകൃഷ്ണൻ വാക്കുകൊടുത്തിരിക്കാം. ആദ്യമെത്തിയ ആൾ വന്ന് ബാലകൃഷ്ണനെ നേരത്തെ കൂട്ടിക്കൊണ്ടു പോയി എന്നു കരുതിയാൽ മതി.

■

മൗനത്തിന്റെ പര്യവസാനം

ഓരോ സൗഹൃദവും ഓരോ അവസരമാണ്. കയ്യിലുള്ളപ്പോൾ അതിന്റെ വിലയറിയില്ല. എന്നാലത് സ്വർണം പോലെയുമാണ്. അല്ലെങ്കിൽ ഓഷോ പറഞ്ഞ കഥയിലെ ചെറുപ്പക്കാരനെപ്പോലെയാവും. ചെറുപ്പക്കാരൻ രാത്രി മുഴുവൻ കരയ്ക്കിരുന്ന് കല്ലു പെറുക്കി പുഴയിലേക്കെറിഞ്ഞ് നേരം വെളുപ്പിക്കുകയായിരുന്നു. സൂര്യൻ ഉദിച്ചപ്പോൾ അയാളുടെ കയ്യിൽ ഒരു കല്ല് ബാക്കിവന്നു. അയാൾ കയ്യിലിരുന്ന കല്ല് നോക്കി. അതൊരു സ്വർണക്കല്ലായിരുന്നു. രാത്രി മുഴുവൻ താൻ പുഴയിലേക്കെറിഞ്ഞു കളഞ്ഞത് സ്വർണ്ണക്കല്ലുകളായിരുന്നു എന്ന് അപ്പോഴാണ് അയാൾ തിരിച്ചറിഞ്ഞത്. വിലമതിക്കാനാവാത്ത സൗഹൃദങ്ങളെക്കുറിച്ച് അവർ നമ്മെ വിട്ടുപോയ ശേഷമാവും നാം ആലോചിക്കുക. അക്ബർ കക്കട്ടിലിനെക്കുറിച്ച് ആലോചിക്കുമ്പോൾ അഷ്ടമൂർത്തിയുടെ മനസ്സിലേക്ക് എത്തുന്നതും മറ്റൊന്നല്ല. മൗനം കൊണ്ട് പാഴാക്കിക്കളഞ്ഞ സ്നേഹത്തിന്റെ സുവർണ കാലങ്ങൾ അവർക്കിടയിൽ ഉണ്ടായിരുന്നു. അഷ്ടമൂർത്തി മുംബൈയിലായിരിക്കെ കോഴിക്കോട്ടെ സി.എച്ച്. ഹരിദാസ് 32 കഥാകൃത്തുക്കളുടെ

കഥകൾ ചേർത്ത് പ്രതിഭാ സംഗമം എന്ന ഒരു സമാഹാരം പുറത്തിറക്കാൻ ആലോചിച്ചു. അദ്ദേഹം അഷ്ടമൂർത്തിയോടും കഥ ചോദിച്ചു. അഷ്ടമൂർത്തി കഥ നൽകിയെങ്കിലും സമാഹാരം പുറത്തിറങ്ങും മുൻപേ ഹരിദാസ് മരിച്ചു. തുടർന്ന് അക്ബർ കക്കട്ടിലാണ് ആ പുസ്തകത്തിന്റെ ചുമതല ഏറ്റെടുത്തത്. അങ്ങനെ മരണം കൂട്ടിക്കൊണ്ടുപോയ ഒരാളുടെ പകരക്കാരനായാണ് അഷ്ടമൂർത്തിയുടെ ജീവിതത്തിലേക്ക് അക്ബർ കടന്നുവന്നത്. പിന്നീട് അഷ്ടമൂർത്തി നാട്ടിലെത്തിയശേഷം തൃശൂരിൽ ഒരു സാഹിത്യക്യാംപിൽ വച്ച് അക്ബറെ നേരിൽ കാണാനിടയായി. ആ ക്യാംപിൽ വച്ചാണ് അക്ബർ വിവാദമായ ഒരു പ്രസംഗം നടത്തിയതെന്ന് അഷ്ടമൂർത്തി ഓർക്കുന്നു. പ്രസിദ്ധീകരണങ്ങളിൽ പുതിയ എഴുത്തുകാർക്ക് വേണ്ടത്ര പരിഗണന കിട്ടുന്നില്ലെന്നും അതുകൊണ്ട് മുതിർന്നവർ എഴുത്തു നിർത്തണമെന്നും ആയിരുന്നു അത്. ഇതിനെ വിമർശിച്ചുകൊണ്ടാണ് പാഠഭേദം മാസികയിൽ സിവിക്ചന്ദ്രൻ 'കക്കട്ടിലിനു വേണ്ടി കട്ടിലൊഴിയണം പോലും' എന്ന ലേഖനമെഴുതിയത്. പിന്നീട് ഇടയ്ക്കിടെ കാണുന്ന സുഹൃത്തുക്കളായി അഷ്ടമൂർത്തിയും അക്ബറും.

കേരളസാഹിത്യ അക്കാദമി വൈസ് പ്രസിഡന്റായിരിക്കെ അക്ബർ അക്കാദമിയിൽ ഒരു കഥാചർച്ചയ്ക്ക് അഷ്ടമൂർത്തിയെ ക്ഷണിച്ചു. വൈകിട്ട് മൂന്നരയ്ക്കായിരുന്നു പരിപാടി. അഷ്ടമൂർത്തി മൂന്നു മണിക്ക് തന്നെ എത്തി. പല കാരണങ്ങളാൽ പരിപാടി ആറരയ്ക്കേ തുടങ്ങൂ എന്ന് അറിഞ്ഞു. അഷ്ടമൂർത്തി അസ്വസ്ഥനായി. അദ്ദേഹത്തിന് അന്ന് ആറരയ്ക്ക് തുപ്പേട്ടന്റെ പിറന്നാളാഘോഷത്തിൽ പങ്കെടുക്കണമായിരുന്നു. അക്ബർ മറ്റൊരു പരിപാടിക്കായി വേദിയിൽക്കയറി. അഷ്ടമൂർത്തി പലതവണ അക്ബറെ ഫോൺ വിളിച്ചെങ്കിലും അദ്ദേഹം ഫോണെടുത്തില്ല. അഷ്ടമൂർത്തി തുപ്പേട്ടന്റെ പിറന്നാളാഘോഷത്തിന് പോയി. തുടർന്ന് അദ്ദേഹത്തിന്റെ നാടകങ്ങളും കണ്ടു. പിണങ്ങിപ്പോയ വഴിക്ക് അഷ്ടമൂർത്തി അക്ബറിന് ഫോണിൽ ഒരു സന്ദേശം അയച്ചു. ഇത്രമാത്രം: 'അക്ബറേ, ഇത് എന്നോട് വേണ്ടിയിരുന്നില്ല'. രാത്രി

പത്തര. നാടകം നടക്കുന്നു. അക്ബർ അഷ്ടമൂർത്തിയെ മൊബൈലിൽ വിളിച്ചു. മൂന്നു തവണ. അഷ്ടമൂർത്തി ഫോൺ കട്ട് ചെയ്തു. പിന്നെ വിളിച്ചില്ല.

പിന്നെ ഇടയ്ക്കൊക്കെ അഷ്ടമൂർത്തിക്ക് ഫോണിൽ ഇങ്ങനെ ചില സന്ദേശങ്ങൾ അക്ബർ അയച്ചു : അഷ്ടാ, നിന്നെ കാണാൻ കൊതിയാവുന്നു. ദുഷ്ടാ, നിന്നോടെനിക്ക് സംസാരിക്കണം എന്നൊക്കെ. പിന്നെ ഒരു നാൾ ഫോണിൽ ഒരു സന്ദേശം വന്നു. ഇക്കുറി അത് അക്ബറിന്റേത് ആയിരുന്നില്ല. അക്ബർ ഇനിയില്ല എന്ന മറ്റൊരു സുഹൃത്തിന്റെ സന്ദേശമായിരുന്നു എന്നു മാത്രം. 'നമുക്ക് ചില നടികളുടെ മുഖത്ത് എത്ര മറുകുണ്ടെന്ന് അറിയാം. അവനവന്റെ പല്ലിൽ എത്ര പോടുണ്ടെന്ന് അറിയില്ല' എന്ന് അക്ബർ എഴുതിയിട്ടുണ്ട്. ഏതൊരാൾക്കും ഏറ്റവും അപരിചിതമായ കാര്യം അവർ വായിക്കാത്ത പുസ്തകങ്ങളോ പോവാത്ത രാജ്യങ്ങളോ തമ്മിൽ കണ്ടിട്ടില്ലാത്ത മനുഷ്യരോ അല്ല അവരവരുടെ ശരീരത്തിന്റെ രഹസ്യങ്ങൾ തന്നെയാണെന്നു തോന്നി അക്ബറിന്റെ രോഗം അറിഞ്ഞപ്പോൾ. സ്വന്തം ശരീരത്തിന്റെ രഹസ്യങ്ങൾ പോലും നാമറിയുന്നില്ല.

■

അറിവിന്റെ പതിനാറുകെട്ട്

ആർ. നരേന്ദ്രപ്രസാദിന്റെ യാത്രാമൊഴിയെക്കുറിച്ച് ആലോചിക്കുമ്പോൾ ബാലചന്ദ്രൻ ചുള്ളിക്കാടിന്റെ 'യാത്രാമൊഴി' എന്ന കവിതയാണ് അൻവർഅലിയുടെ മനസ്സിൽ. ദേശീയ നാടകോത്സവത്തിന്റെ മുന്നോടിയായുള്ള മേഖലാ നാടകോത്സവം എറണാകുളത്ത് നടക്കുന്നു. നരേന്ദ്രപ്രസാദിന്റെ നേതൃത്വത്തിൽ 'വെള്ളിയാഴ്ച' എന്ന നാടകം അവതരിപ്പിച്ചു. നാടകത്തിൽ ഒരു കിളിയുടെ വേഷമായിരുന്നു അൻവറിന്. അൻവർ അന്ന് തിരുവനന്തപുരം യൂണിവേഴ്സിറ്റി കോളേജിൽ ബി.എ. വിദ്യാർത്ഥി. അൻവറിനോട് അവിടെ അധ്യാപകനായ നരേന്ദ്രപ്രസാദിന് എന്നും പുത്രനിർവിശേഷമായ വാത്സല്യം. ചുള്ളിക്കാട് അവിടെ വന്നു. നരേന്ദ്രപ്രസാദിന്റെ ശ്രദ്ധ പ്രശസ്ത കവിയായ ചുള്ളിക്കാടിലേക്ക് നീങ്ങുമോ എന്ന ആശങ്ക കൗമാരക്കാരനായ അൻവറെ അസ്വസ്ഥനാക്കി. എന്നാൽ അൻവറിന്

ചുള്ളിക്കാടിനോടുള്ള ആരാധന മറുവശത്തുണ്ട് താനും. ഇവർക്കിട യിൽ ശ്രദ്ധ പിടിച്ചുപറ്റാൻ അൻവർ നാടകവണ്ടിയിൽ ചെന്നിരുന്ന് ചുള്ളിക്കാടിന്റെ യാത്രാമൊഴി ഉറക്കെച്ചൊല്ലി. ഉടൻ ചുള്ളിക്കാട്: 'ആരാധകരെ ഇഷ്ടമല്ല.' അൻവർ വെട്ടിലായി. അപ്പോഴാണ് കുലുങ്ങി ക്കുലുങ്ങി നരേന്ദ്രപ്രസാദിന്റെ വരവ്. അദ്ദേഹത്തിന്റെ ഇടപെടലോടെ നാടകവണ്ടിയിലെ 'നാടക'ത്തിന് തിരശീല വീണു.

അൻവറിന്റെ മനസ്സിൽ നരേന്ദ്രപ്രസാദിനെക്കുറിച്ചുള്ള ഓർമ്മ കൾക്ക് എപ്പോഴും ഇടനില നിൽക്കുന്നത് കവിതയാണ്. ആദ്യം അത് 'യാത്രാമൊഴി' യാണെങ്കിൽ ഇനി അത് കാളിദാസന്റെ 'മേഘ സന്ദേശ'മാണ്. എം.എ. കഴിഞ്ഞതോടെ പഠിച്ചത് മതി എന്നു പറഞ്ഞു നടന്ന അൻവറിനെ നരേന്ദ്രപ്രസാദ് നിർബന്ധിച്ചാണ് സ്കൂൾ ഓഫ് ലെറ്റേഴ്സിൽ എം.ഫില്ലിന് ചേർത്തത്. അപ്പോൾ നരേന്ദ്രപ്രസാദ് ലെറ്റേഴ്സിൽ ജോലിക്ക് ചേർന്നിരുന്നു. ആയിടെ അവിടെ താരതമ്യ സാഹിത്യത്തെക്കുറിച്ച് ഒരു ദേശീയ സെമിനാർ നടത്തി. രാത്രി ഹോട്ടലിൽ വച്ച് നരേന്ദ്രപ്രസാദ് 'മേഘസന്ദേശം' ഉറക്കെ ചൊല്ലു കയാണ്. അപ്പോഴുണ്ട് സെമിനാറിൽ പങ്കെടുക്കേണ്ട ബനാറസ് യൂണിവേഴ്സിറ്റിയിലെ പ്രൊഫസർക്ക് ഒരു സംശയം. ആരുടെ കൃതി യിലെ വരികളാണ് അതെന്ന്. നരേന്ദ്രപ്രസാദ് സർവാംഗം വിറച്ചു കൊണ്ട് പറഞ്ഞു: കാളിദാസനെ വായിച്ചിട്ടില്ലാത്ത പട്ടി. വലിയ സംസ്കൃതം പ്രൊഫസറാണ് പോലും. വഴക്കു പറഞ്ഞത് മലയാ ളത്തിലായതുകൊണ്ട് സംസ്കൃതം പ്രൊഫസർക്ക് മനസ്സിലായില്ല.

ഒരിക്കൽ വൊളെ സോയിങ്കയുടെ 'ഡാൻസ് ഓഫ് ദ ഫോറസ്റ്റ്' നരേന്ദ്രപ്രസാദ് വായിച്ചിട്ട് തൽസ മയം മലയാളം പരിഭാഷ പറയുക യാണ്. അൻവർ അത് എഴുതി യെടുക്കുന്നു. ഒറ്റ തെറ്റില്ലാതെയും മാറ്റിപ്പറയാതെയും അതിവേഗ ത്തിലാണ് പരിഭാഷ. അത്ര വേഗം കേട്ടെഴുതാനാവാതെ അൻവർ കുഴങ്ങി. സ്കൂൾ ഓഫ് ലെറ്റേഴ്സ് ഇന്ന് എട്ടുകെട്ടാണെങ്കിൽ നരേ ന്ദ്രപ്രസാദ് പതിനാറുകെട്ടായി രുന്നു. അറിവിന്റെ പതിനാറുകെട്ട്.

അദ്ദേഹം വർഷങ്ങളായി അ ൻവറിനോട് പറയുമായിരുന്നു. എടാ ഞാൻ നിന്റെ കവിത യെക്കുറിച്ച് എഴുതുന്നുണ്ടെന്ന്.

വി. പി. ശിവകുമാർ സ്മാരക കേളി അവാർഡ് പ്രഖ്യാപനത്തിന് പത്രസമ്മേളനം വിളിച്ചപ്പോഴാണ് ഒടുവിൽ കണ്ടത്. പിന്നെ അറിഞ്ഞു ആശുപത്രിയിലാണെന്ന്. കാണാൻവരട്ടെ എന്നു പറഞ്ഞ് വിളിച്ചപ്പോൾ, 'വേണ്ട ഞാനുടനെ തിരുവനന്തപുരത്ത് വരും, നിന്റെ ഒരു സംഗതി ഞാൻ എഴുതിയിട്ടുണ്ടെടാ' എന്ന് പറഞ്ഞു. നാലാം നാൾ മരിച്ചു. സുഹൃത്തുക്കൾ ഡയറി നോക്കിയപ്പോൾ അൻവറിന്റെ ആര്യാവർത്തത്തിൽ ഒരു യക്ഷൻ എന്ന കവിത വായിച്ചിട്ട് ലേഖനം എഴുതിയെന്ന് കുറിച്ചിരിക്കുന്നു. 'ഇനി അധികകാലമില്ല. വല്ലതും എഴുതണം.' എന്നൊരിടത്ത്. 'ഇന്ന് രാത്രി മുഴുവൻ ഇരുന്നാണ് അൻവറിന്റെ കവിതയെക്കുറിച്ച് എഴുതിയത്' എന്ന് മറ്റൊരിടത്ത്. ഇനിയും പലതും എഴുതണമെന്ന് അദ്ദേഹം ആഗ്രഹിച്ചിരിക്കാം. പക്ഷേ ബെല്ലടിച്ചു. സമയമില്ല, എന്നു പറഞ്ഞ് പരീക്ഷാഹാളിൽ അധ്യാപകൻ കുട്ടിയുടെ പേനയും കടലാസും പിടിച്ചുവാങ്ങിയതുപോലെ തുടർന്നെഴുതാൻ വിധി അനുവദിച്ചില്ല. നരേന്ദ്രപ്രസാദിന്റെ മരണമറിഞ്ഞ് മാവേലിക്കരയിലെത്തി തിരിച്ച് തിരുവനന്തപുരത്ത് എത്തുന്നതുവരെ അൻവറും കൂട്ടരും ഒന്നും സംസാരിച്ചില്ല. അതല്ലെങ്കിലും അങ്ങനെയാണ്. മരണവീട്ടിൽ വന്നിട്ടു പോകുമ്പോൾ മൃതദേഹത്തിന്റെ ഒരംശം കൂടെ കൊണ്ടുപോവുന്നതായി നമുക്ക് തോന്നും. അപ്പോൾ സംസാരിക്കാൻ തോന്നില്ല.

■

ജീവിതത്തിന്റെ അസമയത്ത്

സ്വന്തം സഹോദരന്റെ വീട്ടിൽപ്പോലും അതിഥിയായി അരമണിക്കൂറിലധികം ഇരിക്കരുതെന്ന് ടി.വി.കൊച്ചുബാവ എഴുതിയിട്ടുണ്ട്. അന്യനു നമ്മൾ അസഹ്യതയുണ്ടാക്കുന്നുണ്ട്. അവരെ നമ്മൾ സ്നേഹിക്കുന്നുവെങ്കിൽ ഒരു ചിരി, സൗഹൃദഭാഷണം അതിനപ്പുറം തിരിച്ചുപോരുക എന്ന് ഒരു ജന്മദിനചിത്രം എന്ന കഥയിൽ അദ്ദേഹം എഴുതി. മറ്റുള്ളവരെ വളരെക്കുറച്ചേ ബുദ്ധിമുട്ടിക്കാവു എന്ന് തന്റെ കഥാപാത്രത്തെപ്പോലെ കൊച്ചുബാവയും ആഗ്രഹിച്ചിട്ടുണ്ടാവാം. അധികമാരെയും ബുദ്ധിമുട്ടിക്കാതെ തന്നെ വളരെയേറെപ്പേരുടെ മനസ്സിലിടം നേടാൻ കൊച്ചുബാവയ്ക്ക് കഴിഞ്ഞു. സന്തോഷ് ഏച്ചിക്കാനത്തിന്റെ മനസ്സിലും അങ്ങനെയൊരു സ്ഥാനമാണ് കൊച്ചുബാവയ്ക്കുള്ളത്.

കാഞ്ഞങ്ങാട് നെഹ്റു കോളേജിൽ സന്തോഷ് വിദ്യാർഥിയായിരുന്ന കാലത്ത് അവിടെ ഒരു വലിയ സാഹിത്യക്യാംപ് നടന്നു.

ഉദ്ഘാടനത്തിന് എം.ടിയും സമാപനത്തിന് ടി.പത്മനാഭനുമാണ് വന്നത്. രണ്ടു ദിവസം നീണ്ടു നിന്ന ക്യാംപിന് എത്തിയത് നൂറോളം എഴുത്തുകാർ. അവരെയൊക്കെ സ്വീകരിക്കേണ്ട ചുമതലയായിരുന്നു സന്തോഷിനും സഹപാഠികൾക്കും. യു.കെ. കുമാരനും അക്ബർ കക്കട്ടിലും വന്ന സമയത്തായിരുന്നു കൊച്ചുബാവയും വന്നത്. അവരുമായി സന്തോഷ് ഒത്തുകൂടി. കൊച്ചുബാവയുമായി അടുപ്പം തുടങ്ങിയ ആ വേളയിൽ സന്തോഷ് ആ സൗഹൃദത്തിന് ചിയേഴ്സ് പറഞ്ഞു. അപ്പോൾ കൊച്ചുബാവ സന്തോഷിനോട് പറഞ്ഞു, ''ഇവിടെ വച്ച് എന്നോട് നീ മുട്ടി. ഇനി കഥയിലും നീ എന്നോട് മുട്ടണം.'' കൊച്ചുബാവയുടെ കഥകളിലെ മൃഗീയമായ ഭാഷയായിരുന്നു സന്തോഷിന് ഏറ്റവുമിഷ്ടം. പിന്നീടും അവർ തമ്മിൽ പലതവണ കണ്ടു. കൊച്ചുബാവ പത്രാധിപരായ ഗൾഫ് വോയ്സ് മാസികയിൽ സന്തോഷ് കഥയെഴുതി.

കാലമേറെക്കഴിഞ്ഞ് ഒരു ദിവസം അർദ്ധരാത്രി സന്തോഷ് കാസർകോട് നിന്ന് തൃശൂരിലേക്ക് ബസിൽ നിന്നു യാത്രചെയ്യുകയാണ്. ബസിൽ നല്ല തിരക്കുണ്ട്. മാഹിയിലെത്തിയപ്പോൾ കുറച്ചു പേർ ബസിൽക്കയറി. സന്തോഷ് നോക്കിയപ്പോൾ കൊച്ചുബാവയും സുഹൃത്തുക്കളുമാണ്. അവർക്കും കഷ്ടിച്ച് നിൽക്കാമെന്നു മാത്രം. ഉറക്കെ സംസാരിക്കുകയാണ് അവർ. പാതിരാത്രിയിലും സാഹിത്യമാണ് ചർച്ചാവിഷയം. ബസിലെ അരണ്ടവെളിച്ചത്തിൽ സന്തോഷിനെ കൊച്ചുബാവ ശ്രദ്ധിച്ചില്ല. അസമയമായിരുന്നതിനാലും അപ്പോൾ സാഹിത്യം സംസാരിക്കാനുള്ള മാനസികാവസ്ഥയിൽ അല്ലാത്തതിനാലും സന്തോഷ് തിരിഞ്ഞുനിന്നു. കൊച്ചുബാവ കാണാതിരിക്കാൻ. ഇത്തവണ എന്തായാലും അദ്ദേഹത്തെ മുട്ടുന്നില്ലെന്ന് സന്തോഷ് തീരുമാനിച്ചു. അസമയത്ത് കണ്ട കൊച്ചുബാവ ജീവിതത്തിന്റെ അസമയത്ത് തന്നെ വിടപറഞ്ഞു എന്ന വിവരമാണ് വളരെക്കുറച്ചുനാളിനകം സന്തോഷ് അറിഞ്ഞത്. അവസാനകാലത്ത് കൊച്ചുബാവ കഥകൾ എഴുതിക്കൂട്ടുകയായിരുന്നു. എല്ലാം ഒന്നിനൊന്ന് തീക്ഷ്ണതയുള്ളത്. അക്കാലത്ത് ഒരു തരം മത്സരബുദ്ധിയോടെ കൊച്ചുബാവ എഴുതിയെന്നു പറഞ്ഞാൽപ്പോലും തെറ്റില്ലെന്ന് സന്തോഷ്. എഴുത്തിനോടുള്ള ആ ഇഷ്ടക്കൂടുതലാവാം അർദ്ധ

രാത്രി തിരക്കുള്ള ബസിൽ നിന്നുകൊണ്ട് വരെ കഥയെക്കുറിച്ച് ഉച്ചത്തിൽ സംസാരിക്കാൻ കൊച്ചുബാവയെ പ്രേരിപ്പിച്ചതെന്ന് കരുതാനാണ് സന്തോഷിന് ഇഷ്ടം.

കൊച്ചുബാവയുടെ യാത്രകൾക്ക് ചിലപ്പോഴെങ്കിലും പ്രവചന സ്വഭാവം ഉണ്ടായിരുന്നോ? ഒരിക്കൽ തീവണ്ടിയാത്രയ്ക്കിടെ കൊച്ചുബാവ ടി.ടി.ഇയോട് പറഞ്ഞു, തനിക്ക് അനുവദിക്കപ്പെട്ട അപ്പർ ബർത്തിൽ കിടന്നാൽ താൻ വീഴുമെന്നും ലോവർ ബർത്ത് വേണമെന്നും. പക്ഷേ ടി.ടി.ഇ അത് കാര്യമാക്കിയില്ല. രാത്രിവണ്ടിയിൽ എല്ലാവരും ഉറങ്ങിക്കഴിഞ്ഞു. തീവണ്ടി നിശ്ശബ്ദതയെ ഭേദിച്ച് കൂകിപ്പായുമ്പോൾ ഒരു നിലവിളി. ആളുകൾ വിളക്കിട്ടു. എല്ലാവരും ഓടിച്ചെന്നു നോക്കിയപ്പോൾ കൊച്ചുബാവ നിലത്തുകിടക്കുകയാണ്. അദ്ദേഹം തലയടിച്ചു വീണതാണ്. ഇപ്പോൾ താൻ പറഞ്ഞത് ശരിയായില്ലേ എന്നായി കൊച്ചുബാവ. അസമയത്തെ യാത്രകൾ നേരിന്റെ എന്തെല്ലാം കഥകളാണ് പറയുന്നത്? ബസിൽ വച്ച് സംസാരിക്കാഞ്ഞതിൽ സന്തോഷിന് മനസ്താപമുണ്ട്. അന്നു നീ എന്നോട് മിണ്ടാൻ വന്നില്ല. എങ്കിൽ ഇനി നീ ഒരിക്കലും എന്നോട് മിണ്ടാൻ പോകുന്നില്ല എന്നു പറഞ്ഞ് കൊച്ചുബാവ പോയതുപോലെ. അതിന്റെ മനസ്താപം സന്തോഷിന്റെ മനസ്സിൽ വന്നു മുട്ടിനിൽക്കുകയാണ്.

■

ടാറ്റ പറയാത്ത ഓർമ്മ

എം.എം. ബഷീർ വിവാഹിതനാവുന്നു. ഇപ്പോഴല്ല. പണ്ടു നടന്നതാണ്. വിവാഹത്തലേന്ന് വധുവിന്റെ സഹോദരങ്ങളുടെ അടുത്ത സുഹൃത്ത് വധൂഗൃഹത്തിലെത്തി പറഞ്ഞു. 'കുറച്ചു കഴിഞ്ഞ് ഇവിടെ എം.എം. ബഷീർ എന്ന പേരുള്ള ഒരുത്തൻ വരും. അവനല്ല യഥാർത്ഥ ബഷീർ ഞാനാണ്. അവൻ വെറും വ്യാജൻ. അതുകൊണ്ട് നിങ്ങളുടെ സഹോദരിയെ എനിക്കാണ് വിവാഹം കഴിച്ചുതരേണ്ടത്.' പിറ്റേന്ന് രാവിലെ വരനും കൂട്ടരും വിവാഹസ്ഥലത്ത് എത്തിയപ്പോൾ സ്വീകരിക്കാൻ വധുവിന്റെ ബന്ധുക്കളുടെ കൂട്ടത്തിൽ നേരത്തെ പറഞ്ഞ കക്ഷി ഹാജരുണ്ട്. അത് വൈക്കം മുഹമ്മദ് ബഷീർ ആയിരുന്നു. പിന്നെ ബഷീറിനെ സന്ദർശിക്കുക ഡോ. എം.എം. ബഷീറിന്റെ പതിവായി. ബഷീർ ദി ഗ്രേറ്റും എം.എം. ബഷീറും കൂടെക്കൂടെ കണ്ടുമുട്ടി.

ഒരു ദിവസം എം.എം.ബഷീർ ബഷീറിനോട് ചോദിച്ചു. ''കഥയെഴുതുന്നത് എങ്ങനെ?'' ഉടൻ വന്നു മറുപടി. ''എടോ ഡോക്ടറേ, തനിക്ക് വല്ല വിവരവുമുണ്ടോ? ഒരമ്മ കുഞ്ഞിനെ പ്രസവിക്കുന്നത് എങ്ങനെയെന്നു പറഞ്ഞുതരാൻ പറ്റുമോ? അതുപോലെയാണ് കഥയെഴുത്തും.'' എം.എം.ബഷീർ വിട്ടില്ല. ''അത് പറഞ്ഞുതരാതെ ഞാനിവിടുന്ന് പോവില്ല'' എന്നായി അദ്ദേഹം. ''പോവണ്ട'' എന്നായി

ബഷീർ. ഒടുവിൽ അദ്ദേഹം പറഞ്ഞുതുടങ്ങി: ''വിശന്നു വലഞ്ഞ് ഞാൻ നടക്കുകയായിരുന്നു. ആഹാരം കഴിച്ചിട്ട് ദിവസങ്ങളായി. ഞാൻ ദൈവത്തെ കുറ്റം പറഞ്ഞു. അപ്പോൾ എന്റെ കാലിൽ ഒരാണി കയറി. ഞാൻ കോപത്തോടെ ആണി വലിച്ചെറിഞ്ഞു. ആണി ഒരു കല്ലിൽ തട്ടി സ്ഫുലിംഗത്തോടെ തെറിച്ചു. ഞാൻ അതു ചെന്നെടുത്തു സൂക്ഷിച്ചുനോക്കി. അതൊരു സ്വർണ്ണ ആണിയായിരുന്നു. ഞാൻ പശ്ചാത്തപിച്ചു. ദൈവമേ അറിവില്ലാതെ അങ്ങയെ കുറ്റം പറഞ്ഞതാണ്. എന്നോട് ക്ഷമിക്കൂ എന്ന്. ഞാൻ സ്വർണ്ണ ആണി വിറ്റുകിട്ടിയ കാശുകൊണ്ട് കുറേ നാൾ സുഖമായി ജീവിച്ചു.'' ഇതു പറഞ്ഞിട്ട് ബഷീർ പറഞ്ഞു: ''ഡോക്ടർ ഒരു കാര്യം മനസ്സിലാക്കണം. എന്റെ കാലിൽ കയറിയത് സാധാരണ ആണി തന്നെ. ദൈവം പഴയ ദൈവം തന്നെ. പക്ഷേ എന്റെയുള്ളിൽ തോന്നിയ വെളിച്ചമാണ് കഥയിൽ സ്വർണ്ണ ആണിയായത്.'' വെളിച്ചത്തിനെന്തു വെളിച്ചം എന്നെഴുതിയ ബഷീറിനെന്തു വെളിച്ചം.

എം.എം. ബഷീർ ഒരിക്കൽ ചെല്ലുമ്പോൾ ബഷീർ മരച്ചുവട്ടിലിരുന്ന് സംസാരിക്കുകയാണ്. പക്ഷേ ഒരാളേയും അവിടെങ്ങും കാണുന്നില്ല. ഗ്രാമഫോണിൽ പാട്ട് കേൾക്കാം. എം.എം. ബഷീറിന്റെ തലവെട്ടം കണ്ടതും ബഷീർ പറയുന്നതുകേട്ടു. ആള് വരുന്നുണ്ട്. വേഗം പൊയ്ക്കോ എന്ന്. ഒരു പാമ്പ് ഇഴഞ്ഞുപോവുന്നതാണ് കണ്ടത്. മറ്റൊരിക്കൽ റോസച്ചെടിയോടായിരുന്നു ലഹള. വെള്ളവും വളവും നൽകിയിട്ടും അത് പൂവിടാത്തതിന് കത്തിയുമായി നിൽപ്പാണ് ബഷീർ. 'ഇവൾക്കെന്തോ എന്നോട് പിണക്കമുള്ളതുപോലെ. രണ്ടാഴ്ചയ്ക്കകം പൂവിട്ടില്ലെങ്കിൽ നിന്നെ ഞാൻ കഷണം കഷണമാക്കും' എന്ന് ബഷീറിന്റെ ഭീഷണി. രണ്ടാഴ്ച കഴിഞ്ഞ് എം.എം.ബഷീർ ചെന്നപ്പോഴുണ്ട് അത് മര്യാദക്കാരിയായി പൂവിട്ട് നിൽക്കുന്നു. ഒരിക്കൽ എം.എം. ബഷീർ ചെന്നപ്പോൾ ബഷീർ എവിടെയോ പോയിട്ട് മഴയത്ത് നടന്നു വരികയാണ്. ഒരു കൈയിൽ ചെരിപ്പൂരി പിടിച്ചിരിക്കുന്നു. മറ്റേ കയ്യിൽ ചന്തയിൽ നിന്നു വാങ്ങിയ മീൻ. ഇതെന്താണ് ചെരിപ്പ് കയ്യിൽപ്പിടിച്ചിരിക്കുന്നത് എന്നു ചോദിച്ചപ്പോൾ മറുപടി:

"ഇക്കൊല്ലത്തെ ആദ്യത്തെ മഴയല്ലേ, തീരെച്ചെറിയ ജീവികൾ മഴ കൊള്ളാൻ മണ്ണിനടിയിൽ നിന്ന് വരും. ചെരിപ്പിട്ട് ചവിട്ടിയാൽ അവ ചത്തുപോവില്ലേ? ചെരിപ്പില്ലാതെ നടന്നാൽ ചവിട്ടുമ്പോൾ അറിയാമല്ലോ." നാം ചെറുതെന്നു കരുതുന്ന കാര്യങ്ങൾ ചിന്തിച്ചതുകൊണ്ടുകൂടിയാണ് അദ്ദേഹം ഇത്ര വലുതായത്. കുറെക്കാലം കഴിഞ്ഞ് അദ്ദേഹം ആശുപത്രിയിലായപ്പോൾ കാണാൻ ചെന്നതാണ് എം.എം. ബഷീറും ഭാര്യയും. എം.എം. ബഷീറിന്റെ കൈപിടിച്ച് അദ്ദേഹം പറഞ്ഞു: "നീയാണ് യഥാർത്ഥ ബഷീർ. ഞാനല്ല. നീ യഥാർത്ഥനാണ്." രണ്ടുദിവസത്തിനകം ബഷീർ അന്തരിച്ചു. ബഷീർ സാഹിത്യം നമ്മെ ചിരിപ്പിച്ചു. എന്നാൽ അതെഴുതുമ്പോൾ അദ്ദേഹം കരയുമായിരുന്നു. 'അനുരാഗത്തിന്റെ ദിനങ്ങ'ളുടെ അവസാന അധ്യായം ബഷീർ പറഞ്ഞുകൊടുത്തു. എം.എം. ബഷീർ എഴുതിയെടുക്കുന്നു. അപ്പോൾ ബഷീർ കരഞ്ഞു. ഇതുകണ്ട് ഫാബി പറഞ്ഞു, ടാറ്റ ഇങ്ങനെയാണ് എഴുതുമ്പോൾ കരയും എന്ന്. ടാറ്റ പോയിട്ടും ടാറ്റ പറയാത്തതായി ഇങ്ങനെ എന്തെല്ലാം ഓർമ്മകൾ.

■

ശ്രീരാമസ്മൃതി

സി.വി. ശ്രീരാമൻ ആൻഡമാനിലായിരുന്നു എന്നതുപോലെ അദ്ദേഹം 'ആൻഡ് എ മാൻ' ആയിരുന്നു എന്നും പറയണം. ആൻഡമാൻ എന്നത് ഇംഗ്ലീഷിൽ മുറിച്ചെഴുതിയാൽ കിട്ടുന്ന ആൻഡ് എ മാൻ അഥവാ ഒരു മനുഷ്യൻ കൂടിയായിരുന്നു എന്ന അർഥത്തിൽ. ശ്രീരാമന്റെ നാട്ടുകാരനായ കവി റഫീക്ക് അഹമ്മദും ഇക്കാര്യം സമ്മതിക്കും. ജീവിതത്തിലെ ഏറ്റവും അവിസ്മരണീയമായ മുഹൂർത്തം ഏതെന്ന ചോദ്യത്തിന് ശ്രീരാമൻ നൽകിയ ഉത്തരത്തിന് അവിടെയാണ് പ്രസക്തി. ആദ്യത്തെ കഥ അച്ചടിച്ചുവന്നതോ ഏതെങ്കിലും അവാർഡ് കിട്ടിയതോ ആവും ആ സന്ദർഭം എന്നു കരുതിയെങ്കിൽ തെറ്റി. വൃദ്ധരായ കർഷകത്തൊഴിലാളികൾക്ക് പെൻഷൻ അനുവദിച്ചതിന്റെ വിതരണോദ്ഘാടന സമയത്ത് അവശതയോടെ സ്റ്റേജിലേക്ക് വന്ന് പെൻഷൻ വാങ്ങിയ കർഷകന്റെ കണ്ണുകളിലെ തിളക്കം കണ്ടതാണ് ആ സന്ദർഭം എന്നാണ് ശ്രീരാമൻ പറഞ്ഞത്. ശ്രീരാമൻ എന്ന മനുഷ്യൻ ഈയൊരൊറ്റ ഉത്തരത്തിലുണ്ടെന്ന് റഫീക്ക്.

റഫീക്കിന്റെ കുടുംബത്തിലെ മുതിർന്നവരുടെ സുഹൃത്തായിരുന്നു ശ്രീരാമൻ. ബഹുമാനം മൂലം അദ്ദേഹത്തിന്റെ വളരെ അടുത്തേക്ക് റഫീക്ക് ചെന്നിരുന്നില്ല. പക്ഷേ അദ്ദേഹം വലിപ്പച്ചെറുപ്പമില്ലാതെ എല്ലാവരോടും ഒരു പോലെ ഇടപെട്ടു. ഒരു തെരഞ്ഞെടുപ്പ് കാലത്താണ് റഫീക്ക് അദ്ദേഹവുമായി കൂടുതൽ അടുത്തത്. വോട്ടുചോദിച്ചുള്ള നടത്തത്തിൽ ആ സന്ധ്യയ്ക്ക് റഫീക്കും അദ്ദേഹത്തെ അനുഗമിച്ചു. റഫീക്ക് കോളേജിൽ പോവാൻ ബസിൽ കയറുമ്പോൾ മിക്കവാറും ശ്രീരാമനും സഹയാത്രികനായി ഉണ്ടാവും. മുണ്ട് മാടിക്കുത്തി തോളത്തൊരു ചെറിയ ബാഗുമായി ബസിലേക്ക് കയറിവരുന്ന ശ്രീരാമരൂപം റഫീക്കിന്റെ മനസ്സിലുണ്ട്. 'ഇന്ന് കാസർകോട്ട് ഒരു വായനശാലയുടെ വാർഷികമുണ്ട്.' എന്നു പറഞ്ഞ് വർത്തമാനം തുടങ്ങിയെന്നു വരാം. വിളിച്ച ഏതു സ്ഥലത്തും എത്ര ചെറിയ പരിപാടിയാണെങ്കിലും എത്ര ദൂരെയാണെങ്കിലും കഴിയുമെങ്കിൽ അദ്ദേഹം എത്തുമായിരുന്നു.

എഴുത്തിൽ റഫീക്കിന് താൽപ്പര്യമുണ്ടെങ്കിലും അത് ശ്രീരാമനോട് പറയാൻ ധൈര്യം ഉണ്ടായിരുന്നില്ല. അദ്ദേഹമാകട്ടെ എഴുത്തിലെ ഓരോ ചെറിയ കാര്യവും സമശീർഷരോടെന്ന പോലെ റഫീക്കിനോട് പറഞ്ഞു. ഒരു ദിവസം തിരക്കേറിയ ബസിൽ ചാഞ്ഞും ചരിഞ്ഞും നിന്ന് പോക്കറ്റിൽ നിന്ന് ഒരു കത്തെടുത്ത് റഫീക്കിനു കാണിച്ചുകൊടുത്തു. തന്റെ കഥകൾ ബംഗാളിയിലേക്ക് വിവർത്തനം ചെയ്യപ്പെടാൻ പോവുന്നു എന്ന വിവരമായിരുന്നു കത്തിൽ. തന്റെ സന്തോഷം നിഷ്കളങ്കമായ ഒരു ചിരിയിലൂടെ അദ്ദേഹം റഫീക്കിന് വിവർത്തനം ചെയ്തുകൊടുത്തു. വർഷങ്ങൾ കഴിഞ്ഞ് റഫീക്കിന് വൈലോപ്പിള്ളി അവാർഡ് ലഭിച്ചപ്പോൾ നാട്ടുകാർ സ്വീകരണം നൽകി. ശ്രീരാമൻ ആയിരുന്നു ചടങ്ങിന്റെ അധ്യക്ഷൻ. പ്രസംഗത്തിൽ അദ്ദേഹം റഫീക്കിന്റെ കുടുംബവുമായുള്ള സ്നേഹബന്ധം എടുത്തു പറഞ്ഞു. സാഹിത്യഅക്കാദമി വൈസ് പ്രസിഡന്റായപ്പോൾ ശ്രീരാമൻ തഞ്ചാവൂരിൽ ഒരു വലിയ സാഹിത്യസമ്മേളനത്തിൽ പങ്കെടുക്കാൻ റഫീക്കിനെ നിയോഗിച്ചു. സ്വതസ്സിദ്ധമായ മടി കൊണ്ട് റഫീക്ക് പോയില്ല. അത് ശ്രീരാമന് വലിയ വിഷമമായി. 'എത്രയോ പേർ ഇങ്ങനെ ഒരുവസരത്തിനായി കാത്തിരിക്കുന്നു, ഞാൻ പ്രത്യേക താൽപ്പര്യമെടുത്ത് നിന്നെ ഉൾപ്പെടുത്തിയിട്ടും നീ പോയില്ല' എന്ന് പരിഭവം പറഞ്ഞു. പിന്നീട് കവിതയ്ക്കുള്ള സാഹിത്യഅക്കാദമി

അവാർഡ് റഫീക്കിന് ലഭിച്ചു. അത് കൊടുക്കുമ്പോൾ ശ്രീരാമൻ റഫീക്കിന്റെ തലയിൽ കൈ വച്ച് അനുഗ്രഹിച്ചു. പിന്നീട് അദ്ദേഹം റഫീക്കിനോട് പറഞ്ഞു. ഒരു കമ്മ്യൂണിസ്റ്റായ താൻ ആരെയും തല യിൽ കൈ വച്ച് അനുഗ്രഹിക്കാറില്ല. റഫീക്കായതുകൊണ്ടുമാത്ര മാണ് അങ്ങനെ ചെയ്തത് എന്ന്. ആ അനുഗ്രഹത്തിന് അർഥ മുണ്ടായി.

എന്തൊരു മഴയായിരുന്നു. ഇതിനിടയ്ക്ക് എപ്പോഴാണ് പെയ്തു തീർന്നതെന്ന് ഓർമ്മയില്ല. രാത്രിയിൽ എപ്പോഴോ ആയിരിക്കണം എന്നു നാം പറയാറുള്ളതുപോലെ ശ്രീരാമനെ എപ്പോഴാണ് അവ സാനമായി കണ്ടതെന്നും 'തോരാമഴ' യുടെ കവിക്ക് ഓർമ്മയില്ല. കാരണം, ഏതു നിമിഷവും ബസിലേക്ക് ഓടിക്കയറി വരുന്ന, സാഹിത്യഅക്കാദമിയുടെ വരാന്തയിൽ സംസാരിച്ചുനിൽക്കുന്ന, കുന്നംകുളത്തെ തിരക്കേറിയ തെരുവോരത്തുകൂടി മുണ്ട് മാടിക്കുത്തി നടക്കുന്ന ഒരാളായി ശ്രീരാമൻ ഇന്നുമുണ്ടെന്ന് സങ്കൽപ്പിക്കാനാണ് റഫീക്കിന് ഇഷ്ടം. ■

പടിയിറങ്ങിപ്പോയ കോവിലൻ

ആണുങ്ങളുടെ കൂടെ കള്ളു കുടിച്ചിട്ടുള്ള എത്ര എഴുത്തുകാരികളുണ്ടാവും മലയാളത്തിൽ? എ മൈനസ് ബി സമം ഗ്രേസി എന്നു പറയേണ്ടിവരും. അഥവാ കോവിലനും ഗ്രേസിയുമാണത് എന്ന്. രണ്ടു തവണ അവർ കണ്ടത്, കേൾക്കാൻ വേണ്ടിയായിരുന്നു. എന്നു വച്ചാൽ ആകാശവാണിയിൽ വച്ച്. തൃശൂർ ആകാശവാണിയിലെ കഥാചർച്ച കഴിഞ്ഞ് കോവിലനും പി.സുരേന്ദ്രനും കാറിൽ മടങ്ങവേ റെയിൽവേ സ്റ്റേഷനിൽ ഇറക്കാമെന്നു പറഞ്ഞപ്പോൾ ഗ്രേസിയും കയറി. ആയിടയ്ക്ക് കോവിലന് കിട്ടിയ ഒരവാർഡിന്റെ ചെലവ് കിട്ടിയില്ല എന്നു സുരേന്ദ്രൻ പറഞ്ഞതോടെ ഗ്രേസിയെ സ്റ്റേഷനിൽ ഇറക്കിയിട്ട് യാത്രിനിവാസിൽ പോവാമെന്നായി കോവിലൻ. ഞാനും കൂടിയുണ്ടെന്നു പറഞ്ഞ് ഗ്രേസി അവർക്കൊപ്പം കൂടി. യുവതിയായ

ഗ്രേസി അങ്ങനെ രണ്ടില കൾക്ക് നടുവിലെ ചെമ്പക പ്പൂവായി മദ്യശാലയിൽ ഇ രുന്നു. മറ്റുള്ളവരുടെ തുറി ച്ചുനോട്ടങ്ങളെ അവഗണിച്ച് ഗ്രേസിയും ബിയർ അക ത്താക്കി. അനന്തരം റെയി ൽവേ സ്റ്റേഷനിൽ ഇറങ്ങിയ ഗ്രേസി പ്ലാറ്റ്ഫോമിൽ നല്ല ഫോമിലായിരുന്നു. ഗ്രേസി ക്ക് അതേ വരെ എങ്ങനെ തീർക്കുമെന്ന് പിടികിട്ടാതി രുന്ന ഒരു കഥയുടെ അന്ത്യം കിട്ടിയത് അന്തവും കുന്ത വുമില്ലാതെ അവിടെ ഇരുന്ന പ്പോഴാണ്.

ഗ്രേസി ആകാശവാണിയിലെ കഥാചർച്ചയിൽ കോവിലനോട് അധികം സംസാരിച്ചില്ല. ഈ വലിയ സാഹിത്യകാരന്മാർക്കിടയിൽ താൻ ആരുമല്ല എന്ന പേടിതന്നെ കാരണം. ലോകസാഹിത്യം അര ച്ചുകലക്കി കുടിച്ചിട്ടൊന്നുമില്ല എന്ന വിചാരം മനസ്സിലുണ്ട്. പൗലോ കൊയ്ലോയുടെ 'ആൽക്കെമിസ്റ്റ്' കൊള്ളാം. മറ്റൊന്നും തനിക്ക് രുചിച്ചില്ല. സാർത്ര് തന്നെ ഒന്നു രണ്ടെണ്ണമേ വായിച്ചിട്ടുള്ളു എന്ന ചിന്തയൊക്കെയുണ്ട്. അന്നുമിന്നും. അല്ലെങ്കിലും എഴുത്തുകാരെ കാണുമ്പോൾ താൻ മിണ്ടാട്ടം മുട്ടുന്നവളാവുമെന്ന് ഗ്രേസി. എഴു ത്തുകാരെ കണ്ടാലും അവരുടെ ചേഷ്ടകൾ ശ്രദ്ധിച്ച് അത്ഭുതം കൂറി നിൽക്കുന്നതാണ് ഗ്രേസിയുടെ ശീലം. ബസിൽക്കയറിയാ ലത്തെ കഥ പറയുകയും വേണ്ട. അതുകൊണ്ട് സാഹിത്യത്തിനല്ല ഗ്രേസിക്കാണ് നഷ്ടമെന്നു മാത്രം. മൂന്നു തവണ നഷ്ടമുണ്ടായി. തന്റെ കാര്യം ശ്രദ്ധിക്കാതെ പരിസരം മറന്നുള്ള ഈ നിൽപ്പ് മൂലം മൂന്നു തവണ ഗ്രേസിയെ പോക്കറ്റടിച്ചു. ഒരു തവണ ട്രഷറിയിൽ നിന്ന് വരുന്ന വഴിക്ക് പെൻഷൻ കാശ് മുഴുവൻ ബസിൽ വച്ച് പോയി. മറ്റൊരു തവണ ബാങ്കിൽ വച്ച് ആരോ കാശെടുത്തു. ബസിനു വരാൻ കാശില്ലാഞ്ഞ് വീട്ടിലേക്ക് നടന്നുവന്നിട്ടുണ്ട് ഗ്രേസി. വെറ്റില ചുരുട്ടുന്നതു പോലെ നോട്ട് കയ്യിൽ തിരുകിവച്ചാണ് ഇപ്പോൾ എവിടെയെങ്കിലും പോവുന്നത്. എന്റെ കാശ് എന്നു കരുതി വളരെ ശ്രദ്ധിച്ചാവും താൻ ബസിൽ കയറുക എന്നു ഗ്രേസി. എന്നാലും പോവാനുള്ളത് പോവും. എല്ലാറ്റിനും കാരണം ഈ അന്തം വിട്ടുള്ള നിൽപ്പാണ്. എഴുത്തുകാരെ കാണുമ്പോഴുള്ള കാര്യം പിന്നെ പറയണോ?

അങ്ങനെയിരിക്കെ കാലടി സർവകലാശാലയിൽ വച്ച് കോവിലനെ ഗ്രേസി വീണ്ടും കണ്ടു. അദ്ദേഹത്തിന് തീരെ വയ്യാത്തതായി തോന്നി. കണ്ണിനു മുകളിൽ കൈ പിടിച്ച് അദ്ദേഹം ചോദിച്ചു ഇത് ഗ്രേസിയല്ലേ എന്ന്. ചിരിച്ചു ചിരിച്ച് നിന്നതല്ലാതെ ഗ്രേസി ഒരക്ഷരം മിണ്ടിയില്ല. ഗ്രേസി ചിലപ്പോൾ അങ്ങനെയാണ്. ആരെങ്കിലും ചോദിച്ചാൽ തിരിച്ചൊന്നും പറയാതെ വെറുതെ ചിരിച്ചുകൊണ്ട് നിൽക്കും. കാരണം എല്ലാ വാക്കുകൾക്കും മീതെയാണ് തന്റെ ഈ ചിരി എന്നു ഗ്രേസിക്ക് തോന്നാറുണ്ട് എന്നതുതന്നെ. 'ഈ തിരമാലകൾ എവിടെ നിന്നു വരുന്നു? കടലിനറഞ്ഞുകൂടാ. ഒടുങ്ങാത്ത പൂങ്കുലകൾ എവിടെ നിന്നു വരുന്നു? മരങ്ങൾക്ക് അറിഞ്ഞുകൂടാ' എന്നു മഹാകവി പി. എഴുതിയതുപോലെ ചില നേരങ്ങളിൽ തന്റെ നിർത്താത്ത ഈ ചിരി എവിടെ നിന്നു വരുന്നു എന്നു ഗ്രേസിക്ക് അറിഞ്ഞുകൂടാ. കോവിലൻ അതു പറഞ്ഞിട്ട് നടന്നു പോയി. പിന്നെ അധികം വൈകാതെ, അദ്ദേഹം മരിച്ചു എന്നു കേട്ടപ്പോഴാണ് ഗ്രേസി ചിന്തിച്ചത്, എന്നെ നോക്കാനായി കണ്ണിന്റെ മുകളിൽ വച്ച ആ കൈയെടുത്ത് തന്റെ തലയിൽ വച്ച് അനുഗ്രഹം വാങ്ങുകയായിരുന്നില്ലേ വേണ്ടത്, ഒരു വാക്കെങ്കിലും പറയാമായിരുന്നില്ലേ എന്ന്. അന്തം വിട്ട് മനുഷ്യരെ നോക്കിനിന്നപ്പോൾ സംഭവിക്കാറുള്ളതു തന്നെ കോവിലന്റെ മരണമറിഞ്ഞ് ഗ്രേസിക്കും സംഭവിച്ചു. ആരോ പോക്കറ്റടിച്ചതു പോലെ. എന്നുവച്ചാൽ വിലപ്പെട്ടതെന്തോ നഷ്ടമായതു പോലെ.

■

അഭിമുഖം
അവസാന മുഖം

പ്രൊഫ : എൻ. കൃഷ്ണപിള്ള ഒരു ദിവസം ബസിൽ യാത്ര ചെയ്യുകയായിരുന്നു. അടുത്തിരുന്ന കോളേജ് വിദ്യാർത്ഥി എന്തോ വായിക്കുന്നത് ശ്രദ്ധിച്ച അദ്ദേഹം അത് വാങ്ങി നോക്കി. ഇരുപത്തിയഞ്ച് വർഷം മുൻപ് താൻ ക്ലാസിൽ പറഞ്ഞു കൊടുത്ത നോട്സ് ഒരു വ്യത്യാസവുമില്ലാതെ ആ കുട്ടിയുടെ അധ്യാപകനും പറഞ്ഞു കൊടുത്തിരിക്കുന്നു. അന്ന് താൻ ക്ലാസിൽ പറഞ്ഞ അതേ ഫലിതങ്ങൾ മാറിപ്പോവാതെ അവിടവിടെ എഴുതിപ്പിടിപ്പിക്കുകയും ചെയ്തിരിക്കുന്നു. അധ്യാപകർ മൂന്നു വർഷം കൂടുമ്പോൾ നോട്സ് മാറ്റണമെന്ന് കെ.പി. അപ്പൻ പറഞ്ഞത് നാം മറന്നിട്ടില്ല. എൻ. കൃഷ്ണപിള്ളയുടെ കോളേജ് ക്ലാസിലെ നോട്സിന് കാൽനൂറ്റാണ്ടിനപ്പുറവും പ്രസക്തിയുണ്ടെങ്കിൽ അദ്ദേഹത്തിന്റെ പുസ്തകങ്ങൾ അതിലുമെത്രയോ കാലം വായനക്കാരുടെ മനസ്സിൽ കൂടുതൽ ശോഭയോടെ വിരാജിക്കുമെന്ന് ചിന്തിച്ചപ്പോഴാണ് ഇക്കാര്യം ഓർമ്മയിലെത്തിയത്.

അതുകൊണ്ടുതന്നെയാണ് കൃഷ്ണപിള്ളയെ കണ്ട ഓർമ്മകൾ മൂന്നു ദശാബ്ദം കഴിയാറായിട്ടും ടി.പി. രാജീവന്റെ മനസ്സിൽ നിന്നു മായാത്തത്.

കൃഷ്ണപിള്ള എന്നു പറഞ്ഞാൽ നമുക്ക് ഓർമ്മ വരുന്നത് സംഭാഷണങ്ങളാണ്. അത് സി.വി. രാമൻപിള്ളയുടെ ചരിത്രാഖ്യായികകളിലെ സംഭാഷണശൈലികളെക്കുറിച്ചുള്ള കൃഷ്ണപിള്ളയുടെ പ്രതിപാത്രം ഭാഷണഭേദം എന്ന കൃതിയുടെ അടയാളപ്പെടുത്തലാവാം. കൃഷ്ണപിള്ളയുടെ നാടകങ്ങളിലും ഉരുളയ്ക്കുപ്പേരി പോലുള്ള സംഭാഷണങ്ങൾക്കുള്ള പ്രാധാന്യം എടുത്തുപറയാതിരിക്കാനാവില്ല. ഇതിനൊക്കെപ്പുറമേ കൃഷ്ണപിള്ള സരസ സംഭാഷണപ്രിയനും ആയിരുന്നു. രാജീവന് കൃഷ്ണപിള്ള എന്നു പറഞ്ഞാൽ ഓർമ്മയിലെത്തുന്നതും സംഭാഷണമാണ്. അത് പക്ഷേ അദ്ദേഹവുമായുള്ള അഭിമുഖ സംഭാഷണമാണെന്നു മാത്രം.

രാജീവൻ ഇന്ദ്രപ്രസ്ഥവാസിയായിരുന്ന കാലം. 'പുറപ്പെട്ടുപോയ വാക്ക്' എഴുതിയ രാജീവനിൽ നിന്ന് അന്ന് വാക്ക് പുറപ്പെട്ടത് പക്ഷേ ഇംഗ്ലീഷിൽ ആയിരുന്നു. രാജീവൻ അന്ന് 'പാട്രിയറ്റി'ൽ പത്രപ്രവർത്തകനാണ്. ചിദംബരം എന്ന എഡിറ്റർക്കാണ് ഞായറാഴ്ചപ്പതിപ്പിന്റെ ചുമതല. നാഗർകോവിലിനടുത്താണ് ചിദംബരത്തിന്റെ സ്വദേശം. മലയാളപുസ്തകങ്ങൾ ചിദംബരത്തിന് സുപരിചിതം. നല്ല വായനയുണ്ട്. അക്കാലത്താണ് പ്രതിപാത്രം ഭാഷണ ഭേദം എന്ന കൃതിക്ക് കൃഷ്ണപിള്ളയ്ക്ക് കേന്ദ്രസാഹിത്യഅക്കാദമി അവാർഡ് കിട്ടുന്നത്. ഏതായാലും അവാർഡ് വാങ്ങാൻ കൃഷ്ണപിള്ള ഡൽഹിയിൽ വരുന്നുണ്ട് എന്നറിഞ്ഞ് ചിദംബരം രാജീവനോട് പറഞ്ഞു, അദ്ദേഹവുമായി സവിസ്തരം ഒരഭിമുഖ സംഭാഷണം നടത്തണമെന്ന്. അങ്ങനെ നേരത്തെ സമ്മതം വാങ്ങിയ പ്രകാരം രാജീവൻ കൃഷ്ണപിള്ളയുമായി അഭിമുഖം നടത്തി. കേരള ഹൗസിൽ വച്ച്. പാട്രിയറ്റിന്റെ ഞായറാഴ്ചപ്പതിപ്പിലേക്ക്. കേരള

ഹൗസിലിരുന്ന് 'കേരള ഇബ്സൻ' വളരെ ഊർജസ്വലനായി ചോദ്യ ങ്ങൾക്ക് മറുപടി പറഞ്ഞു.നോവലിസ്റ്റിന്റെ ഭാഷാശൈലിയിലാവില്ല കഥാപാത്രം സംസാരിക്കുക എന്നതിനെക്കുറിച്ചൊക്കെ അദ്ദേഹം വിശദമായി സംസാരിച്ചു. അഭിമുഖം കഴിഞ്ഞപ്പോൾ കൃഷ്ണപിള്ള രാജീവനെ രണ്ട് കാര്യങ്ങളാണ് ഏൽപ്പിച്ചത്. അഭിമുഖം അച്ചടിച്ചു വരുന്ന ദിവസം നേരത്തെ അറിയിക്കണം. രണ്ട്, അതിന്റെ ഒരു കോപ്പി അയച്ചു തരണം. തൊട്ടടുത്ത ഞായറാഴ്ച തന്നെ അഭിമുഖം കൊടു ക്കാമെന്ന് ചിദംബരം പറഞ്ഞെങ്കിലും രാജീവന് അതിനകം അതെ ഴുതി നൽകാനായില്ല. പിന്നീടുള്ള ഞായറാഴ്ചത്തെ പത്രത്തിൽ അത് ഗംഭീരമായി അച്ചടിച്ചു വന്ന വിവരം പറയാൻ രാജീവൻ കൃഷ്ണപിള്ളയെ ഫോൺ വിളിച്ചു. പക്ഷേ മറുതലയ്ക്കൽ ഒരാൾ ഫോൺ എടുത്ത പാടെ വിവരം പറഞ്ഞു. ആ സംഭാഷണം ഇനി യില്ല എന്ന്.

പാണ്ഡവന്മാർ അഞ്ചും ചേർന്ന ഒരുപൂർവപുരുഷൻ എന്ന് ബബ്ബ ലാപുരത്തിലെ അജിതസിംഹനെക്കുറിച്ച് രാമരാജബഹദൂറിൽ സി.വി. രാമൻപിള്ള എഴുതി. നാടകകൃത്ത്, അധ്യാപകൻ, പണ്ഡിതൻ, സാഹിത്യചരിത്രകാരൻ, നിരൂപകൻ, ബാലസാഹിത്യകാരൻ എന്നി ങ്ങനെ അനേക വിശേഷണങ്ങൾ ചേർന്ന അപൂർവപുരുഷനായിരുന്നു കൃഷ്ണപിള്ള. നാടകത്തിനോട് കൃഷ്ണപിള്ള അത്രയും ചേർന്ന് ജീവിച്ചതുകൊണ്ടാവാം ആ അഭിമുഖത്തിന്റെ അവസാനം ഇത്രയും നാടകീയമായത്.

■

ഇനി ജോൺ ഉറങ്ങട്ടെ

ജോൺ എബ്രഹാം വളരെയേറെ നേരം ആ കഷണ്ടിയിലേക്ക് നോക്കിയങ്ങനെയിരിക്കുമായിരുന്നു. അപ്പോൾ വൈക്കം മുഹമ്മദ് ബഷീർ തല തടവിക്കൊണ്ട് ചോദിക്കും. എന്തോന്നാടാ ഇത് എന്ന്. അപ്പോൾ ജോൺ പറയും, ഒരു ഭയങ്കര സംഭവം തന്നെ എന്ന്. ബഷീർ വീണ്ടും: എന്ത് സംഭവം? അല്ല, ഈ കഷണ്ടി ഒരു ഭയങ്കര സംഭവം തന്നെ എന്ന് ജോണിന്റെ മറുപടി. പക്ഷേ നമുക്കറിയാം ഈ ജോണും ഭയങ്കര സംഭവം തന്നെയായിരുന്നു എന്ന്. അല്ലെങ്കിൽപ്പിന്നെ ഒരാളെ ആദ്യമായി കാണുമ്പോൾ തടഞ്ഞുനിർത്തി എങ്ങോട്ട് പോകുന്നു. കാരമസോവ് സഹോദരന്മാർ വായിച്ചിട്ടുണ്ടോ എന്നു കയറി ചോദിക്കുമായിരുന്നോ? മീൻകറിയിൽ വെളിച്ചെണ്ണയ്ക്കു പകരം മണ്ണെണ്ണ തൂവിയിട്ട് എല്ലാവർക്കും സാഭിമാനം വിതരണം ചെയ്യുമായിരുന്നോ?

കയ്യൂർ സമരചരിത്രം സിനിമയാക്കുന്നതിന് കാസർകോട് നഗരത്തിലെ ഖസാക്ക് ലോഡ്ജിൽ താമസിക്കുകയായിരുന്നു ജോൺ. ഒരു ദിവസം എൻ. ശശിധരൻ ലോഡ്ജിലേക്ക് വന്നപ്പോൾ ജോൺ വാതിൽക്കൽ ഇരിക്കുന്നു. അതായിരുന്നു ഇവരുടെ ആദ്യ കൂടിക്കാഴ്ച. ജോൺ പെട്ടെന്നു ചോദിച്ചു, ദസ്തയേവ്സ്കിയുടെ കാരമസോവ് സഹോദരന്മാർ വായിച്ചിട്ടുണ്ടോ എന്ന്. ഉണ്ടെന്നു പറഞ്ഞതും കട്ടിളപ്പടിയിലിരുന്ന് കട്ടിയുള്ള ഇംഗ്ലീഷിൽ ആ നോവലിനെക്കുറിച്ച് ഒരു പത്തിരുപത് വാക്യങ്ങൾ തട്ടിവിട്ടു. ജോണിന്റെ

സ്വത്വം വെളിവാക്കുന്ന, വല്ലാത്ത ആഴമുള്ള ഭാഷ യിലായിരുന്നു അതെന്ന് ശശിധരൻ ഓർക്കുന്നു. പിന്നീട് ഇടയ്ക്കൊക്കെ ശശിധരനും ലോഡ്ജിൽ തങ്ങും. പകൽ കിക്കാവുന്ന ജോൺ രാത്രി കുക്കാവു മായിരുന്നു. താൻ നല്ല ഒരു പാചകക്കാരനാണെന്നാണ് ജോണിന്റെ ധാരണ. ഒരു ദിവസം ജോൺ അയില മുളകിട്ടത് വച്ചു. അതിൽ ഒടുവിൽ വെളിച്ചെണ്ണ തൂവു ന്നതിനു പകരം ജോൺ അറിയാതെ മണ്ണെണ്ണ തൂവി. പക്ഷേ അബന്ധം പറ്റിയെന്നു കരുതി പിന്മാറാൻ ജോൺ തയാറല്ല. അദ്ദേഹത്തിന് മുറിയിലെ സുഹൃത്തുക്കളെക്കൊണ്ട് അത് കഴിപ്പിച്ചേ തീരു. ഹായ് ശശീ, എന്താ സാധനം, ഗംഭീര ടേസ്റ്റാണ് എന്നു പറഞ്ഞ് ശശിധ രനെയും നിർബന്ധിച്ചു. അബദ്ധത്തിൽ കഴിച്ചുപോയ ചിലരൊക്കെ പോയി ഛർദിക്കുന്നുണ്ട്.

കുറച്ചു നാൾ കഴിഞ്ഞാണ് കാറടുക്കയിലെ ശശിധരന്റെ വീട്ടി ലേക്ക് ജോണും സംഘവും താമസം മാറ്റുന്നത്. തിരക്കഥാരചന പൂർത്തിയായെങ്കിലും സിനിമ മുന്നോട്ട് പോവാഞ്ഞത് ജോണിനെ വല്ലാതെ ഉലച്ചു. ജോൺ പിന്നെ കയ്യൂരിനെക്കുറിച്ച് മിണ്ടാതായി. ജോണിനെ മാനസികാസ്വാസ്ഥ്യത്തെ തുടർന്ന് കാഞ്ഞങ്ങാട് ഒരാ ശുപത്രിയിൽ പ്രവേശിപ്പിച്ചു. ഔദ്യോഗികകാര്യത്തിന് കാഞ്ഞങ്ങാട്ട് എത്തിയ കടമ്മനിട്ട ശശിധരനുമായി ജോണിനെ കാണാൻ പോയി. ജോൺ ആശുപത്രിയിൽ തീരെച്ചെറിയ കാര്യങ്ങൾ ശാന്തമായി ഉരു വിട്ട് കൊച്ചുകുട്ടികളെപ്പോലെ കിടക്കുന്നു. രാവിലെ വെള്ളേപ്പം കഴിച്ചു, ഇന്നലെ കഴിക്കാൻ മദ്യം കിട്ടിയില്ല എന്നൊക്കെ പതുക്കെ പറയുന്നു. ഇതിനിടെ ഒരു പയ്യൻ ചായ കൊണ്ടുവന്നു. ആ പയ്യന്റെ കയ്യിൽപ്പിടിച്ച് ജോണിന്റെ ചോദ്യം: നീ ചായ കുടിച്ചോ? അവനാകെ അന്തം വിട്ടുപോയി. ആദ്യമായിട്ടാവും ചായക്കാരനോട് അങ്ങനെ ഒരാൾ അന്വേഷിക്കുക. അവൻ അമ്പരപ്പോടെ പറഞ്ഞു. കുടിച്ചു സർ. ഉടനെ ജോൺ പകുതി ആത്മഗതമായും പകുതി അവനോടു മായി : കുടിക്കണം, കുടിക്കണം. കുട്ടികൾ കൃത്യ സമയത്ത് ഭക്ഷണം കഴിക്കണം. മദ്യം വേണമെന്ന് ജോൺ കടമ്മനിട്ടയോട് പറഞ്ഞു. ചായ കൊണ്ടുവന്ന പയ്യനെക്കൊണ്ട് മദ്യം വരുത്തിച്ചു. പക്ഷേ മദ്യം

കൊണ്ടുവന്നപ്പോൾ ജോണിന് വേണ്ട. മദ്യപിച്ചാൽ എന്റെ മത്ത് പോവും. ഇപ്പോൾ എനിക്കു നല്ല മത്തുണ്ട്. എനിക്ക് നിങ്ങളെ ഇങ്ങനെ കണ്ടോണ്ടിരുന്നാൽ മതി എന്നാണ് ജോൺ പറഞ്ഞത്. ഇതു പറ ഞ്ഞുകൊണ്ടിരുന്ന് ജോൺ ഉറങ്ങിപ്പോയി. ഉണരട്ടെ എന്നു കരുതി കടമ്മനിട്ടയും ശശിധരനും കുറേനേരം ഇരുന്നു. പക്ഷേ ജോൺ ഗാഢനിദ്രയിലേക്ക് വീഴുകയാണ്. ജോണിനെ വിളിച്ചുണർത്താതെ അവരവിടെ നിന്നിറങ്ങി. പിന്നെ ശശിധരൻ ജോണിനെ കണ്ടിട്ടില്ല. ഒരേ സമയം ഒരു കുട്ടിയുടെയും മരിക്കാൻ പോവുന്ന ഒരാളുടെയും ഭാവചലനങ്ങൾ ജോണിനുള്ളതായി ആശുപത്രിയിൽ വച്ച് കണ്ട പ്പോൾ ശശിധരന് തോന്നിയിരുന്നു. ജോൺ മരിച്ചപ്പോൾ ശശിധരൻ പോയില്ല. വിളിച്ചാലും ഉണരാത്ത പോലെ ജോൺ ഉറങ്ങിക്കിടക്കു ന്നത് ശശിധരൻ നേരത്തെ കണ്ടതാണല്ലോ. ഇനി ജോൺ നിത്യ നിദ്രയിലാണ്ടത് മാത്രമായി എന്തിനു കാണണം.

■

കവികളുടെ വടക്കുംനാഥൻ

കവികൾ പല പ്രകാരത്തിലും മറ്റു കവികളെ ബാധിക്കാറുണ്ട്. അത് കവിതയായിത്തന്നെ ആവണമെന്നില്ല. അതുകൊണ്ടാണോ എന്തോ കുറേനാൾ മുൻപ് വിഷ്ണുനാരായണൻ നമ്പൂതിരി പറഞ്ഞത്. 'ഉറക്കെപ്പറയൂ, എനിക്ക് വള്ളത്തോൾ സമ്മാനം കിട്ടിയതിനു ശേഷം കേൾവിക്കുറവുണ്ട്' എന്ന്. അതോടെ താൻ പകുതി മഹാകവിയായെന്ന് അദ്ദേഹം തമാശ പറയാറുണ്ട്. വള്ളത്തോളിനെ ബാധിച്ച കേൾവിക്കുറവാണ് വിഷ്ണുനാരായണൻ നമ്പൂതിരിക്കുമെങ്കിൽ അതൊരു കുറവല്ല. പിന്നെയോ തേൻ പുരട്ടിയ മുള്ളാണ് എന്നു തോന്നി. കേൾവിക്കുറവിന്റെ കഥ ഇതാണെങ്കിൽ വൈലോപ്പിള്ളിയുടെ ഓർമ്മക്കുറവിന്റെ കാര്യമോ? മറവിയെപ്പോലും അദ്ദേഹം മനോഹരമാക്കിയത് നമുക്കറിയാം. അതാണല്ലോ തന്റെ പ്രിയപ്പെട്ട വിഷ്ണുവിന് കത്തെഴുതിയപ്പോൾ വൈലോപ്പിള്ളി വിഷ്ണുനാരായണൻ നമ്പൂതിരിയുടെ അപരാജിത എന്ന വീട്ടുപേര് മറന്നുപോയതിന് 'വിഷ്ണുനാരായണൻ നമ്പൂതിരി, ബേക്കർശിൽപ്പത്തിൽ താമസം, വെള്ളയമ്പലം, തിരുവനന്തപുരം എന്നെഴുതിയത്.' ഇനി അഥവാ വിഷ്ണുനാരായണൻ നമ്പൂതിരിക്കു പകരം 'വെള്ള'യമ്പലം പോലെ ഒരു കവി എന്ന് എഴുതിയിരുന്നെങ്കിലും കവിയുടെ ആകാരം

അറിയാവുന്ന പോസ്റ്റ്മാന് തെറ്റില്ലായിരുന്നു. ഇത്രയധികം 'വെള്ള'യമ്പലം പോലുള്ള ഒരു കവി വിഷ്ണുനാരായണൻ നമ്പൂതിരിയല്ലാതെ മലയാളത്തിൽ വേറെ ആരുണ്ട്? ഒരിക്കൽ വിഷ്ണുനാരായണൻ നമ്പൂതിരി എഴുതിയ ഇംഗ്ലീഷ് ലേഖനം വായിച്ചിട്ട് താങ്കൾ ഉദ്ധരിച്ച ആ മനോഹരമായ ബിംബം ആരുടേതാണെന്ന് വൈലോപ്പിള്ളി ചോദിച്ചു. അത് വൈലോപ്പിള്ളിയുടെ ഋശ്യശൃംഗൻ നാടകത്തിലേതായിരുന്നു എന്നറിയുമ്പോഴാണ് വൈലോപ്പിള്ളി മനോഹരമായ സ്വന്തം മറവി കൊണ്ട് വീണ്ടും നമ്മെ ഓർമ്മിപ്പിക്കുന്നത്.

വൈലോപ്പിള്ളി ഒരിക്കൽ വിഷ്ണുനാരായണൻ നമ്പൂതിരിയുടെ വീട്ടിൽ രാത്രി തങ്ങിയപ്പോൾ വിഷ്ണുനാരായണൻ നമ്പൂതിരി തന്റെ അച്ഛന്റെ കമ്പിളിപ്പട്ട് തന്നെ വൈലോപ്പിള്ളിക്ക് പുതയ്ക്കാൻ കൊടുത്തു. പക്ഷേ അപ്പോൾ വൈലോപ്പിള്ളി അടുത്തുണ്ടായിരുന്ന ആത്മാരാമനോട് പറഞ്ഞതാവട്ടെ, 'എന്റെ ശവം ദഹിപ്പിക്കുമ്പോൾ പട്ടു പുതപ്പിക്കാൻ പാടില്ല, തന്നോട് ഇപ്പോഴേ പറഞ്ഞിരിക്കുന്നു' എന്ന്. ചെറിയ ജീവിത സന്ദർഭങ്ങളിൽ നിന്ന് വലിയ ജീവിതസത്യങ്ങളിലേക്ക് നമ്മെ പ്രത്യാനയിക്കുന്ന വൈലോപ്പിള്ളിക്കവിത പോലെയായി ആ വാക്കുകളും. ഒരു ദിവസം രാത്രി സാഹിത്യഅക്കാദമിയിൽ നിന്ന് എളുപ്പവഴിയിലൂടെ വൈലോപ്പിള്ളിയുടെ വീട്ടിലേക്ക് നടക്കാമെന്നു വിഷ്ണുനാരായണൻ നമ്പൂതിരി പറഞ്ഞപ്പോൾ വൈലോപ്പിള്ളി പറഞ്ഞു, 'പറ്റില്ല, വടക്കുംനാഥനെ വലം വച്ചുതന്നെ പോവണ' മെന്ന്. ഇന്നും എല്ലാ തലമുറക്കവികളും കവികളുടെ ഈ വടക്കുംനാഥനെ വലംവയ്ക്കുന്നു. വൈലോപ്പിള്ളി അവസാനം എഴുതിയ കവിത ഏതാണെന്നത് ഗവേഷകർക്ക് വിഷയമായിരിക്കാം. എന്നാൽ വൈലോപ്പിള്ളി അവസാനം ഉച്ചരിച്ച വാക്ക് ഏതാണ് എന്നതിനു വരെ വിഷ്ണുനാരായണൻ നമ്പൂതിരിയുടെ വിചാരലോകത്ത് പ്രസക്തിയുണ്ട്. വൈലോപ്പിള്ളിക്കവിതയ്ക്ക് പല ധ്വനികളാണ് എന്നതുപോലെ വൈലോപ്പിള്ളിയുടെ അവസാനവാക്കും ധ്വനിസമ്പന്നമായിരുന്നു. ആ ദിവസത്തിന്റെ പ്രാധാന്യം കണക്കിലെടുക്കുമ്പോൾ

പ്രത്യേകിച്ചും. വൈലോപ്പിള്ളി തീരെ സുഖമില്ലാതെ ആശുപത്രിയിലാണെന്നറിഞ്ഞ് കാണാനെത്തിയതായിരുന്നു വിഷ്ണുനാരായണൻ നമ്പൂതിരി. കവിപത്നി ഭാനുമതിയമ്മ മഹാകവിക്കരികിലുണ്ട്. വൈലോപ്പിള്ളി ആരെയും തിരിച്ചറിയുന്നില്ല. പിന്നീട് കണ്ടപ്പോൾ ഭാനുമതിയമ്മ വിഷ്ണുനാരായണൻ നമ്പൂതിരിയോട് പറഞ്ഞത്രേ, അദ്ദേഹം പോയപ്പോൾ താൻ ചോദിച്ചു, 'ആരാണ് ഇപ്പോൾ കണ്ടിട്ടുപോയതെന്ന് അറിയാമോ' എന്ന്. വിഷ്ണു എന്നു മാത്രം പറഞ്ഞ് വൈലോപ്പിള്ളി കണ്ണടച്ചു. അന്ന് ഏകാദശിയായിരുന്നു. സാക്ഷാൽ വിഷ്ണുഭഗവാനെ വിളിച്ച് കണ്ണടച്ചതാണോ വന്നയാളെ തിരിച്ചറിഞ്ഞിട്ട് വിഷ്ണു എന്നു പറഞ്ഞതാണോ എന്ന കാര്യം വൈലോപ്പിള്ളിക്കവിത പോലെ ചിന്തോദ്ദീപകമാണ്. ഏത് വിഷ്ണു എന്ന സംശയത്തിന് വൈലോപ്പിള്ളി പണ്ടേ എഴുതിവച്ച മറുപടിയാണ്

'ഉണ്ടേകാന്തമൊരാശ; കൺകൾ
നിറയെ കാണാൻ, മയിൽപ്പീലി തൻ
ചെണ്ടോലുന്ന മണിക്കിരീടം
അവസാനത്തെ തിരശ്ശീലയിൽ'

എന്ന ശ്ലോകം എന്ന് വിഷ്ണുനാരായണൻ നമ്പൂതിരി. അതുപക്ഷേ അദ്ദേഹത്തിന്റെ വിനയത്തിന്റെ ഭാഗമായിട്ടു കൂടി കരുതിയാൽ മതി.

■

തിരിച്ചുവരാത്ത വാക്കുകൾ

തനിക്ക് അധികാരമുണ്ടായിരുന്നെങ്കിൽ ആ കൃതി നിരോധിക്കുമായിരുന്നു എന്ന് നെരൂദ ഒരിക്കൽ പറഞ്ഞു. സ്വന്തം കൃതിയായ റസിഡന്റ്സ് ഓഫ് എർത്തിനെക്കുറിച്ചായിരുന്നു നെരൂദയുടെ വാക്കുകൾ. അതുപോലെ ഒരിക്കൽ പി. സുരേന്ദ്രനോട് നരേന്ദ്രപ്രസാദും സ്വന്തം കൃതിയെക്കുറിച്ച് അഭിപ്രായം പറഞ്ഞിട്ടുണ്ട്, നരേന്ദ്രപ്രസാദിന്റെ തന്നെ ഒരു നോവലിനെക്കുറിച്ച്. ഒരിക്കൽ കണ്ടപ്പോൾ സുരേന്ദ്രൻ നരേന്ദ്രപ്രസാദിനോട് ചോദിച്ചു. 'അലഞ്ഞവർ അന്വേഷിച്ചവർ' എന്ന നോവലിന്റെ പുതിയ പതിപ്പ് കിട്ടാനില്ല. അത് വീണ്ടും അച്ചടിക്കാൻ എന്തുകൊണ്ടാണ് അനുവാദം കൊടുക്കാത്തത് എന്ന്. തെല്ലിട മൗനത്തിനുശേഷം നരേന്ദ്രപ്രസാദ് ചോദിച്ചു. 'സുരേന്ദ്രൻ ആ നോവൽ സൂക്ഷ്മമായി വായിച്ചിട്ടുണ്ടോ?' വാരികയിൽ പ്രസിദ്ധീകരിച്ച കാലത്ത് ശ്രദ്ധിച്ചു വായിച്ചതാണെന്ന് മറുപടി. ഉടൻ വന്നു അടുത്ത ചോദ്യം, സുരേന്ദ്രൻ പിൽക്കാലത്ത് ആ കൃതി വായിച്ചിട്ടുണ്ടോ? ഇല്ലെന്ന് പറഞ്ഞതും നരേന്ദ്രപ്രസാദ്: അത് ഖസാക്കിന്റെ ഇതിഹാസത്തിന്റെ നിഴലാണ്. 'ഖസാക്ക്' രചിക്കപ്പെട്ടതുകൊണ്ട് മാത്രം ഉണ്ടായ നോവലാണ് അത്. പ്രത്യക്ഷത്തിൽ തോന്നില്ലെങ്കിലും തന്റേത് മൗലിക രചനയല്ല എന്നായിരുന്നു നരേന്ദ്രപ്രസാദിന്റെ വിശദീകരണം. സ്വന്തം

കൃതികളെ മഹത്ത്വവൽക്കരിച്ച് വാതോരാതെ സംസാരിക്കുന്നവരുടെ കൂട്ടത്തിലല്ല നരേന്ദ്രപ്രസാദിന് സ്ഥാനം എന്ന് സുരേന്ദ്രൻ തിരിച്ചറിഞ്ഞത് അന്നാണ്. രാഷ്ട്രീയമാപിനി വച്ച് ചിലർ വായിച്ചപ്പോൾ സുരേന്ദ്രന് ഗ്രീഷ്മമാപിനി എന്ന നോവൽ പിൻവലിക്കേണ്ടി വന്നു.

സുരേന്ദ്രൻ ആഗ്രഹിച്ചിട്ടുണ്ട്, തന്റെ കഥകൾക്ക് നരേന്ദ്രപ്രസാദ് അവതാരിക എഴുതണമെന്ന്. പലതവണ അതിനായി സുരേന്ദ്രൻ നരേന്ദ്രപ്രസാദിനെ സമീപിച്ചു. അവതാരിക എഴുതിക്കൊടുത്തില്ല. ഒരിക്കൽ അദ്ദേഹം സുരേന്ദ്രനോട് പറഞ്ഞു, ഈ കഥകൾക്ക് അവതാരിക എഴുതാവുന്ന തലത്തിലേക്കുള്ള സന്നാഹം തനിക്ക് ഇപ്പോഴില്ല എന്ന്. അങ്ങനെയൊരു മാനസികാവസ്ഥയിലല്ല താനെന്നും. അത് ഈ കഥകൾക്ക് നൽകുന്ന അഭിനന്ദനമായി കരുതണമെന്നും പറഞ്ഞു. അവതാരിക എഴുതിത്തരാത്തത് അഭിനന്ദനമാണെന്നത് സുരേന്ദ്രന് പുതിയ അറിവായിരുന്നു. നരേന്ദ്രപ്രസാദിന്റെ ആ മറുപടി ആത്മാർത്ഥതയോടെയായിരുന്നു എന്നറിയണമെങ്കിൽ അതിനു തൊട്ടുമുൻപ് ഇവരെ തമ്മിൽ ബന്ധപ്പെടുത്തിയ സന്ദർഭം അറിയണം. സുരേന്ദ്രന്റെ ചൈനീസ് മാർക്കറ്റ് എന്ന കഥയ്ക്കാണ് വി.പി. ശിവകുമാർ സ്മാരക കേളി അവാർഡ് എന്ന വിവരം സുരേന്ദ്രനെ വിളിച്ചറിയിച്ചത് നരേന്ദ്രപ്രസാദായിരുന്നു. എഴുപതുകളുടെ അവസാനം ഒറ്റപ്പാലത്ത് ഒരു സാഹിത്യസമ്മേളനത്തിൽ വച്ചാണ് സുരേന്ദ്രൻ നരേന്ദ്രപ്രസാദിനെ ആദ്യമായി കണ്ടത്. അന്ന് പ്രീഡിഗ്രി വിദ്യാർത്ഥിയായ സുരേന്ദ്രൻ കവിതകളെഴുതുമായിരുന്നു. പി.പി. രാമചന്ദ്രനും സുരേന്ദ്രനും സുഹൃത്തുക്കളും ചേർന്ന് അവരുടെ കവിതകൾ ചേർത്ത് ഒരു ചെറുപുസ്തകം പുറത്തിറക്കി. അത് വിൽക്കാൻ സമ്മേളനസ്ഥലത്ത് വന്നപ്പോഴാണ് സുരേന്ദ്രൻ അദ്ദേഹത്തെ ആദ്യമായി കണ്ടത്. നാളേറെക്കഴിഞ്ഞ് കുന്നംകുളത്ത് സിനിമാചിത്രീകരണത്തിന് എത്തിയപ്പോൾ സുരേന്ദ്രനെ നരേന്ദ്രപ്രസാദ് ഹോട്ടൽ മുറിയിൽ വിളിച്ചുവരുത്തി. ദിവസം മുഴുവൻ സംസാരിക്കാനുണ്ടെന്നു പറഞ്ഞ് തുടങ്ങിയ സംഭാഷണം രാത്രി വൈകുവോളം നീണ്ടു. സിനിമ വിട്ട് എന്തുകൊണ്ട് നിരൂപണത്തിലേക്ക് തിരിച്ചുവരുന്നില്ല എന്ന് സുരേന്ദ്രൻ അന്വേഷിച്ചു. മനസ്സ് വല്ലാത്ത സംഘർഷത്തിലാണ്. അത് മൂടി വെക്കാനുള്ള മറ മാത്രമാണ് അഭിനയം എന്ന്

നരേന്ദ്രപ്രസാദ് പറഞ്ഞത് സുരേന്ദ്രൻ ഓർക്കുന്നു. 'ഇനി അതൊന്നും സാധിക്കുമെന്ന് തോന്നുന്നില്ല. ഏതോ ഒരു ശാപം എന്നെ പിന്തുടരുന്നുണ്ട്. ആ ശാപമാണ് എന്നെ എഴുത്തിൽ നിന്ന് അകറ്റിയത്' എന്നു പറയുന്ന നരേന്ദ്രപ്രസാദിന്റെ മുഖത്തേക്ക് സുരേന്ദ്രൻ നോക്കി. അദ്ദേഹത്തിന്റെ കവിളുകളിലൂടെ കണ്ണുനീർ ധാരധാരയായി ഒഴുകുന്നുണ്ടായിരുന്നു. തന്നെ അവസാനമായൊന്നു കണ്ടോളു എന്നു പറഞ്ഞ് സുരേന്ദ്രനെ നരേന്ദ്രപ്രസാദ് വിളിച്ചു വരുത്തിയതുപോലെയായി അത്. പിന്നെ രണ്ടുമാസമേ നരേന്ദ്രപ്രസാദിന് ആയുസ്സുണ്ടായുള്ളൂ. സൗപർണിക എന്ന യക്ഷിക്കും വേളിയായ താന്ത്രിക്കും ഇടയിൽപ്പെട്ട് ധർമ്മസങ്കടത്തിലായ വെൺമണിയെ 'സൗപർണിക' യിൽ നരേന്ദ്രപ്രസാദ് അവതരിപ്പിക്കുന്നുണ്ട്. നിരൂപണത്തിനും അഭിനയത്തിനുമിടയിൽപ്പെട്ട് ധർമ്മസങ്കടത്തിലായ നരേന്ദ്രപ്രസാദിനെയാണ് അപ്പോൾ ഓർത്തുപോയത്. ■

പുല ഊട്ടുപുലായ്ക്കൽ വരെ

ഗബ്രിയേൽ ഗാർസിയ മാർക്വേസ് മരിച്ചപ്പോൾ മാർക്വേസിന്റെ വീട്ടുകാർക്ക് മാത്രം പറയാവുന്ന ഒരു കാര്യം എഴുതിയത് മാങ്ങാട് രത്നാകരനാണ്. തനിക്ക് പുലയുണ്ടെന്ന്. അമ്മ വഴിക്കുമല്ല അച്ഛൻ വഴിക്കുമല്ല പേന വഴിക്കാണ് പുല എന്നതാണ് ശരി. ബുദ്ധനെ ബുദ്ധേട്ടാ എന്നു വിളിക്കരുതല്ലോ എന്നെഴുതിയ ആളാണ് രത്നാകരൻ. അപ്പോഴൊക്കെ ഇത്തരത്തിലൊരു ആത്മബന്ധത്തിന്റെ സാധ്യതയാണ് അദ്ദേഹം അന്വേഷിക്കുന്നത്. ഒ.വി. വിജയനെക്കുറിച്ച് പറഞ്ഞപ്പോഴും ഈ അടുപ്പം തോന്നി.

പട്ടത്തുവിള കരുണാകരന്റെ കഥകൾ വായിച്ച് കഥയെഴുത്ത് നിർത്തിയ രത്നാകരന് ഒ.വി. വിജയന്റെ കഥകൾ കേട്ട് ദിവസം രണ്ടു കഥ വച്ചെഴുതിയ ഒരാളെയും അറിയാം. കഥയെഴുത്ത് നിർത്തിയ രത്നാകരനാണോ ദിവസം രണ്ടു കഥവച്ചെഴുതിയ ആൾക്കാണോ കൂടുതൽ കഴിവ് എന്നു ചിന്തിക്കുന്നതിൽ വലിയ കഥയില്ല. അപൂർവം സന്ദർഭങ്ങളിൽ ഒ.വി. വിജയന്റെ പകർത്തെഴുത്തുകാരന്റെ റോളും രത്നാകരന് ഉണ്ടായിരുന്നു. 'ന്യൂഡൽഹി ഇന്ന്' എന്ന പ്രതിവാരപത്രികയിൽ രത്നാകരൻ ജോലി ചെയ്തിരുന്ന കാലം. അതിൽ 'ദില്ലിയിൽ നിന്ന്' എന്ന പേരിൽ വിജയൻ ഒരു പംക്തി എഴുതിയിരുന്നു. ഒരു ദിവസം പംക്തി വാങ്ങാൻ രത്നാകരൻ ചെന്നപ്പോൾ വിജയൻ പറഞ്ഞു, ഞാൻ എഴുതി വച്ചിരുന്നു.

പക്ഷേ ഇവൾ എല്ലാം മാന്തിക്കീറി എന്ന്. തന്റെ പൂച്ചയെ ചൂണ്ടി വിജയൻ തുടർന്നു. ഇവൾക്കത് പിടിച്ചില്ലെന്നു തോന്നുന്നു. ഒരു പക്ഷേ, പംക്തിയുടെ ഒടുവിൽ 'വാൽക്കഷണം' എന്നെഴുതിയത് പൂച്ച കണ്ടിരിക്കാം. അതാവാം പൂച്ച കടലാസിലേക്ക് ചാടി വീണത്. വിജയന്റെ പൂച്ച വെറുമൊരു പൂച്ചയല്ലായിരുന്നു. വിജയൻ എഴുതുമ്പോൾ മേശപ്പുറത്ത് വിജയന്റെ ഏകാന്തതയ്ക്ക് കൂട്ടിരിക്കുമായിരുന്നു പുസി. വിജയൻ എഴുതിക്കൊണ്ടിരിക്കുന്ന കടലാസിന്റെ നടുവിലേക്ക്, ബോറടിക്കുമ്പോൾ അവൾ കയറിയിരിക്കുമായിരുന്നു. മതി നമുക്ക് നടക്കാൻ പോവാം എന്നതിന്റെ ചിഹ്നമായിരുന്നു അത്. പിന്നെ വിജയൻ പൂച്ചയ്ക്കൊപ്പം താൻ താമസിക്കുന്ന കോളനിയിലൂടെ നടക്കാൻ പോവുകയായി. അന്ന് വിജയൻ രത്നാകരനോട് ചോദിച്ചു. വേറൊന്നെഴുതിയാലോ എന്ന്. അങ്ങനെ പറഞ്ഞുതന്നത് കേട്ടെഴുതിയപ്പോഴാണ് വിജയൻ ചിഹ്നസാഗരമാണെന്ന് മനസ്സിലായത്. 'മൊഷേ സ്പേസ് ദയാൻ ഹൈഫൻ ആ ഒറ്റക്കണ്ണൻ ഹൈഫൻ ക്ലോസ് ക്വട്ടേഷൻ സ്റ്റാർട്ട് ഇസ്രായേൽ കോമ....' ഇങ്ങനെ പോയി ആ എഴുത്ത്. ഇടയ്ക്ക് നിർത്തി. വിജയന്റെ ചോദ്യം. കഥയെഴുതുമോ എന്ന്. രത്നാകരൻ പറഞ്ഞു - എഴുതിയിരുന്നു. പട്ടത്തുവിളയെ വായിച്ചതോടെ നിർത്തി. അപ്പോൾ വിജയൻ പറഞ്ഞു: ചോദിച്ചെന്നേയുള്ളു. എനിക്കൊരാൾ കേട്ടെഴുതാൻ ഉണ്ടായിരുന്നു. രണ്ടു കഥകൾ പറഞ്ഞുകൊടുത്തു. മൂന്നാം നാൾ അവൻ ഒരു കഥ ഇങ്ങോട്ട് തന്നിട്ടു പറഞ്ഞു. സാർ, ഞാൻ ഇന്നലെ എഴുതിയ കഥയാണ് ഒന്നു വായിച്ച് തിരുത്തിത്തരണം എന്ന അഭ്യർഥനയോടെ എന്ന്. രത്നാകരൻ തൊഴിൽ മാറി തിരുവനന്തപുരത്ത് എത്തി.

വിജയന്റെ കാർട്ടൂണുകളുടെ പ്രദർശനം തിരുവനന്തപുരത്ത് നടന്നത് അക്കാലത്താണ്. രത്നാകരൻ അവിടെ വച്ച് കാണുമ്പോൾ വിജയൻ വളരെയേറെ ക്ഷീണിതനായിരുന്നു. സംസാരിക്കാൻ വയ്യ. രത്നാകരൻ ദൂരെ നിന്ന് കുറെ നേരം വിജയനെ നോക്കി. പിന്നെ അടുത്തുചെന്ന് ഒരു കടലാസിൽ ഇങ്ങനെ എഴുതിക്കൊടുത്തു- ഓർമ്മയുണ്ടോ? അതിനു താഴെ വിജയൻ വിറയ്ക്കുന്ന കൈകളാൽ

എഴുതിക്കൊടുത്തു. തമാശ പറയരുതേ എന്നുമാത്രം. പിന്നെ ഇവർ തമ്മിൽ കണ്ടിട്ടില്ല. വിജയൻ തന്നെ മറക്കില്ലെന്ന് രത്നാകരന് അറിയാമായിരുന്നു. അവർ രണ്ടു പേരും പോലീസുകാരുടെ മക്കളാണ്. വിജയന്റെ അച്ഛൻ വേലുക്കുട്ടിയെ തനിക്ക് അറിയാമായിരുന്നു എന്ന് അച്ഛൻ പറഞ്ഞ് രത്നാകരൻ കേട്ടിട്ടുണ്ട്. എഴുത്തിനപ്പുറത്തേക്ക് നീളുന്ന ബന്ധമായതുകൊണ്ടാണ് ഒരാൾ മരിക്കുമ്പോൾ പുലയുണ്ടോ എന്നു രത്നാകരൻ ചിന്തിച്ചുപോകുന്നത്. രണ്ടുപേരുടെയും ഒരേ ചോറായതുകൊണ്ട് മാത്രമല്ല അത്. ഒ.വി. വിജയനെക്കുറിച്ചാവുമ്പോൾ അത് പേന വഴിക്കുള്ള പുല മാത്രമല്ല. അച്ഛൻ വഴിക്ക് കൂടിയാണ് എന്നു പറയേണ്ടിവരുന്നു. പുല അങ്ങ് ഊട്ടുപുലായ്ക്കൽ വരെ നീളുന്നു.

■

ഒരു സമ്മാനത്തിന് മറ്റൊരു സമ്മാനം

മെഡിക്കൽ കോളേജിലെ പരിശോധനാഫലമറിയാൻ കാത്തിരുന്ന ഒരു കാലം കെ.ആർ. ടോണിക്ക് ഉണ്ടായിരുന്നു. അതുപക്ഷേ കവിതയുടെ ഫലമറിയാൻ ആയിരുന്നെന്നു മാത്രം. കോളേജിൽ പഠിക്കുന്ന കാലത്ത് തിരുവനന്തപുരം മെഡിക്കൽ കോളേജ് നടത്തിയ കവിതാമത്സരത്തിൽ ടോണിക്ക് രണ്ടാം സമ്മാനം ലഭിച്ചു. അക്കാലത്താണ് നിരൂപകനായ ഡോ : കെ. രാഘവൻപിള്ളയെ ടോണി പരിചയപ്പെട്ടത്. രാഘവൻപിള്ളയുടെ ഭാര്യ മെഡിക്കൽ കോളേജിൽ ഡോക്ടറായിരുന്നു. ഭാര്യയ്ക്ക് തൃശൂരിലേക്ക് സ്ഥലം മാറ്റമായപ്പോൾ രാഘവൻപിള്ള താമസത്തിന് അയ്യന്തോളിലെ കലക്ട്രേറ്റിനു സമീപമുള്ള ക്വാർട്ടേഴ്സിൽ എത്തി. ആറ്റൂർ രവിവർമ്മയും കെ.ജി.ശങ്കരപ്പിള്ളയും രാഘവൻപിള്ളയുടെ അടുത്തടുത്ത ക്വാർട്ടേഴ്സുകളിലായിരുന്നു താമസം. ടോണി തന്റെ കവിതകൾ കാണിക്കാൻ ഇവരുടെ അടുത്ത് പോയിത്തുടങ്ങി.

മെഡിക്കൽകോളേജ് നടത്തിയ കവിതാമത്സരത്തിൽ തനിക്ക് സമ്മാനം കിട്ടിയിട്ടുണ്ടെന്ന കാര്യം ടോണി രാഘവൻപിള്ളയോട് പറഞ്ഞു. അപ്പോഴാണ് അറിഞ്ഞത് രാഘവൻപിള്ളയാണ് ആ കവിതകൾക്ക് മാർക്കിട്ടതെന്ന്. മാധവിക്കുട്ടിയായിരുന്നു സമ്മാനം നൽകിയത്. ഒരു സമ്മാനത്തിന് മറ്റൊരു സമ്മാനം കിട്ടിയതുപോലെയായി അത്. ഒരിക്കൽ ടോണി കൊണ്ടുവന്ന കവിത വായിച്ച രാഘവൻപിള്ള അത് ഒരു പ്രധാന ആനുകാലികത്തിലേക്ക് അയച്ചുകൊടുത്തു. ഈ കവി പ്രോത്സാഹനം അർഹിക്കുന്നു എന്ന് പത്രാധിപർക്കുള്ള ഒരു കത്ത് സഹിതം. കുറെനാൾ കഴിഞ്ഞിട്ടും കവിത അച്ചടിച്ച് കാണാത്തതിനാൽ ടോണി പത്രാധിപരെ കണ്ട് വിവരം അന്വേഷിച്ചു. ആ കവിത എഴുതിയത് ഇത്ര കൊച്ചു പയ്യനാണെന്ന് അറിഞ്ഞില്ലെന്നും കവിത മുതിർന്നവരുടെ കൂട്ടത്തിൽ കൊടുക്കാൻ തിരഞ്ഞെടുത്ത് വച്ചിട്ടുണ്ടെന്നും പറഞ്ഞു. കവി പയ്യനാണെന്നറിഞ്ഞ സ്ഥിതിക്ക് ഇനിയത് ബാലപംക്തിയിൽ കൊടുക്കാം എന്നായി അവർ. എങ്കിലത് പ്രസിദ്ധീകരിക്കേണ്ട എന്നു പറഞ്ഞ് ടോണി കവിത തിരികെ വാങ്ങി. 'പ്ലമേനമ്മായി'യിൽ കുരുടൻ കുഞ്ഞയ്യപ്പൻ മാവിൽ കയറി മാങ്ങ പറിക്കുമ്പോൾ പ്ലമേനമ്മായി ചോദിക്കുന്നുണ്ട്, കണ്ണു കാണാണ്ട് എങ്ങന്യാണ്ടാ നിനക്ക് മാങ്ങ പറിക്കാൻ പറ്റണേ എന്ന്. അപ്പോൾ കുഞ്ഞയ്യപ്പൻ പറയുന്നു, കൊമ്പിലിരുന്ന് ചില്ലകൾ അനക്കി നോക്കുമ്പോ ചില സ്ഥലത്ത് കനം തൂങ്ങുന്നത് മനസ്സിലാക്കി തോട്ടി കൊണ്ട് ഒറ്റ വലിയാണെന്ന്. അപ്പോൾ അമ്മായി അവനു കൊടുത്ത ജോലി താഴേക്കൊമ്പിലെ രണ്ടു പഴുത്ത മാങ്ങ മാത്രം പൊട്ടിച്ചിട്ട് ഇറങ്ങിക്കോളാനാണ്. കുഞ്ഞയ്യപ്പൻ മൂക്ക് വിടർത്തി പച്ചയും പഴുത്തതും തിരിച്ചറിഞ്ഞ് കാര്യം സാധിച്ചു. അപ്പോ നിനക്ക് കണ്ണു കാണാം എന്ന് അമ്മായി പറയുമ്പോൾ അവന്റെ മറുപടി, കണ്ണല്ല കാഴ്ച എന്നാണ്. കണ്ണിലല്ല കാഴ്ചയിലാണ് കാര്യം എന്ന് പ്ലമേനമ്മായിയെ പഠിപ്പിച്ചു കൊടുത്ത കുഞ്ഞയ്യപ്പനെപ്പോലെ കവിയുടെ എസ്.എസ്.എൽ.സി. ബുക്കിലെ പ്രായത്തിലല്ല കാര്യം എന്ന് പത്രാധിപയായ

പ്ലമേനമ്മായി അറിയേണ്ടതായിരുന്നു. കവിയുടെ എസ്.എസ്.എൽ. സി. ബുക്ക് അയാളുടെ കവിതയാണ്. അത് രാഘവൻപിള്ളയ്ക്ക് അറിയാമായിരുന്നു. കുറച്ചു നാൾ കഴിഞ്ഞ് ടോണി ഒരു ക്രിസ്മസ് തലേന്ന് തന്റെ പുതിയ കവിതയുമായി രാഘവൻപിള്ളയെ കാണാൻ ക്വാർട്ടേഴ്സിൽ എത്തി. കവിത വായിക്കാൻ അദ്ദേഹത്തിനു നീട്ടി. അതിനു മുൻപ് നമുക്കൊരു കാര്യം ചെയ്യാമെന്നു പറഞ്ഞ് രാഘവൻപിള്ള ക്രിസ്മസ് കേക്ക് കൊണ്ടുവന്നു. ടോണി അതു വാങ്ങാനായി കൈ നീട്ടി. അപ്പോൾ വളരെയേറെ വാത്സല്യത്തോടെ അദ്ദേഹം കേക്ക് ടോണിയുടെ വായിൽ വച്ചുകൊടുത്തു. 'പ്രമേഹം ഉള്ളതിനാൽ എനിക്ക് മധുരം കഴിക്കാൻ പറ്റില്ല. പുതിയ തലമുറ മധുരം കഴിക്കണ'മെന്നു പറഞ്ഞ് വീണ്ടും കേക്ക് ടോണിക്ക് നൽകി. വൈകാതെ രാഘവൻപിള്ള തിരുവനന്തപുരത്തേക്ക് താമസം മാറ്റി. പിന്നീട് ഇവർ തമ്മിൽ കണ്ടിട്ടില്ല ലണ്ടനിലേക്കുള്ള കപ്പൽയാത്രയ്ക്കിടെ താനും ഒരു ഓസ്ട്രേലിയക്കാരിയും കൂടി ഒപ്പമുണ്ടായിരുന്ന ഒരു ഇംഗ്ലീഷുകാരനിൽ നിന്ന് മൂന്നാഴ്ച കൊണ്ട് എസ്പെറാന്റോ എന്ന കൃത്രിമഭാഷ പഠിച്ചതിനെക്കുറിച്ച് 'എന്റെ ലണ്ടൻ ജീവിതം' എന്ന പുസ്തകത്തിൽ രാഘവൻപിള്ള എഴുതിയിട്ടുണ്ട്. എസ്പെറാന്റോ എന്നത് കൃത്രിമഭാഷ. രാഘവൻപിള്ളയിൽ നിന്ന് ടോണി പഠിച്ചത് ഒട്ടും കൃത്രിമമല്ലാത്ത സ്നേഹവാത്സല്യങ്ങളുടെ ഭാഷ. ഒരു മുതിർന്ന എഴുത്തുകാരൻ ഇളംതലമുറക്കാരനോട് എങ്ങനെ പെരുമാറണമെന്നതിന്റെ ഭാഷ. ■

പൊന്നാനിക്കൈരളി

ഇടശ്ശേരിയുടെ തൊഴിലിന് വില കിട്ടിയത് മുദ്രപ്പത്രത്തിൽ എഴുതിയപ്പോഴാണെങ്കിലും ഇടശ്ശേരിക്ക് വില കിട്ടിയത് മുദ്രപ്പത്രത്തിൽ എഴുതിയപ്പോഴല്ല. എന്നാൽ കാലം മുദ്രപ്പത്രം പോലെ ആ കവിത സൂക്ഷിക്കുന്നുണ്ട് താനും. ഇടശ്ശേരി ഒരു കത്തെഴുതിയതാണ് കവി കെ.വി. രാമകൃഷ്ണന്റെ ഓർമ്മയിലുള്ളത്. ഒരു ദിവസം രാമകൃഷ്ണന് ഇടശ്ശേരിയുടെ ഒരു കാർഡ് കിട്ടി. രണ്ടു ദിവസത്തിനകം നേരിൽ കാണണം. ചെറിയ മോളേയും കൂട്ടണം എന്നായിരുന്നു കാർഡിൽ. ഗുരുവായൂർ ശ്രീകൃഷ്ണ കോളേജിൽ അധ്യാപകനായിരുന്ന രാമകൃഷ്ണൻ അതിനടുത്ത ദിവസം ക്ലാസെടുത്തുകൊണ്ടിരിക്കെ ഓഫിസിൽ നിന്ന് ഒരാൾ വന്നു പറഞ്ഞു - ഫോണുണ്ട് എന്ന്. 'ക്ലാസിലാണെന്നു പറഞ്ഞേക്കൂ. ഞാൻ പിന്നെ തിരികെ വിളിച്ചോളാം' എന്നു പറഞ്ഞു രാമകൃഷ്ണൻ. അയാൾ വീണ്ടും വന്നു പറഞ്ഞു, പൊന്നാനിയിൽ നിന്നാണ് അത്യാവശ്യമാണ് ഇപ്പോൾ തന്നെ വരണമെന്ന്. രാമകൃഷ്ണൻ ചെന്ന് ഫോണെടുത്തു. കേട്ടതാവട്ടെ. ഇടശ്ശേരി മരിച്ചുപോയി എന്നും. രണ്ടുദിവസത്തിനകം ഇങ്ങനെ നേരിൽ കാണണമെന്നാണോ കവിമനം നിശ്ചയിച്ചത് എന്നത് വാക്കിന്റെ പ്രത്യാഘാതമായി ഇന്നും രാമകൃഷ്ണന്റെ ഉള്ളിലുണ്ട്.

ഒരിക്കൽ മഹാകവിയോടൊപ്പം കാറിൽ യാത്ര ചെയ്തപ്പോഴുണ്ടായ അനുഭവമാണ് രാമകൃഷ്ണൻ അപ്പോൾ ഓർത്തുപോയത്. എന്താണോ എന്തോ, അതുവരെയുള്ള സംഭാഷണവിഷയം പെട്ടെന്ന് നിർത്തി ഇടശ്ശേരി ചോദിച്ചു, അനായാസേന മരണം, വിനാ ദൈന്യേന

ജീവനം എന്ന ശ്ലോകത്തിന്റെ അർഥമെന്താണെന്ന്. അത് നമുക്കറിയാവുന്നതല്ലേ. അനായാസമായ മരണവും ദീനമില്ലാത്ത ജീവിതവും കിട്ടണേ എന്നാണല്ലോ എന്നു പറഞ്ഞ രാമകൃഷ്ണനെ ഇടശ്ശേരി തിരുത്തി, 'പക്ഷേ അതിന് ആ അർഥം പോരാ, ആ വിശദീകരണം കൊണ്ട് മതിയാവില്ല' എന്ന്. മറ്റൊരാളെ വിഷമിപ്പിക്കാതെ മരിക്കുകയും വേണം എന്നുകൂടി പറയേണ്ടിയിരിക്കുന്നു എന്ന് ഇടശ്ശേരി കൂട്ടിച്ചേർത്തു. പത്നി ജാനകിയമ്മയുടെ അമ്മയെ ഓർത്താവാം ഇടശ്ശേരി അതു പറഞ്ഞതെന്ന് രാമകൃഷ്ണനു തോന്നി. സുഖമില്ലാതെ നാലുകൊല്ലം ഒറ്റക്കിടപ്പ് കിടന്നിട്ടാണ് അവർ മരിച്ചത്. ഇടശ്ശേരിയുടെ കണ്ണിലാണ് ഭാര്യമാതാവ് കിടന്നിരുന്നത് എന്നു പറയാം. സ്വജീവിതാനുഭവത്തിൽ നിന്നായിരുന്നു ഇടശ്ശേരിയുടെ ആ വാക്കുകൾ.

അങ്ങനെയൊക്കെയുള്ള ഇടശ്ശേരി തന്റെ മരണത്തെക്കുറിച്ചും ആലോചിച്ചിരിക്കാം. മഹാകവിയാണെങ്കിലും അദ്ദേഹവും മനുഷ്യനാണല്ലോ. എം. ഗോവിന്ദൻ എഴുതിയതുപോലെ 'മുനികുമാരനല്ല മുഴുവനും മനുഷ്യൻ'. ഇടശ്ശേരി ഒരു ദിവസം പതിവുപോലെ രാവിലെ വീട്ടിൽ കാപ്പി കുടിക്കാനിരുന്നു. മുറിയുടെ ഒഴിഞ്ഞ മൂലയ്ക്ക് ഒരു ചെറിയ വട്ടമേശയിലായിരുന്നു അദ്ദേഹത്തിന്റെ പ്രാതൽ. എട്ടോ എട്ടരയോ മണിയായിക്കാണും അപ്പോൾ. ഒരു ദോശയുടെ പകുതി കയ്യിലെടുത്തു. പക്ഷേ വായിലേക്കെത്തിയില്ല. മഹാകവി ആ ഇരിപ്പിൽ, 'അകലേക്കകലേക്കകലുകയാം, അവസാനയാത്ര പറയുകയാം' എന്ന് ആരും കരുതിയില്ല. മക്കൾ അച്ഛനെന്താ ഇങ്ങനെയിരിക്കുന്നത് എന്നു ചെന്നുനോക്കി.

ഏതോ കേസുമായി ബന്ധപ്പെട്ട് അന്നു രാവിലെയും കൂടി ചില കക്ഷികൾ അദ്ദേഹത്തെ കാണാൻ എത്തിയിരുന്നു. മുദ്രപ്പത്രം വാങ്ങിയ ശേഷം വൈകിട്ട് വരൂ എന്നു പറഞ്ഞ് ഇടശ്ശേരി അവരെ വിട്ടതാണ്. അതായത് കാലത്ത് കൂടി അദ്ദേഹം തന്റെ ആത്മകർമ്മം അനുഷ്ഠിച്ചിരിക്കുന്നു. വെറുതെയാണോ ഗോവിന്ദന്റെ നിനവിൽ ഇടശ്ശേരി ഇങ്ങനെ വന്നത്. 'ഒടുവിൽ കണ്ണടയ്ക്കും വരെ ഞാനധ്വാനിക്കും' ഉറുതിമൊഴിപോലെ ഓതിയതോർക്കുന്നു ഞാൻ എന്ന്. ഇതിലും

അനായാസേന ഒരാൾ എങ്ങനെ മരിക്കാനാണ്? മഹാകവിയുടെ അടുത്തെത്തിയപ്പോൾ മരണം പോലും ലജ്ജിച്ചു തല താഴ്ത്തി ക്കാണും. തന്റെ പ്രതാപം കവിയെ കാണിക്കാൻ കഴിഞ്ഞില്ലല്ലോ. ഒന്നുപാടുപെടുത്താൻ പറ്റിയില്ലല്ലോ എന്ന്.

'പള്ളിക്കൂടത്തിലേക്കു വീണ്ടും' എഴുതിയ കവിയെക്കുറിച്ചാലോ ചിക്കുമ്പോൾ രാമകൃഷ്ണന്റെ മനസ്സ് പഴയ കലാലയത്തിലേക്ക് വീണ്ടും ചെല്ലും. ക്ലാസെടുക്കുമ്പോൾ പൊന്നാനിയിൽ നിന്ന് ഒരു പൂതമായി വന്ന ആ ഫോൺ വിളി തിരികെത്തരാഞ്ഞത് ആരെയാ ണെന്ന് ആലോചിക്കും. പൊന്നാനിക്കളരിയിലെ പൊന്നാനിക്കൈരളി യെയാണല്ലോ എന്നു വിചാരിക്കും.

■

നേമാവശേഷൻ

എ. അയ്യപ്പൻ നടക്കുന്നത് നിരപ്പുള്ള സ്ഥലത്തുകൂടിയാണെങ്കിലും നിരപ്പില്ലാത്തിടത്ത് കൂടിയാണെന്ന് നമുക്ക് തോന്നുമായിരുന്നു. എന്നാലോ വാക്കുകളിൽ നിരപ്പ് വേണമെന്ന് അദ്ദേഹം ആഗ്രഹിച്ചു. അതുകൊണ്ടാണ് ഒരിക്കൽ എസ്. ജോസഫ് പ്രിയപ്പെട്ട ഇന്ത്യ എന്നെഴുതിയപ്പോൾ അദ്ദേഹം പറഞ്ഞത്. പ്രിയപ്പെട്ട ഭാരതമേ എന്നേ എഴുതാവൂ. വാക്കുകൾക്കൊരു നിരപ്പ് വേണമെന്ന്. ഒരിക്കൽ മൈക്കിനടുത്തേക്ക് ചെന്നും കറന്റ് പോയപ്പോൾ അയ്യപ്പൻ പറഞ്ഞു, കറന്റ് സ്മോളടിക്കാൻ പോയതാണെന്ന്. തന്റെ നിരപ്പിലേക്ക് കറന്റിനെക്കൂടി വരുത്താനുള്ള ശ്രമം. കറന്റും തന്നെപ്പോലെയായിരിക്കുമെന്നുള്ള ചിന്തയുടെ കൂടി ഫലമാവാം അത്. ഏതായാലും ഒരു സ്മോളടിക്കുന്നതിനുള്ള സമയമേ വേണ്ടിവന്നുള്ളു. അതിനകം കറന്റ് വരികയും ചെയ്തു.

തിരുവനന്തപുരത്ത് യൂണിവേഴ്സിറ്റി കോളേജിൽ പഠിക്കുന്ന കാലത്ത് ജോസഫ് താമസിച്ചിരുന്ന മുറിയിലായിരുന്നു അയ്യപ്പനും മിക്കവാറും താമസം. അന്നൊരു ദിവസം അയ്യപ്പൻ പറഞ്ഞു, 'എന്റെ മനസ്സിൽ ഒരു മുളങ്കാടുണ്ട്' എന്ന്. എന്താണ് അങ്ങനെ പറഞ്ഞതെന്ന് ജോസഫ് ഒരിക്കലും അയ്യപ്പനോട് ചോദിച്ചില്ല. പ്യൂപ്പ ദശയിലെത്തിയ കവിതയിലെ ഒരു വരി. അതിന്റെ അർഥം ചോദിക്കുന്നത് ശരിയല്ല എന്ന് ജോസഫിന് അറിയാമായിരുന്നു. മുളങ്കാടുകൾ

എപ്പോഴും ആടിക്കൊണ്ടിരിക്കും. അയ്യപ്പനും എപ്പോഴും ആടിക്കൊണ്ടിരിക്കും. എന്നാലോ രണ്ടുപേരുടെയും ഉള്ളിൽ പാട്ടുണ്ട് താനും.

വാൻഗോഗിന്റെ ചുരുട്ടുകിട്ടുന്ന സ്ഥലം തിരുവനന്തപുരത്തുണ്ടെന്ന് അയ്യപ്പൻ ഒരു ദിവസം പറഞ്ഞു. നമുക്കവിടെപ്പോവണമെന്ന് പറഞ്ഞപ്പോൾ കാതുമുറിച്ച് പ്രേമഭാജനത്തിന് കൊടുത്ത വാൻഗോഗിനെക്കുറിച്ചായതുകൊണ്ടാണോ എന്തോ ജോസഫ് അതിന് ചെവി കൊടുത്തില്ല. അവിടെപ്പോയില്ലെങ്കിലും അവരൊന്നിച്ച് വളരെയേറെ യാത്രകൾ ചെയ്തു. ബസിൽ ഒന്നിച്ചിരുന്ന് പോവുമ്പോൾ ഒരിക്കൽ ജോസഫ് പറഞ്ഞു. അയ്യപ്പന്റെ കവിതകളിൽ ബ്രോക്കൺ ഇമേജസ് ധാരാളം ഉണ്ടെന്ന്. കേൾക്കേണ്ട താമസം അയ്യപ്പൻ പറഞ്ഞു, അയാം ബ്രോക്കൺ എന്ന്. ഞാൻ ശിഥിലമാക്കപ്പെട്ടവനാണ് എന്ന്. ഒരു പക്ഷേ അയ്യപ്പൻ ആത്മകഥ എഴുതിയിരുന്നെങ്കിൽ അതിനുകൊടുക്കാൻ പറ്റിയ തലക്കെട്ട്.

അയ്യപ്പൻ ജോസഫിനെ ഒരു സ്യൂട്ട്കേസ് ഏൽപ്പിച്ചിരുന്നു. വളരെക്കാലം അതിന്റെ സൂക്ഷിപ്പുകാരൻ ജോസഫ് ആയിരുന്നു. അത് തുറക്കുമ്പോൾ ജോസഫിന് ഓർമ്മ വന്നിരുന്നത് ഖസാക്കിലെ രവിയുടെ പെട്ടിയായിരുന്നു. വളരെ നല്ല പുസ്തകങ്ങളുടെയും ജനപ്രിയ പുസ്തകങ്ങളുടെയും മിശ്രണമായിരുന്നു ആ പെട്ടി. അതിൽ അയ്യപ്പൻ കവിതയെഴുതുന്ന ബുക്കും ഉണ്ടായിരുന്നു. എന്റെ ഞരമ്പിലൂടെ പാമ്പിഴയുമായിരുന്നു എന്നൊക്കെ എഴുതിവച്ചിരുന്നു അതിൽ. ജോസഫിന് എന്തോ അതൊന്നും വായിച്ചിട്ട് അത്ര താൽപ്പര്യം തോന്നിയില്ല. പക്ഷേ അതൊക്കെ അയ്യപ്പൻ കവിതയുടെ പൂർണ്ണരൂപത്തിലാക്കുമ്പോൾ വേറൊരു മാനം കൈവരുമായിരുന്നു എന്ന് ജോസഫ് തിരിച്ചറിഞ്ഞു. ഇങ്ങനെ പലതിനെക്കുറിച്ച് എഴുതിവെക്കുന്നതിനെ യോജിപ്പിക്കുന്നതിലായിരുന്നു അയ്യപ്പന്റെ മിടുക്കെന്ന് ജോസഫിന് പിന്നീട് ബോധ്യമായി. ശിഥിലമാക്കപ്പെട്ടവൻ എത്ര അത്ഭുതകരമായാണ് ബിംബങ്ങളെ കൂട്ടിയോജിപ്പിക്കുന്നതെന്ന്.

അയ്യപ്പന് കാലിൽ രക്തവാതം ഉണ്ടായിരുന്നു. ചിലപ്പോൾ അതു പൊട്ടി വ്രണം വരും. തിരക്കുള്ള ബസിൽ കയറിയാൽ ജോസഫ് അയ്യപ്പനു മുൻപേ നടക്കും. ചവിട്ടരുത്, രക്തവാതമുള്ള കാലാണെന്ന് മറ്റുള്ളവർക്ക് മുന്നറിയിപ്പ് കൊടുക്കുക ജോസഫിന്റെ ദൗത്യമായിരുന്നു. വ്രണങ്ങളിൽ കാലുകളുടെ മഴ പെയ്യാതിരിക്കാൻ ജോസഫ് നീ മേഘങ്ങളെ തടഞ്ഞുനിർത്തി എന്ന് അയ്യപ്പൻ എഴുതിയേനെ. പഠനകാലം കഴിഞ്ഞ് തിരുവനന്തപുരത്ത് വച്ച് വീണ്ടും കണ്ടപ്പോൾ ജോസഫ് പറഞ്ഞു, അയ്യപ്പൻ വിവാഹം കഴിക്കണം. അപ്പോൾ കവിതയ്ക്കൊരു വീടുണ്ടാവുമെന്ന്. അയ്യപ്പന് അതിഷ്ടമായില്ല. അതൊരു വഴി പിരിയലിന്റെ തുടക്കമായിരുന്നു. ഒടുവിൽ തിരുവനന്തപുരത്ത് വച്ച് കണ്ട ദിവസം ജോസഫ് എത്ര പറഞ്ഞിട്ടും അയ്യപ്പൻ മുണ്ട് കുത്തനെയേ ഉടുക്കുന്നുള്ളൂ. മുണ്ടിന് നീളത്തിൽ ഒരുപയോഗമുണ്ടാവുന്നത് ഒരാൾ മരിക്കുമ്പോഴാണ്. അന്നു രാത്രി നേമത്തേക്ക് ബസ് കയറ്റിവിട്ട അയ്യപ്പനെ പിന്നീട് ജോസഫ് കണ്ടിട്ടില്ല. അയ്യപ്പൻ അങ്ങനെ നേമാവശേഷനായി. ■

ജന്മവാസനാവികൃതി

ഒന്നു 'മിനുങ്ങി'യിട്ടാണ് വി.കെ.എന്റെ വരവ്. എൻ.വി. കൃഷ്ണ വാരിയരെ കണ്ടതും അദ്ദേഹം ഒഴിഞ്ഞുമാറി. എൻ.വി പക്ഷേ വി. കെ.എന്നിനെ വിളിച്ചുവരുത്തി. അടുത്തുചെന്നപ്പോൾ എൻ.വിക്ക് കാര്യം പിടി കിട്ടി. അദ്ദേഹം ചോദിച്ചു: അല്ലാ, എന്താ ഒരു വാസന? ഉടനെ വി.കെ.എൻ: 'ഓ. അതെന്റെ ജന്മവാസന തന്ന്യാ.' ജന്മവാസന എഴുത്താണെങ്കിലും ഇങ്ങനെ പറയാനുള്ള കഴിവാണ് വി.കെ. എന്നിന്റെ ജന്മവാസനാവികൃതി. ഇനി ഒരു പയ്യൻകഥ. അതുപക്ഷേ മറ്റൊരു പയ്യന്റെ വികൃതിയെക്കുറിച്ചാണ്.

വി.കെ.എന്നിനെ കാണാൻ പോവുമ്പോൾ എൻ.പി. വിജയ കൃഷ്ണനോട് അന്ന് കുട്ടിയായിരുന്ന മകൻ പറഞ്ഞു. ഞാനും വരു ന്നെന്ന്. വി.കെ.എൻ ആരാണ്, അദ്ദേഹത്തിന്റെ കൃതികൾ ഏതെ ല്ലാമാണ് എന്നൊക്കെ ലളിതമായി വിജയകൃഷ്ണൻ പറഞ്ഞു കൊ ടുത്തിരുന്നു. വി.കെ.എന്നിനെ കണ്ടതും പയ്യൻ 'ഹലോ, പിതാമഹൻ' എന്നു പറഞ്ഞ് കയറി മടിയിലങ്ങിരുന്നു. മകൻ വി.കെ.എന്നിനെ ആദ്യമായി കണ്ടതുമാത്രമല്ല താൻ ആദ്യം കണ്ടതും വിജയ കൃഷ്ണന്റെ ഓർമ്മയിലുണ്ട്. കേരളത്തിലെ കലാഗ്രാമങ്ങളെക്കുറി ച്ചുള്ള പരമ്പര എഴുതുന്നതിന്റെ ഭാഗമായി ഒളപ്പമണ്ണയുടെ കത്തു മായി ചെന്നപ്പോഴായിരുന്നു പ്രഥമദർശനം. പിന്നെ മാസത്തിൽ

രണ്ടുതവണ കാണണം എന്നതായി സ്ഥിതി. അന്ന് വിജയകൃഷ്ണന് വീട്ടിൽ ഫോൺ ഇല്ല. ഫോൺക ണക്ഷൻ പെട്ടെന്നു കിട്ടണമെങ്കിൽ പതിനായിരം രൂപ കെട്ടിവെക്കണം. അടുത്ത വീട്ടിലെ ഫോണിലേക്ക് വി.കെ.എൻ. ഒന്നിടവിട്ട ദിവസങ്ങ ളിൽ വിളിക്കും. വിളിച്ചാൽപ്പിന്നെ സംസാരം ഒന്നരമണിക്കൂർ നീളും. വിജയകൃഷ്ണൻ വി.കെ.എന്നി നോട് പറഞ്ഞു. 'കിടപ്പുമുറിയി ലാണ് ഈ വീട്ടുകാർ ഫോൺ വച്ചിരിക്കുന്നത്. അവർക്ക് പക്ഷേ നാം സംസാരിക്കുന്നതിൽ ബുദ്ധി മുട്ടൊന്നുമില്ല, പറഞ്ഞെന്നുമാത്രം' എന്ന്. വി.കെ.എൻ അപ്പോൾ വിജയകൃഷ്ണനോട് പറഞ്ഞു. എങ്കിൽ നാളെത്തന്നെ പതിനാ യിരം രൂപ അടച്ച് ഫോൺ എടുക്കണമെന്ന്. അങ്ങനെ വികെ.എ ന്നിനു വേണ്ടിയാണ് താൻ ഫോൺ കണക്ഷൻ എടുത്തതെന്ന് വിജയകൃഷ്ണൻ. പിന്നെ അതൊരു 'ഫൺ' കണക്ഷനായി ഏറെ ക്കാലം തുടർന്നു. നിർത്താത്ത ചിരിയുടെ അലയൊലികൾ നിറഞ്ഞ തായി പിന്നീട് അവരുടെ സംഭാഷണം.

വരുമ്പോൾ കടുമാങ്ങ കൊണ്ടുവരണം, പരിപ്പുവട വേണം എന്നൊക്കെ വിജയകൃഷ്ണനോട് പറഞ്ഞേർപ്പാടാക്കും. വേപ്പില ക്കട്ടിയാണ് മറ്റൊരിഷ്ടം. മോരുകൂട്ടി ഊണുകഴിക്കാനാണിത്. വിജയ കൃഷ്ണൻ അതൊക്കെ യഥാവിധി ഹാജരാക്കും. സുഖമില്ലാതായ പ്പോൾ വി.കെ.എന്നിനെ കൊച്ചിയിലെ ആശുപത്രിയിലേക്ക് കൊണ്ടു പോയത് വിജയകൃഷ്ണനും കൂടിയാണ്. ആശുപത്രിയിൽ നിന്ന് വീട്ടിൽ വന്ന ശേഷം ഒരു ദിവസം വിജയകൃഷ്ണൻ കാണാൻ ചെന്ന പ്പോൾ വി.കെ.എൻ വിജയകൃഷ്ണന്റെ കൈ മുറുകെപ്പിടിക്കുന്നു. നോക്കുന്തോറും കണ്ണുകൾ വിടരുന്നു. വിജയകൃഷ്ണൻ പറഞ്ഞു. 'ഒക്കെ ശര്യാവും.' പരിക്ഷീണനായി കിടക്കുമ്പോഴും സ്പഷ്ടമാ യിരുന്നു വി.കെ.എന്നിന്റെ വാക്കുകൾ : 'രണ്ടു ദിവസം കൂടി, രണ്ടു ദിവസം കൂടി.' വി.കെ.എന്നിന്റെ ഊഹം തെറ്റിയില്ല. രണ്ടാമത്തെ ദിവസം തന്നെ മരിച്ചു. ജ്യോതിഷം അറിയാവുന്ന വി.കെ.എൻ. കല ണ്ടറിൽ വട്ടം വരച്ചുവച്ചിട്ട് പറയുമായിരുന്നു, ആ ദിവസം കടന്നു കിട്ടിയാൽ തന്നെ പിടിച്ചാൽ കിട്ടില്ലെന്ന്. അതിനു കൃത്യം രണ്ടു

ദിവസം ബാക്കിവച്ചായിരുന്നു അന്ത്യയാത്ര. രണ്ടുദിവസം കൂടി എന്നു പറഞ്ഞത് രണ്ടുദിവസം കൂടിയേ ഉള്ളൂ എന്ന അർഥത്തിലാണോ രണ്ടു ദിവസം കടന്നുകിട്ടിയാൽ പിടിച്ചാൽ കിട്ടില്ലാ എന്ന അർഥത്തിലാണോ എന്ന് വിജയകൃഷ്ണന് അറിയില്ല. എല്ലാം രണ്ടായി കാണുന്നതായിരുന്നല്ലോ ആദ്യം അദ്ദേഹത്തിന്റെ രോഗലക്ഷണം. അതുപോലെ ഇതിനും രണ്ടർഥം ബാക്കി. ഒരു ദിവസം നാട്ടിൽ പുതിയതായി തുടങ്ങുന്ന കുറിക്കമ്പനിയുടെ ആളുകൾ വി.കെ. എന്നിനെ ഒരു കുറിയിൽ ചേർക്കാനെത്തിയതായിരുന്നു. വന്നവരോട് വി.കെ.എൻ പറഞ്ഞു: 'ഇക്കുറി വേണ്ട.' വന്നവർ അന്തം വിട്ടു. ഇത്തവണ വേണ്ട എന്നാണോ ഇക്കുറിയേ വേണ്ട എന്ന അർഥത്തിലാണോ എന്നു മനസ്സിലാവാതെ. വിധി തന്നെത്തേടി വന്നപ്പോഴും വി.കെ.എൻ പറഞ്ഞോ ആവോ? ഇക്കുറി വേണ്ട എന്ന്. ഏതായാലും വന്നത് വി.കെ.എന്നിന്റെ ഭാഷയിൽ പറഞ്ഞാൽ നീചനായിരുന്നു. ഇക്കുറി വേണം എന്നു പറഞ്ഞ് രണ്ടു ദിവസം കൊടുക്കാതെ അദ്ദേഹത്തെ കൊണ്ടുപോയി.

■

ഏകാന്തതയുടെ ഭാരം

ആറാം ക്ലാസിൽ മുൻബെഞ്ചിൽ അടങ്ങിയൊതുങ്ങിയിരുന്ന വിദ്യാർ ഥിയോട് അധ്യാപകൻ പറഞ്ഞു. 'യു മസ്റ്റ് ഗെറ്റപ്പ്.' കുട്ടി പേടിച്ച് എണീറ്റ് പിന്നിലേക്ക് നോക്കി. വേറെ ഏതെങ്കിലും കുട്ടിയെയാണോ ഉദ്ദേശിച്ചത് എന്ന മട്ടിൽ. ഉടൻ അധ്യാപകന്റെ ഉറച്ച സ്വരം: യു മസ്റ്റ് ഗെറ്റ് ഔട്ട് ഓഫ് ദിസ് ക്ലാസ്. കരയാറായ കുട്ടി ക്ലാസിനു വെളിയി ലേക്ക്. അപ്പോൾ മാഷ് തിരികെ വിളിച്ചിട്ടു പറഞ്ഞു. പോയി ബെഞ്ചി ലിരുന്നോളു. ഞാൻ മസ്റ്റ് എന്ന വാക്കിന്റെ പ്രയോഗം പഠിപ്പിച്ച താണ് എന്ന്. ആ ഇംഗ്ലീഷ് അധ്യാപകൻ മുണ്ടൂർ കൃഷ്ണൻകുട്ടി യായിരുന്നു. കുട്ടി ടി.കെ. ശങ്കരനാരായണനും. പിന്നീട് കോളേജിൽ പഠിക്കുമ്പോൾ സാഹിത്യമൊക്കെ കാര്യമായി വായിച്ചു തുടങ്ങിയ കാലത്താണ് ശങ്കരനാരായണൻ അറിയുന്നത് അന്ന് മസ്റ്റിന്റെ പ്ര യോഗം പഠിപ്പിച്ച അധ്യാപകൻ മുണ്ടൂർ ആണെന്നും അദ്ദേഹത്തിന്റെ കഥകൾ മസ്റ്റായി വായിച്ചിരിക്കേണ്ടതാണെന്നും. ആ സംഭവമാണ് മുണ്ടൂർ കൃഷ്ണൻകുട്ടിയുടെ താൻ വായിച്ച ആദ്യത്തെ കഥ എന്നു കരുതാനാണ് ശങ്കരനാരായണന് ഇഷ്ടം.

ശങ്കരനാരായണൻ കഥകളെഴുതിത്തുടങ്ങിയപ്പോൾ ആ അധ്യാ പകന് പഴയ വിദ്യാർഥിയെ അംഗീകരിക്കാൻ തെല്ലും വൈമനസ്യം

തോന്നിയില്ല. എന്നു മാത്ര മല്ല കഥയെഴുതി ശങ്കരനാരായണനെയും വായിച്ചു കേൾപ്പിക്കുന്നത്ര അടുത്ത ബന്ധമായി അതു വളർന്നു. ശങ്കരനാരായണൻ തന്റെ കഥകൾ വായിച്ചുകേൾപ്പിക്കുമ്പോൾ മുണ്ടൂർ അതൊക്കെ സശ്രദ്ധം ശിഷ്യനോട് പങ്കിടാൻ തുടങ്ങി.

സംഭാഷണത്തിനിടെ മുണ്ടൂർ കൂടെക്കൂടെ ഈശ്വരാ എന്നു പറയുമായിരുന്നു. 'ആ കുട്ടി എന്നാലും അത് ചെയ്തല്ലോ ഈശ്വരാ' എന്നും മറ്റും. പക്ഷേ അദ്ദേഹം ഉടനെ തന്നെ അത് ഇങ്ങനെ തിരുത്തുമായിരുന്നു എന്ന് ശങ്കരനാരായണൻ. 'നിങ്ങളുദ്ദേശിച്ച ഈശ്വരനെയല്ല ഞാൻ വിളിച്ചത്. മനുഷ്യന്റെ ദൈന്യതയ്ക്ക് നേരെയുള്ള വിലാപമാണ് എന്റെ ഈ ഈശ്വരാ വിളി' എന്ന്.

പി. പത്മരാജന്റെ മകളുടെ വിവാഹം കഴിഞ്ഞ് ശങ്കരനാരായണനോടൊപ്പം ഗുരുവായൂരമ്പലത്തിൽ നിന്നു പുറത്തേക്ക് വരുമ്പോൾ കുറേപ്പേർ മുണ്ടൂരിനെ തിരിച്ചറിഞ്ഞ് ചുറ്റുംകൂടി. അവർക്ക് അദ്ദേഹം സീരിയൽ നടൻ മാത്രമായിരുന്നു. ഇത്രനാളും ഞാൻ കഥയെഴുതിയിട്ടും എന്നെ ഒരാളും തിരിച്ചറിഞ്ഞില്ലല്ലോ. ഇപ്പോൾ സീരിയലിൽ അഭിനയിക്കേണ്ടി വന്നു നാലാളറിയാൻ എന്നു പറഞ്ഞു മുണ്ടൂർ. നമ്മുടെ സുഹൃത്തുക്കളുടെ സിനിമയോ സീരിയലോ ഉണ്ടെങ്കിൽ എന്നെക്കൂടി വിളിക്കാൻ പറയണം എന്നു മുണ്ടൂർ പറയുമായിരുന്നു. മാഷിന് ഇതിന്റെ ആവശ്യമുണ്ടോ എന്നു ചോദിച്ച ശങ്കരനാരായണനോട് മുണ്ടൂർ മനസ്സ് തുറന്നു. അഭിനയത്തോടുള്ള ഭ്രമം കൊണ്ടല്ല. ഈ ഏകാന്തത അത്രമേൽ മടുത്തതുകൊണ്ടാണ് താനിതെല്ലാം ചെയ്യുന്നത് എന്ന്. ഭാര്യയുടെ മരണശേഷമുള്ള ഏകാന്തതയെത്തുടർന്നുണ്ടായ ഏക അന്ധത എന്നാവാം അതിനർഥം.

മനസ്സിനെ അയച്ചിടണം എന്ന് മുണ്ടൂർ പലപ്പോഴും പറയുമായിരുന്നു. പക്ഷേ മനസ്സിനെ അയച്ചിടാനാവാത്ത പല സന്ദർഭങ്ങൾ ആ ജീവിതത്തിലുണ്ടായി. 'മനസ്സ് എന്ന ഭാരം' എഴുതിയ കഥാകൃത്തിന് മനസ്സ്, ഭാരം തന്നെയായി. അങ്ങനെയിരിക്കെയാണ് മുണ്ടൂർ തീരെ സുഖമില്ലാതെ കിടപ്പിലാണ് എന്ന കാര്യം ശങ്കരനാരായണൻ അറിഞ്ഞത്. രണ്ടു ദിവസം കഴിഞ്ഞാൽ ജോലി സംബന്ധമായ യാത്രകൾ

ഉള്ളതിനാൽ ശങ്കരനാരായണൻ അന്നു തന്നെ മുണ്ടൂരിനെ കാണാൻ സകുടുംബം പോയി. മുണ്ടൂരിന് അപ്പവും ഇഷ്ടൂവും വളരെ ഇഷ്ട മാണ് എന്നറിയാവുന്ന ശിഷ്യൻ അതുകൂടി കൊണ്ടുപോയിരുന്നു. ജ്യോതിഷി കൂടിയായ ശങ്കരനാരായണനോട് എന്റെ സമയമിപ്പോ എങ്ങനെയാടോ എന്നു മുണ്ടൂർ ചോദിച്ചു. കർക്കടകത്തിൽ അത്തം നക്ഷത്രത്തിലാണ് മുണ്ടൂർ ജനിച്ചത് എന്ന് ശങ്കരനാരായണന്റെ ഓർമ്മയിലെത്തി. ആ നാളുകാർക്ക് ജന്മവ്യാഴം നടക്കുന്നു. ജ്യോതിഷ പ്രകാരം വളരെ മോശമാണ് എന്ന് ശിഷ്യൻ മനോവ്യഥയോടെ പറഞ്ഞു.

വയറും കാലും നീരു വന്ന് വീർത്തിരിക്കുന്നത് കണ്ടിട്ട് ശങ്കര നാരായണൻ വേദനയുണ്ടോ മാഷേ എന്നു ചോദിച്ചു. ഉടനെ മുണ്ടൂ രിന്റെ ആത്മഗതം : ഈശ്വരാ, ഒന്നും പറയേണ്ട. എന്നിട്ട് ഇത്ര കൂടി പറഞ്ഞു, ഇപ്പോൾ ഞാൻ വിളിച്ചത് സാക്ഷാൽ ഈശ്വരനെത്തന്നെ യാണ് കേട്ടോ എന്ന്. വെറും രണ്ടു ദിവസം കഴിഞ്ഞ് മുണ്ടൂർ മരിച്ചു എന്നറിഞ്ഞപ്പോൾ ശിഷ്യൻ അറിയാതെ പറഞ്ഞുപോയ വാക്കും അതു തന്നെ – 'ഈശ്വരാ' എന്ന്.

■

ഒരു മഴക്കാലത്ത്

ഒരിക്കൽ ചെന്നൈയിൽ പോയ കുഞ്ഞുണ്ണിമാഷിന് സംഘാടകർ സദ്യയുടെ കൂടെ വിളമ്പിയ കൂട്ടുകറി വളരെയേറെ ഇഷ്ടമായി. രണ്ടാമതും മൂന്നാമതും അദ്ദേഹം കൂട്ടുകറി വാങ്ങി. സംഘാടകരുടെ വനിതാസമാജത്തിൽപ്പെട്ട മൂന്നുനാല് മലയാളിമങ്കമാർ അത്താഴ ത്തിന് എന്തുവേണമെന്നു ചോദിച്ച് വൈകിട്ട് മാഷിനെ അതിഥി മന്ദിരത്തിൽ ചെന്നുകണ്ടു. രാത്രി കഞ്ഞി മതിയെന്നു മാഷ് പറഞ്ഞു. ഉച്ചയ്ക്ക് മാഷ് പല തവണ കൂട്ടുകറി വാങ്ങിക്കഴിച്ചത് അറിയാവുന്ന സ്ത്രീകളിൽ ഒരാൾ മാഷിനോട് വലിയ സ്റ്റൈലിൽ ക്യൂട്ടുകാറി വേണോ എന്നു ചോദിച്ചു. കൂട്ടുകറി വേണോ എന്നാണ് അവർ ഉദ്ദേശിച്ചത്. നല്ല പ്രായത്തിൽ അങ്ങനെയൊന്ന് തോന്നിയിരുന്നെങ്കിൽ കൊള്ളാമായിരുന്നു. ഇനിയിപ്പോ കൂട്ടുകാരിയുടെ ആവശ്യമുണ്ടെന്നു തോന്നുന്നില്ല മോളേ എന്നായി മാഷ്.

എല്ലാ പ്രായത്തിലും ധാരാളം കൂട്ടുകാരുണ്ടായിരുന്നതുകൊണ്ട് അദ്ദേഹത്തിന് പ്രത്യേകിച്ചൊരു കൂട്ടുകാരിയുടെ ആവശ്യമില്ലായി രുന്നു. കുട്ടികളോട് മാത്രമല്ല മഴയോടും വെയിലിനോടുമൊക്കെ അദ്ദേഹം കൂട്ടു കൂടി. അതുകൊണ്ടാണ് കുഞ്ഞുണ്ണിമാഷെന്നു പ റയുമ്പോൾ പി.എൻ. ഗോപികൃഷ്ണന് അത് തുള്ളിത്തുള്ളിവരുന്ന

ഒരോർമ്മയാവുന്നത്. മഴയും കുട്ടികളുമാണ് തുള്ളിത്തുള്ളി വരുന്നത് എന്നതുകൊണ്ടു മാത്രമല്ല അത്. ഗോപീകൃഷ്ണൻ ഒരിക്കൽ തൃപ്രയാറിലൂടെ ബസിൽ യാത്ര ചെയ്യുകയാണ്. ഓർക്കാപ്പുറത്ത് ഒരു മഴയിങ്ങു വന്നു. ബസിലുള്ളവർ പെട്ടെന്ന് വശങ്ങളിലെ ടാർപോളിൻ ഷീറ്റ് താഴ്ത്തിയിടാൻ തുടങ്ങി. ഉടനെ ഒരു ശബ്ദം ബസിൽ മുഴങ്ങി, ''ഹായ്, ഹായ്, മഴയെ നിങ്ങക്കൊക്കെ ത്ര പേട്യാ? ഇത് മഴനാടാണോ അതോ മഴപ്പേടിനാടാണോ?'' കുഞ്ഞുണ്ണിമാഷായിരുന്നു അത്. ചെറിയ മഴയൊക്കെ ഒരു രസല്ലേ. മഴക്കുട്ട്യോളല്ലേ അവര് എന്ന മട്ടിലായിരുന്നു ആ വാക്കുകൾ. മാഷ് പെൻഷൻ പറ്റി വലപ്പാട്ട് തിരിച്ചു വന്ന സമയമായിരുന്നു അത്. പിന്നീടാണ് മാഷിനെ ഗോപീകൃഷ്ണൻ പരിചയപ്പെടുന്നത്.

പരിചയമായ കാലത്ത് മാഷ് സർവത്ര ഉദ്ഘാടനങ്ങൾക്ക് പോവുമായിരുന്നു. സൈക്കിൾ ഷോപ്പ്, കളിപ്പാട്ടക്കട, തുണിക്കട എന്നു വേണ്ട ആരു വന്നു വിളിച്ചാലും പോവും. ഒരു ദിവസം ഗോപീകൃഷ്ണൻ മാഷിനോട് ചോദിച്ചു. എന്നാൽപ്പിന്നെ കള്ളുഷാപ്പ് ഉദ്ഘാടനം ചെയ്തുകൂടേ എന്ന്. ഉടനെ വന്നു മാഷിന്റെ തമാശ. ''ചെയ്യാലോ, പക്ഷേ ആരാപ്പൊ വിളിക്യാ?'' കവിക്ക് കവിതയുടെ ജീവിതം മതി, പൊതുജീവിതം വേണ്ട എന്നായിരുന്നു അന്ന് ഗോപീകൃഷ്ണന്റെ പക്ഷം. അന്നൊക്കെ ഗോപീകൃഷ്ണന്റെ കവിതകൾ മാഷ് തിരുത്തിക്കൊടുക്കുമായിരുന്നു. ഭാഷ തടസമില്ലാതെ ഒഴുകാനും ധ്വനിഭംഗം വരാതിരിക്കാനുമാണ് മാഷ് ശ്രദ്ധിച്ചതെന്ന് ഗോപീകൃഷ്ണൻ. എന്നാൽ അന്ന് ഗോപീകൃഷ്ണൻ കവിതയുടെ മറ്റൊരിടത്താണ് കണ്ണ് വച്ചത്. വരുന്നവരെയും പോവുന്നവരെയും നോക്കി ഒരു ദിവസം കുഞ്ഞുണ്ണി മാഷിന്റെ വീടിന്റെ തിണ്ണയിൽ ഇരിക്കുകയായിരുന്നു ഗോപീകൃഷ്ണൻ. മാഷിനെ പരിപാടികൾക്ക് ക്ഷണിക്കാൻ ഓരോരുത്തർ വരുന്നു. മാഷ് എല്ലാവർക്കും ഒരു ഡയറി എടുത്തു കൊടുക്കും. അവർ അവർക്ക് മാഷിനെ ആവശ്യമുള്ള ദിവസം ഡയറിയിൽ എഴുതിയിട്ട് പോവുന്നത് കണ്ടു. ഏത് പരിപാടിയാണെന്നോ ആര് നടത്തുന്നതാണെന്നോ പോലും ചോദ്യമില്ല. 'കുഞ്ഞുണ്ണി മാഷ് വാടകയ്ക്ക്' എന്നാണ് ആ ഡയറിക്ക് കൊടുക്കേണ്ട പേര് എന്നു തോന്നി.

കുറേനാൾ കഴിഞ്ഞ് ഒരു മഴക്കാലത്ത് തൃപ്രയാറിലൂടെ ബസിൽ പോവുകയായിരുന്നു ഗോപീകൃഷ്ണൻ. ബസ് എവിടെയെത്തി എന്ന റിയാൻ ടാർപോളിൻ ഷീറ്റ് ഉയർത്തിനോക്കി. മാഷ് റോഡരികിൽ മഴ നനഞ്ഞ് നിൽക്കുന്നു. കുടയുണ്ടായിട്ടും അത് മടക്കി കയ്യിൽ വച്ചിരിക്കുന്നു. ഗോപീകൃഷ്ണൻ അവിടെ ഇറങ്ങി മാഷിനടുത്തെത്തി. ഗോപീകൃഷ്ണൻ എനിക്കൊരു ഓട്ടോ പിടിച്ചുതരണം എന്നു മാഷ് പറഞ്ഞു. അതുവഴി വന്ന ഓട്ടോക്കാരനെ കൈ കാണിച്ചു നിർത്തി ഗോപീകൃഷ്ണൻ പറഞ്ഞു, റോഡ് മോശമാണ് ശ്രദ്ധിച്ച് പോവണം എന്ന്. അപ്പോൾ മാഷിന്റെ വക. 'പൊറത്തെ റോഡിന ല്ലെടോ കേട്. എന്നിലൂടെയുള്ള റോഡ് പൊട്ടിപ്പൊളിഞ്ഞ് തുടങ്ങി. അതാ കുഴപ്പം' എന്ന്. പൊട്ടിപ്പൊളിഞ്ഞ ആ റോഡ് വൈകാതെ അടച്ചു. വീണ്ടും അതേ മഴക്കാലം. അതേ തൃപ്രയാർ. മഴ പക്ഷേ ഒരാളെ മാത്രം ഓർക്കും. തന്നെ കൈ കൊണ്ട് തട്ടി മാറ്റാത്ത ഒരാൾ ഇവിടെയുണ്ടായിരുന്നല്ലോ എന്നു ചോദിക്കും. അപ്പോൾ കുട്ടികൾ പറയും, മാഷ് ഞങ്ങളുടെ മനസ്സിലുണ്ടെന്ന്. കിളികൾ പാടും, ഞങ്ങ ളുടെ കനവിലുണ്ടെന്ന്. അരിപ്പൂക്കൾ തലയാട്ടും, ഞങ്ങളുടെ ചിരി യിലുണ്ടെന്ന്. ■

വാക്ക് വിധിയാവുമ്പോൾ

ഇംഗ്ലീഷ് ഭാഷയിൽ എം.ടി.എന്നീ രണ്ടക്ഷരങ്ങളിൽ അവസാനിക്കുന്ന ഒരു വാക്കേയുള്ളൂ. അത് dreamt ആണെന്നും മലയാളികളെ സ്വപ്നം കാണാൻ പഠിപ്പിച്ചത് എം.ടി. വാസുദേവൻനായരാണ് എന്നും പ്രഭാവർമ്മ എഴുതിയിട്ടുണ്ട്. കവിതയെക്കുറിച്ച് സ്വപ്നം കാണുന്ന കാലത്ത് പ്രഭാവർമ്മ ഏറ്റുമാനൂർ സോമദാസന്റെ ക്ലാസിലായിരുന്നു. അന്ന് പ്രഭാവർമ്മ പ്രീഡിഗ്രി വിദ്യാർഥി. പ്രഭാവർമ്മയുടെ കവിത വായിച്ച് സോമദാസൻ അഭിപ്രായം പറയുമായിരുന്നു.

അങ്ങനെയിരിക്കെ ഒരിക്കൽ കോളേജ് മുറ്റത്ത് ഒരു വിദ്യാർഥി സംഘർഷം. ചേരിതിരിഞ്ഞുള്ള പോരാട്ടമാണ്. ഊരിപ്പിടിച്ച കത്തിയുമായി ഒരാൾ മറ്റൊരാളെ കുത്താൻ ചാടി വീഴുന്നു. ഉടനെ അതുവഴി വന്ന സോമദാസൻ ഒരലർച്ചയായിരുന്നു. കത്തി താഴെയിടെടാ എന്ന്. ഘനഗംഭീരമായ, ആർജവമുറ്റ ആ ആജ്ഞയില്ലായിരുന്നെങ്കിൽ ആ നിമിഷം ഒരിളം പ്രാണൻ പിടഞ്ഞൊടുങ്ങുമായിരുന്നു എന്ന് പ്രഭാവർമ്മ. ആ മുഹൂർത്തം പിന്നീട് സോമദാസൻ ഒരു കവിതയിൽ ഇങ്ങനെ കുറിച്ചു: 'ഏതറിയാത്ത പെണ്ണിനെച്ചൊല്ലി, ഏതു തത്ത്വശാസ്ത്രത്തിനെച്ചൊല്ലി, ഇന്നലെകളെ വെട്ടിനിരത്തി, നിങ്ങളീ രംഗമിന്നരങ്ങേറി?' കാലമേറെക്കഴിഞ്ഞു. പ്രഭാവർമ്മയുടെ ജീവിതത്തിലെ അർക്കപൂർണിമ പലതു കഴിഞ്ഞു. അദ്ദേഹം 'ശ്യാമമാധവ'ത്തിന്റെ ആദ്യ ശ്ലോകങ്ങൾ എഴുതി പൂർത്തിയാക്കിയത് ഒരു പുലർച്ചെയാണ്. തിരുവനന്തപുരത്ത് പ്രഭാവർമ്മ താമസിക്കുന്നിടത്ത് അപ്പോൾ

ഒരാൾ കയറി വന്നു. അത് സോമദാസനായിരുന്നു. 'ശ്യാമമാധവ'ത്തിന്റെ ആദ്യ ശ്ലോകങ്ങൾ അദ്ദേഹം ആദ്യമായി കേൾപ്പിച്ചത് ഗുരുവിനെ. പിന്നീടത് പതിനഞ്ച് അധ്യായങ്ങളുള്ള ഒരു കാവ്യാഖ്യായികയായി വളർന്നു. രചനയുടെ ഓരോ ഘട്ടത്തിലും ഗുരു കൂടെയുണ്ടായിരുന്നു. ഒരുനാൾ കവിത വായിച്ചുകേട്ടിട്ട് അനസൂയ വിശുദ്ധമായ ശബ്ദത്തിൽ സോമദാസൻ പറഞ്ഞു: 'വർമ്മയുടെ ഗുരുവൊക്കെയാണ് ഞാൻ. എന്നാൽ ഇതുപോലെ സംസ്കൃതവൃത്തത്തിൽ അനായാസം എഴുതാൻ എനിക്കു പറ്റില്ല' എന്ന്. ഒരു ആഴ്ചപ്പതിപ്പിൽ പ്രഭാവർമ്മയുടെ കവിത വന്നപ്പോൾ അതിനെ കലവറയില്ലാതെ പ്രശംസിച്ച് സോമദാസൻ കത്തെഴുതിയപ്പോഴും ശിഷ്യൻ ഗുരുവിന്റെ വിശാലമനസ്കതയെ മനസാ നമിച്ചു. 'ശ്യാമമാധവം'എഴുതിക്കഴിഞ്ഞപ്പോൾ പ്രഭാവർമ്മ സ്വാഭാവികമായും സോമദാസനെ ഓർത്തു. പുസ്തകത്തിന് ഒരു പഠനം എഴുതിത്തരാമോ എന്നു ചോദിച്ചപ്പോൾ സസന്തോഷം സമ്മതിച്ച സോമദാസൻ തൊട്ടടുത്ത ആഴ്ച തന്നെ പഠനം അയച്ചുകൊടുത്തു.

രണ്ടുദിവസം തിരക്കും യാത്രകളുമായതിനാൽ പ്രഭാവർമ്മയ്ക്ക് അതു വായിക്കാനായില്ല. പഠനം കിട്ടി രണ്ടാമത്തെ ദിവസം രാത്രി പ്രഭാവർമ്മയെ സോമദാസൻ വിളിച്ചു. പഠനം വായിച്ചിട്ട് വിളിക്കണമെന്ന് പറഞ്ഞു. അടുത്ത ദിവസം രാവിലെ പ്രഭാവർമ്മ പഠനം വായിക്കാനെടുത്തു. 'ഭൂമിയുടെ വക്കിലാണ് ഈ കൃഷ്ണനൻ നിൽക്കുന്നത്. വക്ക് ഇടിഞ്ഞ് ഏതു നിമിഷവും കാലപ്രളയത്തിലേക്ക് വീണുപോവാം' എന്ന വരികളിലെത്തിയപ്പോൾ ഫോൺ ശബ്ദിക്കുന്നു. ഏതു നിമിഷവും കാലപ്രളയത്തിലേക്ക് വീണുപോവാം എന്നെഴുതിയ ആൾ കാലപ്രളയത്തിലേക്ക് വീണുപോയിരിക്കുന്നു. തലേന്നു രാത്രി കൂടി ഫോണിൽ സംസാരിച്ചയാൾ. പിറ്റേന്നു കാലത്ത് സോമദാസൻ ഒന്നു നടക്കാൻ പോയി. വീട്ടിൽ തിരിച്ചു വന്ന് ചായ ചുണ്ടോടടുപ്പിച്ചു. ചരിഞ്ഞു വീണു മരിച്ചു. എം. തോമസ് മാത്യു ഉൾപ്പെടെയുള്ളവരോട് വിവരമറിയിക്കാൻ വേണ്ടി ഫോൺ ചെയ്തെങ്കിലും പ്രഭാവർമ്മയ്ക്ക് ശബ്ദമുയരുന്നുണ്ടായിരുന്നില്ല. നമുക്കു വേണ്ടപ്പെട്ട

ഒരാൾ മടിയിൽക്കിടന്നു മരിച്ചാൽ ഉണ്ടാവുന്ന വേദന പോലെ ഗുരുവിന്റെ ജീവനിൽ ഒരു ചീന്ത് തന്റെ കയ്യിലിരിക്കുന്നതായി പ്രഭാവർമ്മയ്ക്ക് അപ്പോൾ തോന്നി. വെള്ളത്തിൽ വീണ് പേരക്കുട്ടി മരിച്ചപ്പോഴും സോമദാസന്റെ ജീവിതം ഉലഞ്ഞു. അതിനെക്കുറിച്ച് അദ്ദേഹം എഴുതിയത് എനിക്കഗ്നിയിലഗ്നി നീ എന്നാണ്. ജലത്തെക്കുറിച്ചെഴുതുമ്പോൾ അഗ്നിയെക്കുറിച്ച് അദ്ദേഹം ചിന്തിച്ചു. മീൻചെതുമ്പലുകൾ വരച്ചുകൊണ്ടിരുന്ന സാൽവദോർദാലി സ്വയമൊരു മത്സ്യമായി രൂപാന്തരപ്പെട്ട അനുഭവം നമുക്കറിയാം അല്ലെങ്കിൽ ബുദ്ധൻ പറഞ്ഞ കഥയിലെ കഥാപാത്രത്തെ ഓർക്കാം. ഒരു വയലേലയുടെ ഉടമ വയലിനെക്കുറിച്ചുമാത്രം സ്വപ്നം കാണുന്നു. അതോടെ അയാൾ ഒരു വയലായി മാറുകയാണ്. കല ഇഴുകിച്ചേരലുകളുടേതാണ്. ശ്രീകൃഷ്ണന്റെ ആസന്നമൃത്യുചിന്താഭരിതമായ 'ശ്യാമമാധവ'ത്തിലൂടെ കടന്നുപോവുമ്പോൾ സോമദാസൻ അത്തരമൊരു ചിന്തയെ അഭിമുഖീകരിച്ചിരുന്നോ? ശ്രീകൃഷ്ണൻ കാലപ്രളയത്തിലേക്ക് വീണുപോവുന്നതിനെക്കുറിച്ച് എഴുതിയപ്പോൾ സംഭവിച്ചതും അതുതന്നെയാവാം. വാക്ക് വിധിയാവുന്നത് ഇങ്ങനെയാണ്.

■

പുസ്തകപർവ്വതം

സമയം രാത്രി പന്ത്രണ്ട് കഴിഞ്ഞു കാണും. എം. കൃഷ്ണൻനായർ ഒരു മലയാളനോവൽ വായിച്ചുമടക്കിവച്ചു. അൽപ്പം കഴിഞ്ഞതും അദ്ദേഹം എൻ.ഇ. സുധീറിനെ വിളിക്കുന്നു. ജെ.എം. കൂറ്റ്സെയുടെ ലൈഫ് ആൻഡ് ടൈംസ് ഓഫ് മൈക്കൽ കെ എന്ന നോവൽ ഷെൽഫിൽ നോക്കിയിട്ട് കാണുന്നില്ല. സുധീറിന്റെ കയ്യിലുള്ള കോപ്പി ഒന്നെടുക്കാമോ എന്നാണ് ചോദ്യം. അതിലെ എഴുപത്തിമൂന്നാമത്തെ പേജ് ഒന്നു വായിക്കാമോ എന്നും. സുധീർ വായന തുടങ്ങി. ഉടൻ ഫോണിന്റെ അങ്ങേത്തലയ്ക്കൽ നിന്ന് കൃഷ്ണൻനായരുടെ ചിരി പൊട്ടുന്നു. ഹഹഹ, മറ്റൊരു മോഷണം കൂടി കണ്ടുപിടിച്ചിരിക്കുന്നു. അടുത്തലക്കം സാഹിത്യവാരഫലത്തിന്റെ ഉള്ളടക്കം എന്താണ് എന്നതിനെക്കുറിച്ച് അതോടെ ഒരു തീരുമാനമായിരുന്നു.

പത്താം ക്ലാസ് കഴിഞ്ഞപ്പോഴാണ് ഉപരിപഠനത്തിനും സഹോദരനെ പുസ്തകശാലയിൽ സഹായിക്കുന്നതിനുമായി സുധീർ തിരുവനന്തപുരത്തെത്തിയത്. അന്ന് അവിടെ മുടങ്ങാതെ എത്തുന്ന ഈ കസ്റ്റമർ നമുക്ക് വളരെ വിലപ്പെട്ടയാളാണെന്നും സംസാരത്തിൽ വളരെ സൂക്ഷിക്കണമെന്നും സഹോദരൻ ഉപദേശിച്ചു. ആരോഗ്യ നികേതനവും ഇവാൻ ഇല്ലിച്ചിന്റെ മരണവും യയാതിയും വായിക്കണമെന്നു പറഞ്ഞ് പതുക്കെപ്പതുക്കെ കൃഷ്ണൻനായർ സുധീറിനെ കൂടെക്കൂട്ടി. പിന്നെ അവധിയും അസുഖവുമൊഴിച്ചുള്ള എല്ലാ

ദിവസവും അവർ തമ്മിൽ കണ്ടുമുട്ടി. ആ ബന്ധത്തിന് കാൽനൂറ്റാണ്ടിന്റെ ദൈർഘ്യ മുണ്ടായിരുന്നു. ഞായറാഴ്ച കളിൽ കൃഷ്ണൻനായർക്കു വേണ്ടി മാത്രം സുധീർ പുസ്ത കശാല തുറന്നു.

ഈ പുസ്തകശാല ലക്ഷ്യ മാക്കി കൃഷ്ണൻനായർ വൈ കിട്ട് നടക്കാനിറങ്ങുമ്പോൾ വഴിയിൽ ഓരോരുത്തർ കാത്തു നിൽക്കും. എന്നിട്ട് അവരെ ഴുതിയ പുസ്തകങ്ങൾ വിനയ പൂർവം സമ്മാനിക്കും. അദ്ദേഹം പുസ്തകശാലയിലെ ചെറിയ ചവറ്റുകുട്ടയിലേക്ക് ചൂണ്ടി സുധീറിനോട് പറയും, മലയാളസാഹിത്യത്തിൽ വലിയ ചവറ്റുകുട്ട കൾ അത്യാവശ്യമായിരിക്കുന്നു എന്ന്. അനന്തരം വഴിയിൽ വച്ചു കിട്ടിയ പുസ്തകങ്ങളൊക്കെ അതിലേക്കിടും.

പല ഇംഗ്ലീഷ് പുസ്തകങ്ങളും വിദേശത്തുനിന്ന് എത്തിക്കാൻ കൃഷ്ണൻനായർ സുധീറിനെ പറഞ്ഞേൽപ്പിക്കുമായിരുന്നു. ഈ പുസ്തകങ്ങൾ രാവിലെ തപാലോഫിസിൽ വരും. സുധീർ ഉടനെ കൃഷ്ണൻനായർക്ക് ഫോൺ ചെയ്യും, സാർ ആവശ്യപ്പെട്ട പുസ്തകം എത്തി. ഉടനെ കൃഷ്ണൻനായർ: 'ക്ഷൗരം പാതി വഴിയിലാണ്. എന്നാലും ഞാൻ ഓട്ടോ പിടിച്ച് ഓടി വരാം.' ഒരിക്കൽ സുധീർ കൃഷ്ണൻനായരോട് ചോദിച്ചു, പുസ്തകത്തിന്റെ പുറംചട്ട മാത്രമേ വായിക്കാറുള്ളു എന്ന ആരോപണം ശരിയാണോ എന്ന്. അപ്പോൾ അദ്ദേഹം പറഞ്ഞു: മുകളിലത്തെ നിലയിൽ പോയി വിക്ടർഹ്യൂഗോ യുടെ ലെ മിസറബിൾസ് എടുത്തുകൊണ്ടുവരാൻ. എന്നിട്ട് അദ്ദേഹം തുടർന്നു. സുധീർ അത് തുറന്നുപിടിക്കുക എന്ന്. താൻ എല്ലാ വർഷവും വായിക്കുന്ന പുസ്തകം എന്നാണ് ലെ മിസറബിൾസി നെക്കുറിച്ച് കൃഷ്ണൻനായർ അവകാശപ്പെടുന്നത്. ഒരക്ഷരം തെറ്റാതെ അദ്ദേഹം നോവൽ കാണാപ്പാഠം പറഞ്ഞു തുടങ്ങി. 19 പേജ് ആയ പ്പോൾ സുധീർ പറഞ്ഞു മതി സാറേ എന്ന്. പാവങ്ങൾ തിരികെ ക്കൊടുത്തപ്പോൾ കൃഷ്ണൻനായർ പറഞ്ഞുകാണും, പാവങ്ങൾ, മറ്റുള്ളവർ എന്തുവേണമെങ്കിലും പറഞ്ഞോട്ടെ.

കൃഷ്ണൻനായർ സുഖമില്ലാതെ കിടപ്പിലായി. പുസ്തകങ്ങൾ തേടിയുള്ള യാത്ര അതോടെ നിലച്ചു. വായന പ്രയാസമായി. മരിക്കുവോളം വായന തുടരണമെന്നായിരുന്നു അദ്ദേഹത്തിന്റെ ആഗ്രഹം. അതു സാധിക്കാതെ വന്നു. എന്നാലും സുധീർ പുതിയ പുസ്തകങ്ങളുമായി കൃഷ്ണൻനായരുടെ വീട്ടിൽ ചെന്ന് അതിന്റെ പുറംചട്ടയിലെ വാചകങ്ങൾ വായിച്ചുകേൾപ്പിക്കുമായിരുന്നു. അദ്ദേഹം പുസ്തകം വാങ്ങി നെഞ്ചോടു ചേർത്തുവെക്കും. അതോടെ ആ കണ്ണുകൾ സജലങ്ങളാവും. ഒരായുസ്സ് മുഴുവൻ പുസ്തകവായനയ്ക്ക് നീക്കിവച്ച ഒരാളുടെ വേദന സുധീർ അപ്പോൾ വായിച്ചെടുത്തു. സുധീർ ഒരു ദിവസം ചെന്നപ്പോൾ അദ്ദേഹം പറഞ്ഞു. സുധീറേ, ദി ലാസ്റ്റ് ഡെയ്സ് ഓഫ് മാൻകൈൻഡ് വായിക്കാതെ ഞാൻ മരിക്കും അല്ലേ? പുസ്തകങ്ങളെക്കുറിച്ചുള്ള അവരുടെ അവസാനസംഭാഷണം അതായിരുന്നു. വർഷങ്ങളായി അദ്ദേഹം വായിക്കാൻ കൊതിച്ചതും ഇന്ത്യയിൽ കിട്ടാതെ പോയതുമായ ജർമൻ നാടകമായിരുന്നു അത്. പ്രശസ്ത ആസ്ട്രിയൻ നാടകകൃത്ത് കാൾക്രൗസ് എഴുതിയത്. ആ പുസ്തകം കൃഷ്ണൻനായർക്ക് ലഭ്യമാക്കാനുള്ള ബുക്സെല്ലർ എന്ന നിലയിലെ സുധീറിന്റെ എല്ലാ ശ്രമങ്ങളും പരാജയപ്പെട്ടിരുന്നു. അത് ഓർമ്മിപ്പിച്ചുകൊണ്ടായിരുന്നു അദ്ദേഹത്തിന്റെ വാക്കുകൾ. ഏതാനും ദിവസം കഴിഞ്ഞതും പുസ്തകങ്ങൾക്ക് അവയുടെ നാഥനെ നഷ്ടമായി. ■

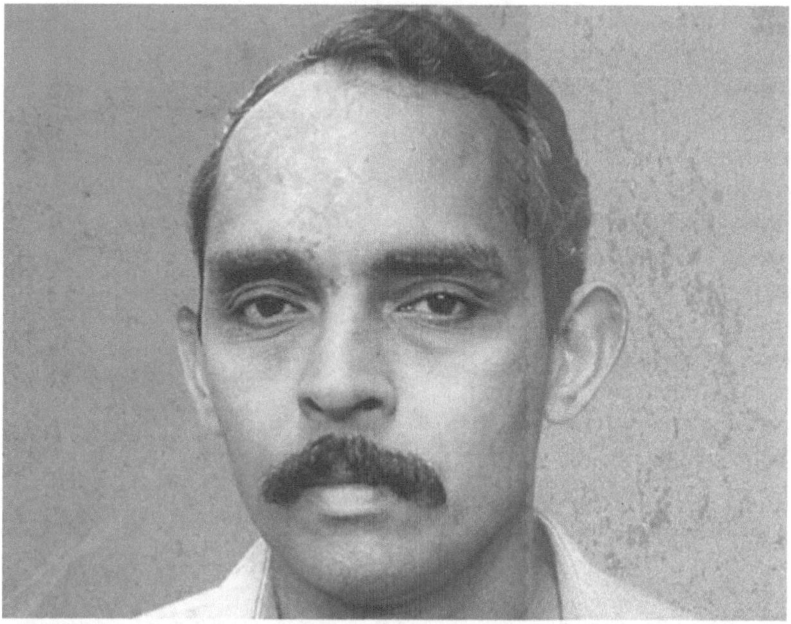

സന്ദർശകരില്ലാത്ത രോഗി

ഭ്രമാത്മകമായ ലോകമാണ് ആശുപത്രികളുടേത്. അത്യാസന്ന നിലയിൽ ആശുപത്രിയിൽ ചെല്ലുന്ന നിങ്ങൾക്ക് ലഭിക്കുന്നത് ഒരാൾ മരിച്ചതോടെ ഒഴിവുവന്ന കട്ടിലാവാം. ആ കട്ടിലിൽ കിടന്നയാളുടെ വിധി തന്നെ ഒരു പക്ഷേ നിങ്ങൾക്കും സംഭവിച്ചേക്കാം. പി.എഫ്. മാത്യൂസിന്റെ എഴുത്തിൽ ഇങ്ങനെ മറ്റൊരാൾ കടന്നുവരാറുണ്ട്. ഈമയൗ എന്ന ചലച്ചിത്രത്തിലും അതുണ്ട്.

സെമിത്തേരിയിലെ കുഴിവെട്ടുകാരനായ സൈമൺ മരിച്ചു പോയ വാവച്ചനു വേണ്ടി ഒരു നല്ല കുഴി വെട്ടി. കുറച്ചു കഴിഞ്ഞ് എല്ലാവരും കണ്ടത് സൈമൺ ആ കുഴിയിൽ മരിച്ചുകിടക്കുന്നതാണ്. അയാൾ കുഴിച്ച കുഴി അയാൾക്കു തന്നെ കിട്ടുന്നു. മാത്യൂസ് വി.പി. ശിവകുമാറിനെക്കുറിച്ചു പറഞ്ഞപ്പോഴും വന്നു മറ്റൊരാൾ. എഴുത്തിലേക്കു കടന്നുവരാൻ ആഗ്രഹിക്കുന്ന കാലത്ത് മാത്യൂസ് ഒരു പരീക്ഷണാത്മക കഥ എന്ന നിലയിലെഴുതിയതാണ് 'ആസാമിനു പിറകിൽ സുഭാഷ് പാർക്കിലെ കുരങ്ങൻ'. അത് സുഹൃത്തും കഥാകൃത്തുമായ ജോർജ് ജോസഫ് കെയെ മാത്യൂസ് ഏൽപ്പിച്ചു. ജോർജ് ജോസഫ് അത് വി.പി. ശിവകുമാറിന് നൽകി. ശിവകുമാറിന് അത് വല്ലാതെ ഇഷ്ടപ്പെട്ടു. വൈകാതെ ആ കഥ സംക്രമണം എന്ന

പ്രസിദ്ധീകരണത്തിൽ അച്ചടിച്ചു വന്നു. പിന്നീട് മാത്യൂസ് ശിവകുമാറിന് കൂടെക്കൂടെ കത്തെഴുതുമായിരുന്നു. ആയിടയ്ക്കാണ് തിരുവനന്തപുരത്ത് സെക്രട്ടേറിയറ്റ് അസിസ്റ്റന്റിന്റെ ജോലിക്കുള്ള അഭിമുഖത്തിന് ഹാജരാവണമെന്ന അറിയിപ്പ് മാത്യൂസിന് കിട്ടിയത്. മാത്യൂസ് താൻ തിരുവനന്തപുരത്ത് വരുന്ന കാര്യം ശിവകുമാറിനെ വിളിച്ചു പറഞ്ഞു. ജോലിക്കുള്ള അഭിമുഖത്തിൽ പങ്കെടുക്കുക എന്നതിലുപരി ശിവകുമാറിനെ കാണാമല്ലോ എന്നതായിരുന്നു മാത്യൂസിന്റെ ആശ്വാസം. പക്ഷേ വിളിച്ചപ്പോൾ ശിവകുമാർ പറഞ്ഞത് വീട്ടിൽ തനിക്കൊഴികെ എല്ലാവർക്കും ചിക്കൻപോക്സ് ആണെന്നാണ്. പേടിയില്ലെങ്കിൽ വരാം എന്നും. പേടിയുണ്ട്, പക്ഷേ ശിവകുമാറിനെ കാണണം എന്ന ആഗ്രഹം അതിലും വലുതായിരുന്നു എന്ന് മാത്യൂസ്. ഏതായാലും മാത്യൂസ് ശിവകുമാറിനെ സന്ദർശിച്ചു. കുറച്ചുനാൾ കഴിഞ്ഞതും ആ ജോലി കിട്ടിയെന്ന അറിയിപ്പ് വന്നു. കൊച്ചിയിൽ നിന്ന് അടർത്തിമാറ്റാനാവാത്തതിനാൽ ആ ജോലിയോട് മാത്യൂസിന് താൽപര്യമില്ലായിരുന്നു. എങ്കിലും ശിവകുമാർ അവിടെയുണ്ടല്ലോ എന്നത് താൽപ്പര്യം ജനിപ്പിച്ചു. ജോലി കിട്ടിയ ശേഷം ആദ്യമായി ചെന്നു കാണുമ്പോൾ ശിവകുമാർ മരണം പ്രമേയമായ ഹുവാൻ റൂൾഫോയുടെ ഒരു കഥ തർജമ ചെയ്യുകയായിരുന്നു. ബോർഹസിനെ വായിക്കാൻ, ഇംഗ്ലീഷ് വിവർത്തനങ്ങളിലേക്ക് കടക്കാൻ ഒക്കെ തുടർന്നുള്ള കൂടിക്കാഴ്ചകൾ സഹായിച്ചു.

കുറേക്കാലം കഴിഞ്ഞ് ഒരിക്കൽ മധുപാൽ വിളിച്ചു പറഞ്ഞു. ശിവകുമാറിന്റേത് വല്ലാത്ത അവസ്ഥയാണ്, മടക്കയാത്രയാണെന്നാണ് തോന്നുന്നത് എന്ന്. ശിവകുമാറിന് സുഖമില്ലെന്ന് നേരത്തെ തന്നെ മാത്യൂസ് അറിഞ്ഞിരുന്നു. ഒരുപാട് കഷ്ടപ്പെടുന്ന സമയത്ത് പോലും സ്വന്തം രോഗകാര്യങ്ങൾ മാറ്റിനിർത്തി സംസാരിക്കുന്ന ശിവകുമാറിനെ മാത്യൂസ് ഓർത്തു. മാത്യൂസ് മധുപാലിനൊപ്പം

ആശുപത്രിയിലെത്തി. വളരെ വലിയ ഒരു വാർഡായിരുന്നു അത്. മാത്യൂസ് നോക്കിയപ്പോൾ ചിരിയോടെ കട്ടിലിൽ ഇരുന്ന് ഒരാൾ മാത്യൂസിനെ കയ്യാട്ടി വിളിക്കുന്നു. ഞാനിത്രനേരവും താങ്കളെ കാത്തിരിക്കുകയായിരുന്നു എന്ന മട്ടിൽ. ആ വാ വാ വാ എന്നു പറഞ്ഞ് വന്നയാളോട് സംസാരിക്കാൻ ഒരു തിടുക്കമുള്ളതുപോലെ തോന്നി. രോഗം ശിവകുമാറിന്റെ രൂപം ആകെ മാറ്റിയെന്ന് പലരും പറഞ്ഞ് കേട്ടിരുന്നു. ദാ, ഇതുകണ്ടോ എന്നു ചോദിച്ചുകൊണ്ട് ഡയാലിസിസ് ചെയ്യുന്നതിന്റെ സൂചി ഊരിയെടുക്കാതെ വച്ച കൈത്തണ്ട അയാൾ മാത്യൂസിന് കാട്ടിക്കൊടുത്തു. ചിരപരിചിതനെപ്പോലെയുള്ള ഭാവ ചലനങ്ങൾ. അവിടെ എവിടെയാണ് ശിവകുമാർ എന്ന് മാത്യൂസിന്റെ കണ്ണുകൾ പരതി. അതാ കുറെ മാറി വാർഡിന്റെ ഒരറ്റത്തായി കണ്ണടച്ച് ശിവകുമാർ കിടക്കുന്നു. ഭാര്യ അടുത്തുണ്ട്. വിളിച്ചപ്പോൾ ഒന്നു ഇമയനക്കി. നേർത്തൊരു ചിരി. വല്ലാത്ത നോട്ടം. വീണ്ടും മയക്കത്തിലേക്ക്. പിന്നെ ഇവർ കണ്ടിട്ടില്ല. അപ്പോൾ ആരായിരുന്നു മറ്റേയാൾ? സന്ദർശകരില്ലാത്ത ഒരു രോഗി. ഒരു പക്ഷേ മരണത്തിന്റെ വിരുന്നു മാത്രം കാത്ത് കഴിയുന്നയാൾ. എങ്കിലും അയാൾ തന്നെക്കാണാൻ മറ്റൊരാൾ വരുമെന്ന് പ്രതീക്ഷിച്ചതുപോലെ. ആരും കാണാൻ വരാനില്ലാത്ത രോഗി ധാരാളം പേർ കാണാനെത്തുന്ന രോഗിയെ തന്നെക്കാൾ വളരെ ഉന്നതനായിട്ടാവും കാണുക. എല്ലാവർക്കും കുഴി വെട്ടുന്ന സൈമണിന് ആശങ്കയുണ്ടാവാം എനിക്കൊരു കുഴി വെട്ടാൻ ആളു കാണുമോ എന്ന്. മറ്റൊരാളുടെയും കഥകൾ പോലെയായിരുന്നില്ല ശിവകുമാറിന്റെ കഥകൾ. പക്ഷേ ശിവകുമാർ എന്നു പറയുമ്പോൾ ഈ മറ്റൊരാൾ ഇല്ലാതെ മാത്യൂസിന് ഓർക്കാനാവില്ല.

■

www.ingramcontent.com/pod-product-compliance
Lightning Source LLC
LaVergne TN
LVHW100246051026
849517LV00006B/2007

* 9 7 8 9 3 9 5 8 7 8 3 9 5 *